ഷെർലക് ഹോംസ്

1878ൽ ലണ്ടൻ യൂനിവേഴ്സിറ്റിയിൽ നിന്ന് ഡോക്ടർ ബിരുദം നേടിയശേഷം, പട്ടാളത്തിലെ സർജന്മാർക്കുള്ള ഒരു കോഴ്സ് ചെയ്യാനായി ഞാൻ നെറ്റ്ലിയിലേക്ക് പോയി. അവിടുത്തെ പഠനം കഴിഞ്ഞ് അഞ്ചാം നോർത്തംബർലാന്റ് ഫ്യൂസിലിയേഴ്സിൽ ഞാൻ അസിസ്റ്റന്റ് സർജനായി ചേർന്നു. എന്റെ റജിമെന്റ് ആ സമയത്ത് ഇന്ത്യയിലായിരുന്നു. ഞാൻ റജിമെന്റുമായി ചേരുന്നതിന് മുമ്പ് രണ്ടാം അഫ്ഗാൻയുദ്ധം തുടങ്ങിയിരുന്നു. ബോംബെയിൽ എത്തിയപ്പോഴാണ് എന്റെ കമ്പനി ചുരം കടന്നുവെന്നും ഇതിനകം തന്നെ ശത്രുരാജ്യത്തിൽ വളരെ മുന്നേറിക്കഴിഞ്ഞുവെന്നും മനസ്സിലായത്. എന്നെപ്പോലുള്ള കുറേ ഓഫീസർമാരോടൊപ്പം അങ്ങോട്ടേക്ക് നീങ്ങി. സുരക്ഷിതമായി കാണ്ഡഹാറിലെത്തിയ ഞാൻ എന്റെ റജിമെന്റ് കണ്ടെത്തുകയും പെട്ടെന്നുതന്നെ പുതിയ ഡ്യൂട്ടിയിൽ പ്രവേശിക്കുകയും ചെയ്തു.

ആ സൈനികനീക്കം കൊണ്ട് പലർക്കും ബഹുമതിയും സ്ഥാനക്കയറ്റവുമൊക്കെ ലഭിച്ചു. എനിക്ക് കിട്ടിയത് ദൗർഭാഗ്യവും ദുരന്ത

വും മാത്രം. എന്നെ റജിമെന്റിൽനിന്ന് മാറ്റി ബർക്ക് ഷയേർസിനൊപ്പം ചേർത്തു.അവരോടൊപ്പം ഞാൻ മേവാഡിലെ ഘോരയുദ്ധത്തിൽ പങ്കെടുത്തു. അവിടെവച്ച് എന്റെ തോളിൽ വെടിയേറ്റു. വെടിയുണ്ട എന്റെ തോളെല്ല് തരിപ്പണമാക്കി സബ്ക്ലാവിയൻ ധമനിയെ മുറിപ്പെടുത്തുകയും ചെയ്തു. എന്റെ ഓർഡർലിയായ മുറെയുടെ ധൈര്യവും അർപ്പണബുദ്ധിയും കൊണ്ടുമാത്രമാണ് ഞാൻ നിഷ്ഠുരരായ ഘാസികളുടെ കൈയിൽപെടാതെ രക്ഷപ്പെട്ടത്. അയാൾ ഒരു കുതിരയുടെ പുറത്തുകയറ്റി എങ്ങിനെയൊക്കെയോ എന്നെ ബ്രിട്ടീഷ് നിരയിലെത്തിച്ചു.

ദീർഘനാളത്തെ പീഢാനുഭവങ്ങളും വേദനയും കൊണ്ട് അവശനായ എന്നെ, മുറിവേറ്റ മറ്റനേകം പേരോടൊപ്പം പെഷവാറിലെ ആശുപത്രിയിലേക്ക് മാറ്റി. അവിടെയെത്തിയപ്പോൾ എന്റെ സ്ഥിതി മെച്ചപ്പെട്ടു. വാർഡിലൊക്കെ ചുറ്റിക്കറങ്ങാനും വല്ലപ്പോഴും വരാന്തയിലിരുന്ന് വെയിൽകായാനുമൊക്കെ കഴിഞ്ഞു. അതിനിടയിലാണ് എനിക്ക് കുടൽവീക്കം പിടിപെട്ടത്. മാസങ്ങളോളം ജീവിതം ദുരിതമായിരുന്നു. ഒരുവിധം ആരോഗ്യം വീണ്ടെടുത്തുവെങ്കിലും അത്രയേറെ ക്ഷീണിച്ച് എല്ലുംതോലുമായതുകൊണ്ട് ഒരുദിവസംപോലും വൈകാതെ എന്നെ ഇംഗ്ലണ്ടിലേക്ക് തിരിച്ചയക്കണമെന്ന് ഒരു മെഡിക്കൽ ബോർഡ് നിർദേശിച്ചു. അങ്ങനെ ഞാൻ നാട്ടിലേക്കയക്കപ്പെട്ടു. 'ഒറോൻടസ്' എന്ന സൈനികകപ്പലിലായിരുന്നു യാത്ര. ഒരുമാസം കഴിഞ്ഞ് പോർട്സ്മൗത്ത് ജെട്ടിയിൽ ഇറങ്ങുമ്പോൾ എന്റെ ആരോഗ്യം പാടേ തകർന്നിരുന്നു. എങ്കിലും അടുത്ത ഒൻപതുമാസക്കാലം നഷ്ടപ്പെട്ട ആരോഗ്യം വീണ്ടെടുക്കാൻ ശ്രമിക്കാൻ എന്റെ ഗവർമെണ്ട് എന്നെ അനുവദിച്ചിരുന്നു.

ഇംഗ്ലണ്ടിൽ ബന്ധുക്കളാരുമില്ലായിരുന്നു. അതുകൊണ്ട് ഞാൻ വായുവിനെപ്പോലെ സ്വതന്ത്രനായിരുന്നു. ദിവസത്തിൽ പതിനൊന്നു ഷില്ലിങ്ങും ആറ് പെൻസുംകൊണ്ട് ആകാവുന്നത്രയും സ്വതന്ത്രൻ! ആ സാഹചര്യത്തിൽ ഞാൻ സ്വാഭാവികമായും ലണ്ടനിലെത്തിച്ചേർന്നു. സകല അലസന്മാരും ഒടുവിൽ ചെന്നടിയുന്ന ഒരു ചെളിക്കുഴിയാണല്ലോ അത്. സ്ട്രാന്റിലുള്ള ഒരു സ്വകാര്യഹോട്ടലിലാണ്, അസുഖകരവും അർഥശൂന്യവുമായ കുറച്ചുനാളുകൾ ഞാൻ കഴിച്ചുകൂട്ടിയത്. പണമാണെങ്കിൽ എനിക്ക് താങ്ങാനാവാത്ത തരത്തിൽ ചെലവായിക്കൊണ്ടുമിരുന്നു. സാമ്പത്തികസ്ഥിതി വേഗംതന്നെ ആശങ്കാപൂർണമായി. ഒന്നുകിൽ നഗരംവിട്ട് ഏതെങ്കിലും നാട്ടിൻപു

റത്തുപോയി കഴിയുകയോ അല്ലെങ്കിൽ എന്റെ ജീവിതശൈലി പാടേ മാറ്റുകയോ വേണ്ടിവരുമെന്ന് എനിക്ക് മനസ്സിലായി. രണ്ടാമത്തെ വഴിയാണ് ഞാൻ തിരഞ്ഞെടുത്തത്. അങ്ങിനെ ഹോട്ടലിൽനിന്ന് മാറി ആഡംഭരവും ചെലവും കുറഞ്ഞ ഒരു പാർപ്പിടം കണ്ടെത്താൻ ഞാൻ തീരുമാനിച്ചു.

ഞാൻ ഈ തീരുമാനത്തിലെത്തിയ അതേ ദിവസം ക്രൈറ്റീരിയൻ ബാറിനടുത്ത് നില്ക്കുമ്പോൾ, ആരോ തോളിൽ തട്ടി. തിരിഞ്ഞുനോക്കിയപ്പോൾ, ബാർട്സിൽ എന്റെ കീഴിൽ ജോലി ചെയ്തിരുന്ന സ്റ്റാംഫോർഡിനെയാണ് കണ്ടത്. ലണ്ടനെന്ന വനാന്തരത്തിൽ ഒരു പരിചിതമുഖം കാണുന്നത് ഏകാകിയായ ഒരു മനുഷ്യനെ സംബന്ധിച്ചിടത്തോളം ഏറെ സന്തോഷകരമാണ്. പഴയ കാലത്ത് സ്റ്റാംഫോർഡ് എന്റെ അടുത്തയാളൊന്നുമായിരുന്നില്ല. എന്നാലും ഇപ്പോൾ ഞാൻ അയാളെ ആവേശപൂർവം വരവേറ്റു. അയാൾക്കും എന്നെ കണ്ടതിൽ സന്തോഷമുണ്ടെന്നു തോന്നി. സന്തോഷാധിക്യത്തിൽ, ഹോൾബോണിൽ നിന്ന് ഭക്ഷണം കഴിക്കാൻ ഞാൻ അയാളെ ക്ഷണിച്ചു. ഞങ്ങൾ രണ്ടുപേരും ഒരുവണ്ടിയിൽ അങ്ങോട്ടുപോയി.

"താങ്കൾ എന്തു ചെയ്യുകയായിരുന്നു വാട്സൺ?" തിരക്കുപിടിച്ച ലണ്ടൻ തെരുവിലൂടെ കുലുങ്ങിക്കുലുങ്ങി ഓടുന്നതിനിടയിൽ അയാൾ അത്ഭുതത്തോടെ ചോദിച്ചു. "നിങ്ങൾ പട്ടികപോലെ മെലിഞ്ഞുപോയല്ലോ. ദേഹമാണെങ്കിൽ അണ്ടിപോലെ തവിട്ടുനിറമായിരിക്കുന്നു."

ഞാൻ എന്റെ ജീവിതത്തെക്കുറിച്ചുള്ള ഒരു ലഘുവിവരണം അയാൾക്ക് നല്കി. അത് പൂർത്തിയാകുമ്പോഴേക്ക് ഞങ്ങൾ ഞങ്ങളുടെ ലക്ഷ്യസ്ഥാനത്തെത്തിയിരുന്നു.

"പാവം!" എന്റെ ദൗർഭാഗ്യങ്ങളെക്കുറിച്ചു കേട്ടശേഷം അയാൾ അനുതാപത്തോടെ പറഞ്ഞു. "ഇനിയെന്താ പരിപാടി?"

"ഒരു പാർപ്പിടം നോക്കുകയാണ്." ഞാൻ പറഞ്ഞു. "ന്യായമായ വാടകയ്ക്ക് സുഖപ്രദമായ മുറികൾ കിട്ടുമോ എന്ന പ്രശ്നം പരിഹരിക്കാനാണ് ഞാൻ ശ്രമിക്കുന്നത്."

''അത് വിചിത്രംതന്നെ." എന്റെ കൂട്ടുകാരൻ പറഞ്ഞു. "എന്നോട് ഇന്ന് ഇതേകാര്യം പറയുന്ന രണ്ടാമത്തെ വ്യക്തിയാണ് താങ്കൾ."

"ഒന്നാമൻ ആരായിരുന്നു?" ഞാൻ തിരക്കി.

"ആസ്പത്രിയിലെ ലാബിൽ ജോലിചെയ്യുന്ന ഒരു പുള്ളി. താൻ കണ്ടെത്തിയ സുന്ദരമായ വീട് പങ്കിടാൻ ഒരാളെ കിട്ടാത്തതായിരുന്നു അയാളുടെ സങ്കടം. ഒറ്റയ്ക്ക് അയാൾക്ക് അത് താങ്ങാനാവില്ലായിരു

ന്നു."

"എന്റെ മോനേ" ഞാൻ പറഞ്ഞു. "വീടും ചെലവും പങ്കിടാൻ ഒരാളെയാണ് അയാൾ തേടുന്നതെങ്കിൽ അയാൾക്ക് വേണ്ടയാൾ ഞാൻ തന്നെയാണ്. കൂടെ ഒരാൾകൂടി ഉണ്ടാവുന്നതാണ് തനിച്ച് താമസിക്കുന്നതിലും എനിക്കിഷ്ടം."

സ്റ്റാംഫോർഡ് വൈൻഗ്ലാസിനു മുകളിലൂടെ എന്നെ അസാധാരണമായി ഒന്നു നോക്കി. "നിങ്ങൾക്ക് ഷെർലക്ഹോംസിനെ ഇനിയും അറിയില്ലല്ലോ." അയാൾ പറഞ്ഞു. "അയാളോടൊപ്പം സ്ഥിരമായി കഴിയാൻ നിങ്ങൾ തയ്യാറായെന്ന് വരില്ല."

"എന്തുകൊണ്ട്? അയാൾക്കെന്താ കുഴപ്പം?"

"ഹേയ് കുഴപ്പമുണ്ടെന്ന് ഞാൻ പറഞ്ഞില്ലല്ലോ. അയാൾ ഒരു വിചിത്ര സ്വഭാവക്കാരനാണ്. ചില ശാസ്ത്രശാഖകളിൽ അത്യുത്സാഹി. എന്റെ അറിവിൽ ആൾ ഒരു മര്യാദക്കാരനാണ്!"

"ഒരു മെഡിക്കൽ വിദ്യാർഥിയായിരിക്കുമോ?" ഞാൻ ചോദിച്ചു.

"അല്ല. അയാൾ എന്താണ് ചെയ്യാൻ പോകുന്നതെന്നതിനെക്കുറിച്ച് എനിക്ക് ഒരു രൂപവുമില്ല. ശരീരവിജ്ഞാനീയത്തിൽ നല്ല അറിവുണ്ട്; ഒന്നാംതരം രസതന്ത്രജ്ഞനുമാണ്. പക്ഷെ, എന്റെ അറിവിൽപെട്ടിടത്തോളം അയാൾ ചിട്ടയായ പഠനമൊന്നും നടത്തിയിട്ടില്ല. അയാളുടെ പഠിത്തമൊക്കെ ഒട്ടും മുറയില്ലാത്തതും കിറുക്ക് നിറഞ്ഞതുമാണ്. എങ്കിലും അയാൾ ശേഖരിച്ചിട്ടുള്ള അസാധാരണമായ അറിവുകൾ അയാളുടെ പ്രൊഫസർമാരേപ്പോലും ആശ്ചര്യപ്പെടുത്തും."

"അയാൾ എന്താണ് ചെയ്യാനുദ്ദേശിക്കുന്നതെന്ന് നിങ്ങൾ ഒരിക്കലും അന്വേഷിച്ചില്ലേ?" ഞാൻ ചോദിച്ചു.

"ഇല്ല. അങ്ങിനെ എളുപ്പം എല്ലാം തുറന്നുപറയുന്ന കൂട്ടത്തിലല്ല അയാൾ. അയാൾക്ക് മനസ്സുള്ളപ്പോൾ ഏറെ സംസാരിക്കുകയും ചെയ്യും."

"എന്തായാലും അയാളെ കാണണം." ഞാൻ പറഞ്ഞു.

ആരുടെയെങ്കിലും കൂടെ താമസിക്കുന്നുണ്ടെങ്കിൽ പഠനവ്യഗ്രനും ശാന്തസ്വഭാവിയുമായ ഒരാളാകുന്നതാണ് എനിക്കിഷ്ടം. അധികം ഒച്ചപ്പാടും ഹൃദയക്ഷോഭവും താങ്ങാനുള്ള ശക്തി ഇപ്പോഴും എനിക്കില്ല. അത് രണ്ടും ഒരു ജീവിതകാലത്തേക്ക് മുഴുവനുമുള്ളത് അഫ്ഘാനിസ്ഥാനിൽനിന്ന് കിട്ടിയതാണ്. നിങ്ങളുടെ ഈ ചങ്ങാതിയെ എങ്ങിനെയാണ് ഒന്നു കാണുക?"

"അയാൾ തീർച്ചയായും ലാബിൽ ഉണ്ടാകും." എന്റെ സുഹൃത്ത്

പ്രതിവചിച്ചു. "ചിലപ്പോൾ കക്ഷി ആഴ്ചകളോളം അങ്ങോട്ടു തിരിഞ്ഞുനോക്കില്ല. അല്ലെങ്കിൽ രാവിലെ മുതൽ രാത്രിവരെ ഒരേ ഇരിപ്പിൽ ജോലി ചെയ്യും. താങ്കൾക്ക് സൗകര്യമാണെങ്കിൽ നമുക്ക് ഭക്ഷണം കഴിഞ്ഞാൽ അങ്ങോട്ടുപോകാം."

"തീർച്ചയായും." ഞാൻ മറുപടി പറഞ്ഞു. പിന്നീട് ഞങ്ങളുടെ സംഭാഷണം മറ്റുവിഷയങ്ങളിലേക്ക് നീങ്ങി.

ഹോൾബോണിൽനിന്നും ആസ്പത്രിയിലേക്ക് പോകുന്ന വഴിയിൽ, എന്റെ 'സഹവാസി'യാകാൻ പോകുന്നയാളെക്കുറിച്ച് സ്റ്റാംഫോർഡ് ചില കാര്യങ്ങൾ കൂടി പറഞ്ഞു.

"താങ്കൾക്ക് അയാളെ ഇഷ്ടപ്പെട്ടില്ലെങ്കിൽ എന്നെ കുറ്റപ്പെടുത്തരുത്." അയാൾ പറഞ്ഞു. വല്ലപ്പോഴും ലാബിൽവെച്ച് കണ്ടപ്പോൾ മനസ്സിലാക്കിയതല്ലാതെ കൂടുതലൊന്നും അയാളെക്കുറിച്ച് എനിക്കറിഞ്ഞുകൂടാ. ഇത് നിർദേശിച്ചത് താങ്കളാണല്ലോ. അപ്പോൾ എനിക്ക് ഒരു ഉത്തരവാദിത്തവുമില്ല."

"ഇഷ്ടപ്പെട്ടില്ലെങ്കിൽ അപ്പോൾത്തന്നെ സലാം പറഞ്ഞ് പിരിയാവുന്നതല്ലേയുള്ളൂ." ഞാൻ പറഞ്ഞു. 'എനിക്കു തോന്നുന്നു സ്റ്റാംഫോർഡ്," ചങ്ങാതിയെ ഉറ്റുനോക്കിക്കൊണ്ട് ഞാൻ കൂട്ടിച്ചേർത്തു. "ഇപ്രകാരം കൈകഴുകാൻ നിങ്ങൾക്ക് എന്തെങ്കിലും ന്യായമുണ്ടാകും. ഈ ചങ്ങാതിയുടെ രീതി അത്രയും കഠിനമാണോ? അതോ എന്താണ് കാര്യം? പറയാൻ മടിക്കേണ്ട."

"വിവരണാതീതമായത് വിവരിക്കുക എളുപ്പമല്ല." അയാൾ ചിരിച്ചുകൊണ്ട് പറഞ്ഞു.

"ഹോംസ് എനിക്ക് പിടിക്കാത്തവിധം വല്ലാതെ ശാസ്ത്രീയമാണ്. അത് ചിലപ്പോൾ ക്രൂരതയോളമെത്തും. അയാൾ ചിലപ്പോൾ തന്റെ സുഹൃത്തിന് ഒരുനുള്ള് കീടനാശിനി കൊടുത്തെന്നിരിക്കും. ദ്രോഹബുദ്ധികൊണ്ടല്ല, എന്നോർക്കണം. അതിന്റെ ഫലത്തെക്കുറിച്ചുള്ള വ്യക്തമായ ധാരണ കിട്ടാൻ മാത്രം. ചിലപ്പോൾ അയാൾ അത് സ്വയം തന്നെ കഴിക്കുമെന്ന് പറഞ്ഞാൽ അത് പൂർണമായും സത്യമായിരിക്കും. അയാൾക്ക് സൂക്ഷ്മവും കൃത്യവുമായ അറിവിന്റെ കാര്യത്തിൽ വല്ലാത്ത ആവേശമാണ്."

"അതിലെന്താണ് കുഴപ്പം?"

"ശരിയാണ്. പക്ഷെ, ചിലപ്പോഴൊക്കെ അത് വല്ലാതെ അതിര് കടക്കും. ഛേദനമുറിയിൽ ശവങ്ങളെ അയാൾ വടികൊണ്ട് അടിക്കുമ്പോൾ അതിന് വല്ലാതെ വിചിത്രമായ ഒരു സ്വഭാവം കൈവരും."

"ശവങ്ങളെ തല്ലുകയോ?"

"ഉം. മരിച്ചുകഴിഞ്ഞാൽ എത്രത്തോളം ചതവ് ഉണ്ടാക്കാൻ കഴിയുമെന്ന് നോക്കാൻ. ഞാനത് സ്വന്തം കണ്ണുകൊണ്ട് കണ്ടതാണ്."

"എന്നിട്ടും അയാൾ ഒരു വൈദ്യവിദ്യാർഥിയല്ലെന്നാണ് താങ്കൾ പറയുന്നത്."

"അല്ല. അയാളുടെ പഠനത്തിന്റെ ലക്ഷ്യമെന്താണെന്ന് ദൈവത്തിനുമാത്രമേ അറിയൂ. എന്തായാലും നമ്മൾ സ്ഥലത്തെത്തിക്കഴിഞ്ഞു. ഇനി താങ്കൾക്ക് അയാളെക്കുറിച്ച് സ്വന്തം നിഗമനങ്ങളാകാമല്ലോ." അയാൾ പറയുന്നതിനിടയിൽ ഞങ്ങൾ ഇടുങ്ങിയ ഒരു പാതയിലൂടെ കടന്ന്, ആ വലിയ ആസ്പത്രിയുടെ ഒരു ചെറുവാതിലിലൂടെ അകത്ത് കടന്നു. അത് എനിക്ക് ഏറെ പരിചിതമായ ഇടമായിരുന്നു. അതുകൊണ്ട്, ആരും വഴികാണിക്കാതെതന്നെ ഞങ്ങൾ കല്പടവുകൾ കയറി നീണ്ട ഇടനാഴിയിലെത്തി. അതിന്റെ അറ്റത്തുള്ള കമാനാകൃതിയായ വഴി ലാബിലേക്ക് നയിച്ചു.

അതൊരു ഉഗ്രൻ മുറിയായിരുന്നു. എങ്ങും അസംഖ്യം കുപ്പികൾ. ഉയരംകുറഞ്ഞ് വീതിയുള്ള ഒരുപാട് മേശകൾ. അവയിൽ റിട്ടോർട്ടുകളും ടെസ്റ്റ്ട്യൂബുകളും നീല നാളമുള്ള ബൻസെൻ വിളക്കുകളും. മുറിയിൽ, ഒരു മേശയ്ക്കരികിൽ ജോലിയിൽ മുഴുകി ഒരേയൊരു വിദ്യാർഥി. ഞങ്ങളുടെ കാലൊച്ച കേട്ടതും അയാൾ തിരിഞ്ഞുനോക്കി. സന്തോഷത്തോടെ ചാടിയെഴുന്നേറ്റു. 'ഞാനതു കണ്ടെത്തി, ഞാനതു കണ്ടെത്തി' എന്നു നിലവിളിച്ചുകൊണ്ട് ഒരു ടെസ്റ്റ്ട്യൂബുമായി ഞങ്ങളുടെ നേർക്ക് ഓടിയടുത്തു. ഹീമോഗ്ലോബിനുമായി ചേർന്നാൽ മാത്രം ഊറലുണ്ടാക്കുന്ന ഒരു പരീക്ഷകം ഞാൻ കണ്ടെത്തി. ഒരു സ്വർണഖനി കണ്ടെത്തിയാൽപ്പോലും അയാളുടെ മുഖത്ത് ഇത്രയേറെ സന്തോഷം പ്രതിഫലിക്കില്ലായിരുന്നു.

'ഡോക്ടർ വാട്സൺ, ശ്രീമാൻ ഷെർലക്ഹോംസ്" സ്റ്റാംഫോർഡ് ഞങ്ങളെ പരിചയപ്പെടുത്തി.

"സുഖമാണോ?" അയാൾ ഉപചാരം കാട്ടി. ഒപ്പം എന്റെ കൈയിൽ മുറുകെ പിടിക്കുകയും ചെയ്തു. ആ പിടുത്തത്തിന്റെ ശക്തി അല്പം കൂടുതലായിരുന്നു. "താങ്കൾ അഫ്ഗാനിസ്ഥാനിലായിരുന്നു എന്ന് കരുതുന്നു."

"ദൈദമേ, അതെങ്ങനെയാണ് താങ്കൾക്ക് മനസ്സിലായത്?" ഞാൻ ആശ്ചര്യത്തോടെ അന്വേഷിച്ചു.

"അത് വിട്ടേക്കൂ" അദ്ദേഹം സ്വയം ചിരിച്ചുകൊണ്ട് പറഞ്ഞു.

“ഇപ്പോഴത്തെ പ്രശ്നം ഹീമോഗ്ലോബിന്റേതാണ്. എന്റെ ഈ കണ്ടുപിടുത്തത്തിന്റെ പ്രാധാന്യം താങ്കൾക്ക് മനസ്സിലായിരിക്കുമല്ലോ?”

“രാസപരമായി അത് ശ്രദ്ധേയമാണ്; സംശയമില്ല.” ഞാൻ മറുപടി നല്കി. “പക്ഷെ, പ്രായോഗികമായി...”

“ഹേ മനുഷ്യാ, വർഷങ്ങൾക്കിടയിലുള്ള ഏറ്റവും പ്രായോഗികമായ ഒരു കണ്ടുപിടുത്തമാണ് അത്. രക്തക്കറയുടെ കാര്യത്തിൽ അപ്രമാദിതമായ ഒരു പരീക്ഷണമാണ് അതെന്ന് താങ്കൾക്ക് മനസ്സിലാകുന്നില്ലേ? ഇങ്ങോട്ടുവരൂ.” അദ്ദേഹം ആവേശത്തിനിടയിൽ എന്റെ കൈപിടിച്ച് എന്നെ ആ മേശയ്ക്കരികിലേക്ക് കൊണ്ടുപോയി. “നമുക്ക് അല്പം പുതിയ രക്തം വേണം’ എന്നു പറഞ്ഞുകൊണ്ട് ഒരു വലിയ സൂചി തന്റെ വിരൽത്തുമ്പിൽ ആഴ്ത്തി. അവിടെ പൊടിഞ്ഞ ചോര ഒരു പിപ്പെറ്റുകൊണ്ട് വലിച്ചെടുത്തു. “ഇനി ഞാൻ ഈ രക്തത്തുള്ളി ഒരു ലിറ്റർ വെള്ളത്തിൽ ചേർക്കുന്നു. അങ്ങിനെ കലർത്തിയാലുള്ള മിശ്രിതം വെറും വെള്ളംപോലെതന്നെ തോന്നിക്കുമെന്ന് ഞാൻ കരുതുന്നു. അതിൽ രക്തത്തിന്റെ അനുപാതം ഒന്നിന് ഒരു ദശലക്ഷത്തിൽ അധികരിക്കില്ല. എന്നാലും ആ നിർണായകമായ പ്രതിപ്രവർത്തനം നടക്കുമെന്ന കാര്യത്തിൽ എനിക്ക് അല്പവും സംശയവുമില്ല.” പറയുന്നതിനിടയിൽ അദ്ദേഹം ഏതാനും വെള്ള പരലുകൾ ആ പാത്രത്തിലേക്ക് ഇട്ടു. പിന്നെ നിറമില്ലാത്ത ഏതോ ദ്രാവകത്തിന്റെ അല്പം തുള്ളികളും അതിൽ ചേർത്തു. പെട്ടെന്നുതന്നെ പാത്രത്തിലെ ദ്രാവകത്തിന് മങ്ങിയ തവിട്ടുനിറം വന്നു. തവിട്ടുനിറം കലർന്ന ഒരു പൊടി പാത്രത്തിന്റെ അടിയിൽ ഊറുകയും ചെയ്തു.

“ഹാ ഹാ’ അദ്ദേഹം കൈകൊട്ടിക്കൊണ്ട് നിലവിളിച്ചു. അപ്പോൾ പുള്ളിക്ക് പുതിയ കളിപ്പാട്ടം കിട്ടിയ ഒരു കുട്ടിയുടെ ഭാവമായിരുന്നു. “അതിനെക്കുറിച്ച് നിങ്ങൾക്ക് എന്തു തോന്നുന്നു?”

“അത് വളരെ സൂക്ഷ്മമായ ഒരു പരീക്ഷണമാണെന്ന് തോന്നുന്നു!”

“മനോഹരം! മനോഹരം! പഴയ പരീക്ഷണം തികച്ചും ലക്ഷണം കെട്ടതും അനിശ്ചിതവുമായിരുന്നു. രക്താണുക്കൾക്കു വേണ്ടിയുള്ള മൈക്രോസ്കോപ്പിക് പരിശോധനയും അതുപോലെതന്നെ. രക്തക്കറ ഏതാനും മണിക്കൂറുകൾ പഴകിയതാണെങ്കിൽ അതിനെക്കൊണ്ട് ഒരു പ്രയോജനവുമില്ല. ഇതാണെങ്കിൽ രക്തം പഴയതായാലും പുതിയതായാലും ഒരു വ്യത്യാസവുമില്ല. ഇത് നേരത്തെ കണ്ടെത്തിയിരുന്നെങ്കിൽ ഇപ്പോൾ മാന്യന്മാരായി നടക്കുന്ന പലരും പണ്ടേ ഇരുമ്പഴിക്കുള്ളിലാകുമായിരുന്നു.”

"തീർച്ചയായും" ഞാൻ പിറുപിറുത്തു.

"ആ ഒരൊറ്റ വസ്തുതയിൽ അധിഷ്ഠിതമാണ് മിക്ക ക്രിമിനൽകേസുകളും. ഒരു കുറ്റകൃത്യം നടന്ന് ചിലപ്പോൾ മാസങ്ങൾക്കുശേഷമായിരിക്കും ഒരാളിൽ സംശയം ജനിക്കുന്നത്. അയാളുടെ തുണിയും വസ്ത്രവുമൊക്കെ പരിശോധിക്കുമ്പോൾ അതിലൊക്കെ തവിട്ടുനിറമുള്ള പാടുകൾ കണ്ടെന്നുവരാം. അത് ചോരക്കറയാണോ, ചളിയാണോ, ഇരുമ്പ്കറയാണോ, പഴത്തിന്റെ പാടാണോ അതോ മറ്റുവല്ലതുമോ? പല വിദഗ്ധരെയും വല്ലാതെ കുഴക്കിയിട്ടുള്ള ഒരു ചോദ്യമാണത്. എന്തുകൊണ്ട്? വിശ്വസനീയമായ പരീക്ഷണങ്ങളൊന്നും നിലവിലില്ലാത്തതുതന്നെ കാരണം. ഇപ്പോഴിതാ ഷെർലക്ഹോംസ് പരീക്ഷണം നമുക്ക് ലഭിച്ചിരിക്കുന്നു. അതുകൊണ്ടുതന്നെ ഇനിമുതൽ ഒരു തരം പ്രയാസങ്ങളുമുണ്ടാകില്ല."

സംസാരിക്കുമ്പോൾ അദ്ദേഹത്തിന്റെ കണ്ണുകൾ തിളങ്ങി. അദ്ദേഹം കൈ നെഞ്ചിൽ ചേർത്ത് ഹർഷാരവം മുഴക്കുന്ന ഒരു ആൾക്കൂട്ടം മുമ്പിലുള്ളതുപോലെ നാടകീയമായി വണങ്ങി.

അദ്ദേഹത്തിന്റെ ആവേശം കണ്ടപ്പോൾ എനിക്ക് വല്ലാത്ത ആശ്ചര്യം തോന്നി. "താങ്കൾ അഭിനന്ദനമർഹിക്കുന്നു." ഞാൻ പറഞ്ഞു.

"കഴിഞ്ഞവർഷം ഫ്രാങ്ക്ഫോർട്ടിലുണ്ടായ വോൺ ബിഷോഫിന്റെ കേസുണ്ടല്ലോ, ഈ പരീക്ഷണം നിലവിൽ ഉണ്ടായിരുന്നെങ്കിൽ അയാൾ നിശ്ചയമായും തൂക്കിലേറ്റപ്പെടുമായിരുന്നു. പിന്നെ ബ്രാഡ്ഫോർഡിലെ മേസൺ, കുപ്രസിദ്ധനായ മുള്ളർ, മോണ്ട്പെലിയറിലെ ലെഫെർ, അതുപോലെ ന്യൂഓർലിയൻസിലെ സാംസൺ. ഇത് നിർണായകമാകുമായിരുന്ന അസംഖ്യം കേസുകൾ എനിക്ക് എടുത്തുപറയാനാവും."

"താങ്കൾ കുറ്റകൃത്യങ്ങളുടെ ജീവനുള്ള ഒരു പഞ്ചാംഗം തന്നെയാണെന്ന് തോന്നുന്നു." സ്റ്റാംഫോർഡ് ചിരിച്ചുകൊണ്ട് പറഞ്ഞു. "നിങ്ങൾ ആ വിഷയത്തിൽ ഒരു പേപ്പർ പ്രസിദ്ധീകരിക്കണം. 'ഭൂതകാലത്തിന്റെ പോലിസ് വാർത്തകൾ' എന്ന് അതിന് പേരും കൊടുക്കാം."

''അത് വായിക്കാൻ രസമുള്ളതായിരിക്കും എന്നതിന് ഒരു സംശയവുമില്ല." വിരലിൽ സൂചികുത്തിയ പാടിൽ ഒരു തുണ്ട് പ്ലാസ്റ്റർ ഒട്ടിക്കുന്നതിനിടയിൽ ഹോംസ് പുറഞ്ഞു."ശ്രദ്ധ ആവശ്യമാണ്." എന്റെ നേരെ തിരിഞ്ഞ് മന്ദസ്മിതത്തോടെ അദ്ദേഹം പറഞ്ഞു. "കാരണം ഞാൻ ഒരുപാട് വിഷങ്ങളും കൈകാര്യം ചെയ്യുന്നതാണ്." ഇതും

പറഞ്ഞ് അദ്ദേഹം കൈനീട്ടി. അതിൽ നിറയെ ധാരാളം പ്ലാസ്റ്റർ തുണ്ടുകൾ ഒട്ടിച്ചിരിക്കുന്നത് ഞാൻ കണ്ടു. വിരലുകളാണെങ്കിൽ അമ്ലങ്ങൾ തട്ടി നിറംകെട്ടിരുന്നു.

"ഞങ്ങൾ ഒരു പ്രധാന കാര്യത്തിനാണ് വന്നത്." മൂന്നു കാലുകളുള്ള ഉയർന്ന സ്റ്റൂളിൽ ഇരുന്നുകൊണ്ട് സ്റ്റാംഫോർഡ് പറഞ്ഞു. അയാൾ കാലുകൊണ്ട് മറ്റൊരു സ്റ്റൂൾ എന്റെ നേർക്ക് നീട്ടിയിട്ടു. "എന്റെ ഈ സുഹൃത്ത് ചെലവു ചുരുക്കാൻ ശ്രമിക്കുകയാണ്. വീട് പങ്കിടാൻ ആളെ കിട്ടുന്നില്ലെന്നായിരുന്നുവല്ലോ താങ്കളുടെ ആവലാതി. അതുകൊണ്ട് നിങ്ങളെ രണ്ടുപേരെയും പരസ്പരം ബന്ധിപ്പിക്കാമെന്ന് ഞാൻ കരുതി."

ഞാനുമായി പാർപ്പിടം പങ്കിടുന്നതിൽ ഹോംസിന് ഏറെ സന്തോഷമുള്ളതുപോലെ തോന്നി.

"ബേക്കർ തെരുവിലുള്ള ഒരു വീട് ഞാൻ നോക്കിവെച്ചിട്ടുണ്ട്." അദ്ദേഹം പറഞ്ഞു. അത് നമുക്ക് രണ്ടുപേർക്കും തികച്ചും പറ്റിയതായിരിക്കുമെന്ന് ഞാൻ കരുതുന്നു. പുകയിലയുടെ മണം താങ്കൾക്ക് ശല്യമാകില്ലല്ലോ?"

"ഞാനും പുകവലിക്കാറുണ്ട്." ഞാൻ മറുപടി പറഞ്ഞു.

"അത് നല്ലതുതന്നെ. ഞാൻ പൊതുവെ രാസവസ്തുക്കൾ കൈകാര്യം ചെയ്യുന്നതാണ്; വല്ലപ്പോഴുമൊക്കെ ചില പരീക്ഷണങ്ങളും നടത്തും. അത് താങ്കൾക്ക് ശല്യമാകുമോ?"

"ഒരിക്കലുമില്ല."

"ഞാൻ നോക്കട്ടെ. എന്തൊക്കെയാണ് എന്റെ മറ്റ് പോരായ്മകൾ. ചിലപ്പോഴൊക്കെ ഞാൻ മൗനിയാകും. പന്നെ കുറേ നാളത്തേക്ക് വായ തുറക്കില്ല. അപ്പോൾ എന്നെ വെറുതെവിട്ടാൽ മാത്രം മതി. വേഗം തന്നെ ഞാൻ സാധാരണനിലയിലാകും. ഇനി താങ്കൾക്ക് വല്ല കുറ്റസമ്മതവും നടത്താനുണ്ടോ? ഒന്നിച്ച് ജീവിക്കാൻ തുടങ്ങുന്നതിന് മുൻപ് പരസ്പരം കുറ്റങ്ങൾ അറിഞ്ഞിരിക്കുന്നത് നല്ലതാണല്ലോ."

ഈ വിചാരണ കേട്ട് ഞാൻ ചിരിച്ചു. "എനിക്ക് ബഹളം ഒട്ടും ഇഷ്ടമല്ല. കാരണം എന്റെ തലയാകെ ഇളകിയിരിക്കുകയാണ്. രാത്രിയിൽ സകല അസമയത്തും ഞാൻ ഉറക്കമുണരും. പിന്നെ ഞാൻ ഒരു ആന മടിയനാണ്. ആരോഗ്യവാനായിരിക്കുമ്പോൾ എനിക്ക് മറ്റുചില ദോഷങ്ങളുമുണ്ട്; പക്ഷെ, തല്ക്കാലത്തെ പ്രധാന കാര്യങ്ങൾ ഇതൊക്കെയാണ്."

"വയലിൻ വായിക്കുന്നതിനെ താങ്കൾ ബഹളത്തിന്റെ കൂട്ടത്തിൽ

പെടുത്തുമോ?" അദ്ദേഹം ഉൽക്കണ്ഠയോടെ ആരാഞ്ഞു.

"അത് വാദകനെ ആശ്രയിച്ചിരിക്കും. നല്ല വയലിൻവാദനം ദൈവങ്ങൾക്ക് ഇഷ്ടപ്പെട്ടതാണ്. മോശമാണെങ്കിൽ..."

"അത് പ്രശ്നമില്ല." സന്തോഷപൂർവം ചിരിച്ചുകൊണ്ട് അദ്ദേഹം ഉറക്കെ പറഞ്ഞു. ''അപ്പോൾ കാര്യം തീരുമാനമായതായി നമുക്ക് കണക്കാക്കാം. അതായത്, താങ്കൾക്ക് വീട് ഇഷ്ടപ്പെടുമെങ്കിൽ മാത്രം!"

"എപ്പോഴാണ് നാം അത് കാണുക?"

"നാളെ ഉച്ചയ്ക്ക് ഇങ്ങോട്ടുപോരൂ. നമുക്ക് ഒന്നിച്ച് അങ്ങോട്ടുപോയി എല്ലാം ശരിയാക്കാം."

"ശരി, കൃത്യം ഉച്ചയ്ക്ക്" അദ്ദേഹത്തിന്റെ കൈപിടിച്ച് കുലുക്കിക്കൊണ്ട് ഞാൻ പറഞ്ഞു.

ഹോംസിനെ തന്റെ രാസവസ്തുക്കളോടൊപ്പം വിട്ട് ഞങ്ങൾ ഹോട്ടലിലേക്ക് നടന്നു.

"അല്ലാ," പെട്ടെന്ന് എന്തോ ഓർത്തുകൊണ്ട് ഞാൻ സ്റ്റാംഫോർഡിനോട് ചോദിച്ചു. "ഞാൻ അഫ്ഗാനിസ്ഥാനിൽ നിന്നാണ് വരുന്നതെന്ന് അയാൾക്കെങ്ങിനെ മനസ്സിലായി?"

എന്റെ സുഹൃത്ത് ഒരു ഗൂഢസ്മിതം തൂകി. "അതാണ് അദ്ദേഹത്തിന്റെ കൊച്ചു സവിശേഷത." അയാൾ പറഞ്ഞു. അദ്ദേഹം എങ്ങനെയാണ് കാര്യങ്ങൾ കണ്ടുപിടിക്കുന്നതെന്നറിയാനാഗ്രഹമുള്ള ആളുകൾ ഒട്ടേറെ ഉണ്ട്."

"ഓ, ഒരു നിഗൂഢതയാണല്ലോ?" കൈകൾ തിരുമ്മിക്കൊണ്ട് ഞാൻ പറഞ്ഞു. "ഇത് വളരെ രസകരം തന്നെ. ഞങ്ങളെ പരിചയപ്പെടുത്തിയതിന് വളരെ നന്ദി. മനുഷ്യവംശത്തെക്കുറിച്ച് പഠിക്കാൻ മനുഷ്യൻതന്നെ വേണമല്ലോ."

"എങ്കിൽ അദ്ദേഹത്തെ പഠിച്ചോളൂ." സ്റ്റാംഫോർഡ് യാത്ര പറയുന്നതിനിടിൽ പറഞ്ഞു. "അയാൾ ഒരു കെട്ടുപിണഞ്ഞ പ്രശ്നമാണെന്ന് താങ്കൾക്ക് മനസ്സിലാകും. താങ്കൾ അയാളെ മനസ്സിലാക്കുന്നതിനേക്കാൾ കൂടുതൽ അയാൾ താങ്കളെ മനസ്സിലാക്കുമെന്ന് എനിക്കുറപ്പുണ്ട്. പോയിവരട്ടെ."

'വിട' എന്നു പറഞ്ഞുകൊണ്ട് ഞാൻ ഹോട്ടലിലേക്ക് നടന്നു. പുതിയ പരിചയക്കാരനെക്കുറിച്ചുള്ള കൗതുകമായിരുന്നു എന്റെ മനസ്സുനിറയെ.

അനുമാനത്തിന്റെ ശാസ്ത്രം

പറഞ്ഞതുപോലെതന്നെ പിറ്റേന്ന് ഞങ്ങൾ ബേക്കർതെരുവിലെ 221 B നമ്പർ വീട് പരിശോധിച്ചു. അതിൽ വളരെ സുഖപ്രദമായ രണ്ടു കിടക്കമുറികളും വായുസഞ്ചാരമുള്ള വലിയ ഒരു ഇരിപ്പുമുറിയുമുണ്ടായിരുന്നു. എല്ലാം മനോഹരമായി ഫർണിഷ് ചെയ്തത്. രണ്ടു വലിയ ജനാലകളിലൂടെ പ്രകാശം സമൃദ്ധമായി അകത്തെത്തിയിരുന്നു. വീട് വളരെ മനോഹരം, വാടകയാണെങ്കിൽ രണ്ടുപേർ പങ്കിടുമ്പോൾ വളരെ തുച്ഛവും. അതുകൊണ്ട് അപ്പോൾത്തന്നെ കാര്യങ്ങൾ തീർപ്പാക്കുകയും ഞങ്ങൾ വീട് കൈയേൽക്കുകയും ചെയ്തു. അന്നു വൈകുന്നേരം തന്നെ ഞാൻ ഹോട്ടിലിൽനിന്ന് എന്റെ സാധനങ്ങളൊക്കെ അങ്ങോട്ടുമാറ്റി. പിറ്റേന്നുരാവിലെ കുറേ പെട്ടികളും തുകൽസഞ്ചികളുമൊക്കെയായി ഹോംസും എത്തി. ഒന്നോ രണ്ടോ ദിവസം ഞങ്ങൾ സാധനങ്ങളൊക്കെ പൊതിയഴിച്ച് യുക്തമായ സ്ഥാനത്ത് ക്രമീകരിക്കുന്ന തിരക്കിലായിരുന്നു. അതൊക്കെ കഴിഞ്ഞപ്പോൾ ഞങ്ങൾ പതുക്കെ പുതിയ വീടുമായി ഇണങ്ങിത്തുടങ്ങി.

ഹോംസ്, തീർച്ചയായും കൂടെ പാർക്കാൻ ബുദ്ധിമുട്ടുള്ള ഒരു മനു

ഷ്യനായിരുന്നില്ല. അദ്ദേഹം ശാന്തപ്രകൃതിയായിരുന്നു. ദിനചര്യകളിലൊക്കെ ചിട്ടയുണ്ടായിരുന്നു. മിക്കപ്പോഴും രാത്രി പത്തുമണിക്കുമുമ്പുതന്നെ അദ്ദേഹം ഉറക്കമാകും. രാവിലെ ഞാൻ എഴുന്നേല്ക്കുമ്പോഴേക്ക് പ്രാതലൊക്കെ കഴിച്ച് പുറത്തുപോയിരിക്കും. ചില പകലുകൾ മുഴുവൻ അദ്ദേഹം തന്റെ ലാബിലോ ഛേദനമുറിയിലോ കഴിച്ചുകൂട്ടും. അപൂർവമായി നീണ്ട നടത്തവുമുണ്ട്. അപ്പോൾ അദ്ദേഹം നഗരത്തിന്റെ അതിർത്തിയോളം ചെല്ലും. തൊഴിൽ ചെയ്യാനുള്ള ആവേശം പിടികൂടിക്കഴിഞ്ഞാൽ അദ്ദേഹത്തിന്റെ ശക്തി അപാരമായിരുന്നു. എന്നാൽ ചിലപ്പോഴൊക്കെ ഒരുതരം മാന്ദ്യം അദ്ദേഹത്തെ പിടികൂടും. ആ സമയങ്ങളിൽ, അദ്ദേഹം ദിവസങ്ങളോളം ഒരു വാക്ക്പോലും മിണ്ടാതെയും അനങ്ങാതെയും സ്വീകരണമുറിയിലെ സോഫയിൽ ഒരേ കിടപ്പുകിടക്കും. അത്തരം സന്ദർഭങ്ങളിൽ സ്വപ്നതുല്യമായ ഒരു ശൂന്യഭാവം അദ്ദേഹത്തിന്റെ മുഖത്ത് ഞാൻ ശ്രദ്ധിക്കാറുണ്ട്. അപ്പോഴൊക്കെ അദ്ദേഹം വല്ല മയക്കുമരുന്നിനും അടിമയാണോ എന്നു സംശയിച്ചുപോകും, അദ്ദേഹത്തിന്റെ ആത്മനിയന്ത്രണവും ജീവിതത്തിലാകെ പുലർത്തിയ വിശുദ്ധിയുമൊക്കെ അത്തരം ശീലങ്ങളിൽ നിന്ന് അദ്ദേഹത്തെ വിരോധിക്കുമെങ്കിലും.

ആഴ്ചകൾ കഴിയുമ്പോൾ എനിക്ക് അദ്ദേഹത്തിലുള്ള താല്പര്യവും അദ്ദേഹത്തിന്റെ ജീവിതലക്ഷ്യത്തെക്കുറിച്ചുള്ള ജിജ്ഞാസയും ക്രമേണ കൂടുതൽ തീക്ഷ്ണമായി. അദ്ദേഹത്തിന്റെ മൊത്തത്തിലുള്ള ദേഹപ്രകൃതം തന്നെ, ഏറ്റവും നിർമമനായ നിരീക്ഷകന്റെ പോലും ശ്രദ്ധ പിടിച്ചുപറ്റുന്നതായിരുന്നു. അദ്ദേഹത്തിന് ആറടിയിലേറെ പൊക്കമുണ്ടാകും. എന്നാൽ ദേഹം വല്ലാതെ മെലിഞ്ഞതായതുകൊണ്ട് അതിലും കൂടുതൽ പൊക്കം തോന്നിക്കും. മൂർച്ചയുള്ള, തുളച്ചുകയറുന്നു നോട്ടം. നേരത്തെ ഞാൻ സൂചിപ്പിച്ച മന്ദതയുടെ സന്ദർഭങ്ങളിലൊഴിച്ച്. നീണ്ട, പരുന്തിൻകൊക്കുപോലെയുള്ള മൂക്കാണെങ്കിൽ അദ്ദേഹത്തിന് മൊത്തത്തിൽ ജാഗരൂകതയുടെയും നിശ്ചയദാർഢ്യത്തിന്റെയും ഭാവം പകർന്നുനല്കി. അദ്ദേഹത്തിന്റെ താടിക്കുമുണ്ടായിരന്നു, ദൃഢനിശ്ചയമുള്ള ഒരു മനുഷ്യന്റെ ലക്ഷണം. കൈകളിൽ ആകെ മഷിയും രാസവസ്തുക്കളും പുരണ്ടിരുന്നുവെങ്കിലും തന്റെ ഉപകരണങ്ങൾ കൈകാര്യം ചെയ്യുന്നതിൽ അദ്ദേഹത്തിനുള്ള സൂക്ഷ്മതയും കൃത്യതയും സവിശേഷമായിരുന്നു.

ഈ മനുഷ്യൻ എന്റെ ജിജ്ഞാസയെ എത്രത്തോളം ഉണർത്തിയെന്നും അയാളുടെ മൗനത്തിന്റെ തോടുപൊട്ടിച്ച് കാര്യങ്ങളറിയാൻ

ഞാൻ എത്രമാത്രം ശ്രമിച്ചുവെന്നും പറയുമ്പോൾ, ഞാൻ അനാവശ്യമായി ആരാന്റെ കാര്യത്തിൽ തലയിടുന്നവനാണെന്ന് വായനക്കാരന് തോന്നിയേക്കാം. അങ്ങിനെ വിധിയെഴുതുന്നതിനു മുമ്പ്, എന്റെ ജീവിതം എത്രമാത്രം ലക്ഷ്യഹീനമായിരുന്നുവെന്നും, എനിക്ക് ചെയ്യാൻ ഒരു ജോലിയുമില്ലായിരുന്നു എന്നുമുള്ള കാര്യങ്ങൾ ഓർക്കുന്നത് അഭിലഷണീയമായിരിക്കും. അധികം പുറത്തിറങ്ങി നടക്കുന്നതിന് ചേർന്നതായിരുന്നില്ല എന്റെ ആരോഗ്യസ്ഥിതി. കാലാവസ്ഥ വളരെ നല്ലതാണെങ്കിൽ മാത്രമേ ഞാൻ അങ്ങനെ ചെയ്തിരുന്നുള്ളൂ. നിത്യജീവിതത്തിലെ വിരസതയൊഴിവാക്കാൻ വല്ല സുഹൃത്തുക്കളും വരുമന്ന പ്രതീക്ഷയും എനിക്കുണ്ടായിരുന്നില്ല. ഈയൊരു സാഹചര്യത്തിൽ എന്റെ സുഹൃത്തിനെ ചുറ്റിപ്പറ്റിയുള്ള നിഗൂഢതയെ ഞാൻ ആകാംക്ഷയോടെ സ്വീകരിച്ചു; അതിന്റ മറ നീക്കാൻ പലപാട് ശ്രമിക്കുകയും ചെയ്തു.

എന്തായാലും അദ്ദേഹം ഡോക്ടറാകാൻ പഠിക്കുകയായിരുന്നില്ല. ആ കാര്യത്തിൽ സ്റ്റാംഫോർഡിന്റെ അഭിപ്രായം ശരിയാണെന്ന് ഹോംസ് തന്നെ ഒരു ചോദ്യത്തിനുത്തരമായി വെളിപ്പെടുത്തുകയുണ്ടായി. ശാസ്ത്രത്തിലോ മറ്റേതെങ്കിലും വിഷയത്തിലോ ഒരു ഡിഗ്രി സമ്പാദിച്ച് അഭിജ്ഞരുടെ ലോകത്തിലേക്ക് പ്രവേശിക്കാൻ പറ്റിയരീതിയിൽ ചിട്ടയായ ഒരു പഠനം അദ്ദേഹം നടത്തുന്നതായും തോന്നിയില്ല. എന്നിരുന്നാലും ചില പ്രത്യേക വിഷയങ്ങളിൽ അദ്ദേഹം കാട്ടിയ ആവേശം അസാധാരണവും ഭ്രാന്തവുമായിരുന്നു. അദ്ദേഹത്തിന്റെ അറിവ് അസാധാരണമാംവിധം കൃത്യവും സൂക്ഷ്മവുമായിരുന്നു. അദ്ദേഹത്തിന്റെ പല നിരീക്ഷണങ്ങളും എന്നെ അമ്പരപ്പിച്ചിട്ടുണ്ട്. നിശ്ചിതമായ പരിണാമങ്ങളെക്കുറിച്ച് കൃത്യമായ ബോധമില്ലാതെ ഒരു വ്യക്തിയും ഇത്രയേറെ കഠിനമായി അധ്വാനിക്കുകയോ, ഇത്രയും കിറുകൃത്യമായ വിവരങ്ങൾ ശേഖരിക്കുകയോ ചെയ്യാനിടയില്ല. ചിട്ടയില്ലാത്ത വായനക്കാരുടെ പഠനത്തിൽ ഒരു കൃത്യതയും പൊതുവെ പ്രകടമാകാറില്ല. വളരെ നല്ല കാരണമില്ലാതെ ഒരു മനുഷ്യനും നിസ്സാര കാര്യങ്ങളുടെ ഭാരം മനസ്സിലേറ്റാറില്ല.

അദ്ദേഹത്തിന്റെ അറിവുപോലെതന്നെ കേമമായിരുന്നു അറിവില്ലായ്മയും. സമകാലിക സാഹിത്യം, തത്വചിന്ത, രാഷ്ട്രീയം എന്നിവയെക്കുറിച്ച് അദ്ദേഹത്തിനുള്ള അറിവ് ഏതാണ്ട് വട്ടപ്പൂജ്യമായിരുന്നു. ഒരിക്കൽ ഞാൻ സന്ദർഭവശാൽ കാർലൈലിനെ ഉദ്ധരിച്ചപ്പോൾ അതാരാണെന്നും അയാൾ എന്താണ് ചെയ്തതെന്നുമാണ് അദ്ദേഹം

തികച്ചും നിഷ്കളങ്കമായി അന്വേഷിച്ചത്. കോപ്പർനിക്കസിന്റെ സിദ്ധാന്തത്തെക്കുറിച്ചും സൗരയൂഥത്തിന്റെ ഘടനയെക്കുറിച്ചും അദ്ദേഹം തീർത്തും അജ്ഞനായിരുന്നു എന്ന് മനസ്സിലായപ്പോഴാണ് എന്റെ അത്ഭുതം പരകോടിയിലെത്തിയത്. പത്തൊൻപതാം നൂറ്റാണ്ടിൽ ജീവിക്കുന്ന പരിഷ്കൃതനായ ഒരു മനുഷ്യന് ഭൂമി സൂര്യനു ചുറ്റും സഞ്ചരിക്കുകയാണെന്ന വസ്തുത അറിയില്ല എന്നത് എനിക്ക് വിശ്വസിക്കാൻ തന്നെ പ്രയാസമായിരുന്നു.

"താങ്കൾ അത്ഭുത്പപെട്ടുപോയെന്ന് തോന്നുന്നല്ലോ?" എന്റെ മുഖഭാവം കണ്ട് ഹോംസ് ആരാഞ്ഞു. "ഏതായാലും ഇപ്പോൾ അറിഞ്ഞ സ്ഥിതിക്ക്, അത് മറക്കാൻ ഞാൻ പരമാവധി ശ്രമിക്കാം."

"മറക്കാനോ?"

"നോക്കൂ." അദ്ദേഹം പറഞ്ഞു. "മനുഷ്യന്റെ മസ്തിഷ്കം ഒഴിഞ്ഞ ഒരു തട്ടിൻപുറംപോലെയാണെന്നാണ് ഞാൻ കരുതുന്നത്. അതിൽ കുറേ ഫർണിച്ചർ ഇടണമെന്ന് വച്ചോളൂ. ഒരു മണ്ടൻ കൈയിൽ കിട്ടിയ സകല ചണ്ടിപണ്ടാരങ്ങളും അവിടെ നിറയ്ക്കും. അതുകൊണ്ട് അയാൾക്ക് ആവശ്യമുള്ള അറിവുപോലും ആകെ കുഴഞ്ഞുമറിയും. ആവശ്യമുള്ളപ്പോൾ അതിൽനിന്നും പ്രത്യേകിച്ച് ഒരെണ്ണം എടുക്കാൻ അയാൾക്കു തന്നെ പ്രയാസമാകും. എന്നാൽ, മസ്തിഷ്കമെന്ന മച്ചകത്ത് എന്ത്, എങ്ങിനെ നിറയ്ക്കണമെന്ന കാര്യത്തിൽ സമർഥനായ പണിക്കാരൻ വളരെ ശ്രദ്ധാലുവായിരിക്കും. തന്റെ തൊഴിൽ ചെയ്യാൻ അത്യാവശ്യമായത് മാത്രമേ അയാൾ സംഭരിക്കുകയുള്ളൂ; അതും തികഞ്ഞ ചിട്ടയിൽ. ആ കൊച്ചുമുറിയുടെ ചുമരുകൾ വലിയുന്നതാണെന്നും അതിന് ഏതളവുവരെയും വലുതാകാൻ കഴിയുമെന്നും കരുതുന്നത് തെറ്റാണ്. ആ നിലയ്ക്ക് പുതിയ ഏതൊരറിവിനെയും ഉൾക്കൊള്ളാൻ, മുമ്പേയുള്ള ചിലതിനെ നിങ്ങൾ മറക്കേണ്ടിവരും. അതുകൊണ്ട്; നിഷ്പ്രയോജനമായ അറിവുകൾ പ്രയോജനകരമായവയെ തള്ളിപ്പുറത്താക്കില്ലെന്ന് ഉറപ്പുവരുത്തേണ്ടത് വളരെ പ്രധാനമാണ്.

"പക്ഷെ, സൗരയൂഥത്തിന്റെ കാര്യമോ?" ഞാൻ പ്രതിഷേധിച്ചു.

"അതുകൊണ്ട് എനിക്കെന്തു കാര്യം?" അദ്ദേഹം അക്ഷമയോടെ ഇടയ്ക്കുകയറി. "നാം സൂര്യന് ചുറ്റും കറങ്ങുകയാണെന്നത് താങ്കൾ പറയുന്നു. അത് ചന്ദ്രന്റെ ചുറ്റും കറങ്ങിയാലും എനിക്കോ ഞാൻ ചെയ്യുന്ന തൊഴിലിനോ അരക്കാശിന്റെ വ്യത്യാസം പോലുമുണ്ടാകില്ല."

ആ തൊഴിൽ എന്താണെന്ന് ചോദിക്കണമെന്ന് എനിക്ക് ആഗ്രഹമുണ്ടായിരുന്നു. പക്ഷെ, പുള്ളിയുടെ ഭാവം കണ്ടപ്പോൾ ആ ചോദ്യം ഇഷ്ടപ്പെടില്ലെന്ന് എനിക്ക് തോന്നി. ഏതായാലും ഞങ്ങളുടെ ഹ്രസ്വ സംഭാഷണത്തെക്കുറിച്ച് പിന്നെയും ചിന്തിച്ച് സ്വന്തം നിഗമനങ്ങളിലെത്താൻ ഞാൻ ശ്രമിച്ചു. തന്റെ ലക്ഷ്യത്തിന് ആവശ്യമില്ലാത്ത ഒരറിവും താൻ സമ്പാദിക്കില്ലെന്നാണ് അദ്ദേഹത്തിന്റെ വാദം. ആ നിലയ്ക്ക് അദ്ദേഹം ആർജിച്ച അറിവുകളെല്ലാം അദ്ദേഹത്തിന് ഉപയോഗപ്പെടുന്നവയായിരിക്കണം. തനിക്ക് വളരെ നന്നായി അറിയാമെന്ന് ഹോംസ് പറഞ്ഞ മേഖലകളെല്ലാം ഞാൻ മനസ്സിൽ അക്കമിട്ടു നിരത്തി. ഞാൻ ഒരു പെൻസിലെടുത്ത് അതെല്ലാം കുറിച്ചിടുകപോലും ചെയ്തു. തല്ഫലമായുണ്ടായ രേഖ കണ്ടപ്പോൾ എനിക്ക് ചിരിയടക്കാൻ കഴിഞ്ഞില്ല. അത് ഇപ്രകാരമായിരുന്നു.

ഷെർലക്ഹോംസിന്റെ പരിമിതികളും മേന്മകളും

1. സാഹിത്യത്തെക്കുറിച്ചുള്ള അറിവ് - ഒട്ടുമില്ല

2. തത്വചിന്തയെക്കുറിച്ചുള്ള അറിവ് - ഒട്ടുമില്ല

3. ജ്യോതിശാസ്ത്രത്തെക്കുറിച്ചുള്ള അറിവ് - ഒട്ടുമില്ല

4. രാഷ്ട്രീയത്തെക്കുറിച്ചുള്ള അറിവ് - വളരെ ദുർബലം

5. സസ്യശാസ്ത്രത്തെക്കുറിച്ചുള്ള അറിവ് - ചഞ്ചലം.

വിഷമൂലികൾ, അവീൻ, വിഷങ്ങൾ എന്നിവയെക്കുറിച്ച് നല്ല അറിവ്. എന്നാൽ പ്രായോഗികമായ കൃഷിശാസ്ത്രം തീരെയില്ല.

6. ഭൂവിജ്ഞാനീയത്തെക്കുറിച്ചുള്ള അറിവ് - പ്രായോഗികം, പക്ഷെ പരിമിതം.

പലതരം മണ്ണിനെയും ഒറ്റനോട്ടത്തിൽ തിരിച്ചറിയാം. നടത്തം കഴിഞ്ഞുവന്നാൽ ട്രൗസറിൽ പറ്റിപ്പിടിച്ച ചളിയുടെ നിറവ്യത്യാസം നോക്കി, അത് ലണ്ടനിലെ ഏതുഭാഗത്തുനിന്ന് പറ്റിയതാണെന് പറയാൻ കഴിയും.

7. രസതന്ത്രത്തെക്കുറിച്ചുള്ള അറിവ് - അപാരം.

8. ശരീരവിജ്ഞാനത്തെക്കുറിച്ചുള്ള അറിവ് - കൃത്യതയുള്ളത്, പക്ഷെ വ്യവസ്ഥയില്ലാത്തത്.

9. സ്തോഭജനകമായ സാഹിത്യത്തെക്കുറിച്ചുള്ള അറിവ് - ബൃഹത്തായത്.

നൂറ്റാണ്ടിൽ നടന്ന സകലമാന കുറ്റകൃത്യങ്ങളെക്കുറിച്ചും എല്ലാം വിശദാംശങ്ങളും അദ്ദേഹത്തിനറിയാമെന്ന് തോന്നുന്നു.

10. വയലിൻ നന്നായി വായിക്കും.

11. നന്നായി ബില്യാർഡ്സ് കളിക്കും, ഗുസ്തിക്കാരനാണ്, വാൾപ്പയറ്റുമറിയാം.

12. ബ്രിട്ടീഷ് നിമയത്തെക്കുറിച്ച് നല്ല പ്രായോഗികപരിജ്ഞാനമുണ്ട്.

ഇത്രയുമായപ്പോൾ ഞാൻ ആ കടലാസ് ചുരുട്ടി നെരിപ്പോടിലേക്കെറിഞ്ഞു. 'ഈ നൈപുണികളെയെല്ലാം സമന്വയിപ്പിച്ച് എന്തുനേടാനാണ് അദ്ദേഹം ശ്രമിക്കുന്നതെന്നും ഇതൊക്കെ ആവശ്യമായിവരുന്ന തൊഴിൽ ഏതാണെന്നും കണ്ടെത്താൻ കഴിഞ്ഞിരുന്നെങ്കിൽ'; ഞാൻ സ്വയം പറഞ്ഞു. 'ഞാൻ ആ നിമിഷം ആ ശ്രമം അവസാനിപ്പിക്കും.'

വയലിനിൽ അദ്ദേഹത്തിനുള്ള കഴിവിനെക്കുറിച്ച് ഞാൻ സൂചിപ്പിച്ചുകഴിഞ്ഞു.അത് വളരെ കേമമായിരുന്നു. പക്ഷെ, അദ്ദേഹത്തിന്റെ മറ്റു കഴിവുകളെപ്പോലെ കിറുക്ക് പിടിച്ചതും. തനിക്ക് വയലിൻ നന്നായി വായിക്കാൻ കഴിയുമെന്ന് അദ്ദേഹം തന്നെ എന്നെ ബോധ്യപ്പെടുത്തിയിട്ടുണ്ട്. പല ശാസ്ത്രീയട്യൂണുകളും വളരെ സമർഥമായി അദ്ദേഹം വായിക്കാറുണ്ട്. എന്നാൽ തനിച്ചാകുന്ന വൈകുന്നേരങ്ങളിൽ, അദ്ദേഹം കാര്യമായ സംഗീതമൊന്നും സൃഷ്ടിക്കാറില്ല. ചാരുകസേരയിൽ കണ്ണടച്ചുകിടന്ന്, മടിയിൽ വെച്ച വയലിന്റെ തന്ത്രികളിൽ മെല്ലെ തലോടുക മാത്രം ചെയ്യും. ചിലപ്പോൾ അതിൽനിന്നും ഇമ്പമുള്ള വ്യാകുലഭാവം മുഴങ്ങും. ചിലപ്പോഴൊക്കെ അത് ഗംഭീരവും ഉല്ലാസപ്രദവുമാകും. അവ അദ്ദേഹത്തന്റെ ആ ചിന്തകളെയാണ് പ്രതിഫലിപ്പിച്ചതെന്ന് വ്യക്തം. പക്ഷെ, സംഗീതം ആ ചിന്തകളെ സഹായിച്ചോ അതോ അത് വെറും യാന്ത്രികമായ ഒരു പ്രവൃത്തിയായിരുന്നോ എന്ന് എനിക്ക് തീരുമാനിക്കാൻ കഴിഞ്ഞിട്ടില്ല. പ്രകോപനപരമായ ഈ ഏകാന്ത സംഗീതത്തോട് ഞാൻ പ്രതിഷേധിക്കുമായിരുന്നു. എന്നാൽ അത് വേണ്ടിവന്നില്ല. സാധാരണയായി അദ്ദേഹം ഇതവസാനിപ്പിച്ച്, എന്റെ ക്ഷമ പരീക്ഷിച്ചതിനുള്ള പ്രതിക്രിയപോലെ എനിക്കിഷ്ടപ്പെട്ട ചില ഈണങ്ങൾ തുടർച്ചയായി വായിക്കും.

ആദ്യത്തെ ഒന്നോ രണ്ടോ ആഴ്ചയിൽ ഞങ്ങൾക്ക് കാര്യമായി സന്ദർശകരൊന്നുമുണ്ടായിരുന്നില്ല. എന്റെ ചങ്ങാതിയും എന്നെപ്പോലെതന്നെ ഒറ്റപ്പെട്ടവനാണെന്ന് ഞാൻ ചിന്തിക്കാൻ തുടങ്ങിയിരുന്നു. എന്നാൽ അദ്ദേഹത്തിന് ധാരാളം പരിചയക്കാരുണ്ടെന്നും അവരൊക്കെ സമൂഹത്തിലെ തികച്ചും വിവിധമായ തുറകളിൽ നിന്നുള്ളവരാണെന്നും വൈകാതെതന്നെ എനിക്ക് മനസ്സിലായി. മൂഷികമുഖവും

ഇരുണ്ട കണ്ണുകളുമുള്ള വിളറിയ കൊച്ചുമനുഷ്യന്റെ പേര് ലെസ്ട്രേഡ് എന്നായിരുന്നു. അയാൾ ഒരാഴ്ചയിൽത്തന്നെ മൂന്നും നാലും തവണ അദ്ദേഹത്തെ കാണാൻ വന്നു. ഒരു പ്രഭാതത്തിൽ നന്നായി വേഷം ധരിച്ച ഒരു ചെറുപ്പക്കാരി വന്ന് അരമണിക്കൂറോളം അവിടെ ചെലവഴിച്ചു. അന്ന് വൈകീട്ട് തന്നെയാണ് തെരുവു കച്ചവടക്കാരനെപ്പോലെ തോന്നിക്കുന്ന മലിനവേഷധാരിയും പിന്നാലെ ഒരു വൃദ്ധയും വന്നത്. മറ്റൊരു സന്ദർഭത്തിൽ മുടി നരച്ച് വൃദ്ധനായ ഒരു മാന്യൻ എന്റെ സുഹൃത്തുമായി എന്തൊക്കെയോ സംസാരിച്ചു. മറ്റൊരിക്കൽ യൂണിഫോം ധരിച്ച ഒരു റെയിൽവെ പോർട്ടറായിരുന്നു സന്ദർശകൻ. ഇത്തരം ആൾക്കാർ വരുന്ന സന്ദർഭങ്ങളിലൊക്കെ സ്വീകരണമുറിയിൽ അവരോടൊപ്പം തനിച്ചിരിക്കണമെന്ന അഗ്രഹം ഹോംസ് പ്രകടിപ്പിക്കും. ഞാൻ അപ്പോൾ എന്റെ കിടപ്പറയിലേക്ക് പിൻവലിയും. പലപ്പോഴും അദ്ദേഹം എന്നോട് ക്ഷമ ചോദിക്കും. "എനിക്ക് ഈ മുറി ഒരു ഓഫീസ് പോലെ ഉപയോഗിക്കേണ്ടിവരും." അദ്ദേഹം പറയും. 'ഈ വരുന്നതൊക്കെ എന്റെ കക്ഷികളാണ്." എനിക്ക് തുറന്നടിച്ച് ചോദിക്കാനുള്ള ഒരവസരമായിരുന്നു അത്. എങ്കിലും, മറ്റൊരാൾ എന്നിൽ വിശ്വാസമർപ്പിക്കണമെന്ന് ശഠിക്കാൻ എന്റെ മര്യാദ എന്നെ അനുവദിച്ചില്ല. അതേക്കുറിച്ച് പരാമർശിക്കാതിരിക്കാൻ അദ്ദേഹത്തിന് ശക്തമായ വല്ലകാരണങ്ങളുമുണ്ടാകുമെന്ന് അപ്പോൾ ഞാൻ കരുതി. എന്നാൽ വൈകാതെ ആരും ചോദിക്കാതെതന്നെ അദ്ദേഹം കാര്യങ്ങൾ തുറന്നുപറഞ്ഞു.

അതൊരു മാർച്ച് നാലാം തീയതിയായിരുന്നു എന്നാണ് ഓർമ. അന്ന് പതിവിലും നേരത്തെ ഉണർന്നപ്പോൾ, ഹോംസിന്റെ പ്രാതൽ കഴിഞ്ഞിരുന്നില്ല. പരിചാരികയ്ക്ക് എന്റെ രീതികളൊക്കെ നല്ല വശമുണ്ടായിരുന്നതിനാൽ അവർ എനിക്കുള്ള ഭക്ഷണമോ കാപ്പിയോ തയ്യാറാക്കിയിരിക്കും. മനുഷ്യസഹജമായ, കാരണമില്ലാത്ത അക്ഷമയോടെ ഞാൻ തയ്യാറാണെന്ന് അവരെ അറിയിച്ചു. സമയം പോകാനായി ഞാൻ മേശയിൽനിന്നും ഒരു മാസികയെടുത്ത് വെറുതെ താളുകൾ മറിച്ചുകൊണ്ടിരുന്നു. സുഹൃത്താണെങ്കിൽ മൗനമായി റൊട്ടി ചവയ്ക്കുകയായിരുന്നു. മാസികയിലെ ഒരു ലേഖനത്തിന്റെ തലക്കെട്ട് പെൻസിൽകൊണ്ട് വരച്ചിരുന്നു. ഞാൻ സ്വാഭാവികമായും അതിലെ ഉള്ളടക്കത്തിലൂടെ കണ്ണോടിച്ചു.

'ജീവിതത്തിന്റെ പുസ്തകം' എന്നായിരുന്നു അതിന്റെ ശീർഷകം. താൻ കാണുന്നതിനെയെല്ലാം കൃത്യമായും ചിട്ടയായും നിരീക്ഷിക്കുന്ന

ഒരു മനുഷ്യന് എത്രമാത്രം കാര്യങ്ങൾ മനസ്സിലാക്കാൻ കഴിയും എന്ന് വിശദീകരിക്കുന്നതായിരുന്നു ആ ലേഖനം. കുശാഗ്രബുദ്ധിയുടെയും ബുദ്ധിഹീനതയുടെയും മിശ്രണമാണ് അതെന്ന് എനിക്ക് തോന്നി. അതിലെ യുക്തികൾ വളരെ കൃത്യമായിരുന്നു, എന്നാൽ അനുമാന ങ്ങൾ കൃത്യതയില്ലാത്തതും അതിശയോക്തി നിറഞ്ഞതുമായിരുന്നു. സാന്ദർഭികമായ ഒരു ഭാവത്തിൽനിന്നോ നൈമിഷികമായ ഒരു പേശീ ചലനത്തിൽനിന്നോ ഒരു കൺനോട്ടത്തിൽ നിന്നോ ഒരു വ്യക്തിയുടെ ചിന്തയുടെ സകല ആഴങ്ങളും കണ്ടെത്താൻ കഴിയുമെന്നാണ് ലേഖ കന്റെ അവകാശവാദം. നിരീക്ഷണത്തിലും വിശകലനത്തിലും സുശി ക്ഷിതമായ ഒരാളെ പറ്റിക്കുന്നത് അസാധ്യമാണെന്നാണ് അയാളുടെ വാദം. അയാളുടെ നിഗമനങ്ങൾ യൂക്ലിഡിന്റെ ചില അഭിപ്രായ ങ്ങൾപോലെ അപ്രമാദിയായിരുന്നു. പരിചയമില്ലാത്തവർക്ക് അയാ ളുടെ ഫലങ്ങൾ അത്രമാത്രം ഞെട്ടിപ്പിക്കുന്നതായി തോന്നും, ആ തീരു മാനങ്ങളിലെത്താൻ അയാൾ പ്രയോഗിച്ച പ്രക്രിയകളെക്കുറിച്ച് മന സ്സിലാക്കുന്നതുവരെ. അയാൾക്ക് പരേതാത്മാക്കളുമായി സംസാരിക്കാ നുള്ള കഴിവുണ്ടെന്നേ ആരും ധരിക്കൂ.

“ഒരു തുള്ളി വെള്ളത്തിൽനിന്ന്” എഴുത്തുകാരൻ തുടർന്നു. “ഒരു യുക്തിചിന്തകന് ഒരു അറ്റ്ലാന്റിക്കിന്റെയോ നയാഗ്രയുടെയോ സാധ്യത അനുമാനിക്കാനാവും. ഇവ രണ്ടും ഒരിക്കലെങ്കിലും കാണു കയോ അവയെക്കുറിച്ച് കേൾക്കുകയോ ചെയ്തിട്ടില്ലെന്നാൽ പോലും. അപ്പോൾ, ജീവിതമാകെ ഒരു നീണ്ട ശൃംഖലയാണ്. ഒരേ കണ്ണി കണ്ടാൽ മതി, അതിന്റെ പ്രകൃതം മുഴുവൻ അറിയാൻ. മറ്റു പല കല കളുമെന്നപോലെ അനുമാനത്തിന്റെയും വിശകലനത്തിന്റെയും ശാസ്ത്രവും ദീർഘകാലത്തെ ക്ഷമാപൂർണമായ പഠനംകൊണ്ടുമാ ത്രമേ സ്വായത്തമാക്കാൻ പറ്റുകയുള്ളൂ. അതിൽ പൂർണമായ പ്രാഗത്ഭ്യം നേടാൻ മാത്രം ദീർഘമായ ആയുസ്സ് ഒരു മനുഷ്യനും ഉണ്ടാവില്ല. അതിന്റെ പ്രയാസകരമായ ധാർമിക മാനസികവശങ്ങളി ലേക്ക് തിരിയുന്നതിന് മുമ്പ് ഒരു അന്വേഷകൻ ചെയ്യേണ്ടത് കൂടു തൽ മൗലികമായ വശങ്ങളിൽ പ്രാവീണ്യം നേടുകയാണ്. ഒരു സഹ ജീവിയെ ഒറ്റനോക്ക് കാണുമ്പോൾതന്നെ അയാളുടെ ചരിത്രം തിരി ച്ചറിയാനും അയാൾ ഏർപ്പെട്ട തൊഴിൽ എന്തെന്ന് മനസ്സിലാക്കാനും അയാൾ ശ്രമിക്കട്ടെ. ഈ അഭ്യാസങ്ങളൊക്കെ നിഷ്പ്രയോജനമെന്ന് തോന്നാമെങ്കിലും അത് നിരീക്ഷണശേഷിയെ നിശിതമാക്കുമെന്നതിൽ സംശയമില്ല. എവിടെ നോക്കണമെന്നും, എന്തു കാണണമെന്നും അത്

അയാളെ പഠിപ്പിക്കുകയും ചെയ്യും. ഒരാളുടെ വിരലിലെ നഖങ്ങൾ കോട്ട്, ഷൂസ്, ട്രൗസറിന്റെ മുട്ടുകൾ, അയാളുടെ ചൂണ്ടുവിരലിന്റെയും പെരുവിരലിന്റെയും കല്ലിപ്പ്, അയാളുടെ ഭാവം ഇതുകൊണ്ടൊക്കെ ഒരാളുടെ തൊഴിലെന്താണെന്ന് വ്യക്തമായി വെളിപ്പെടും. ഇതെല്ലാം ചേർന്നുവന്നാൽ സമർഥനായ ഒരു നിരീക്ഷകൻ പരാജയപ്പെടുന്നതി നെക്കുറിച്ച് ഓർക്കുകപോലും അസാധ്യമാണ്.

"എന്തൊരു വിലകെട്ട ജല്പനം!" ഞാൻ ഉറക്കെ പറഞ്ഞുകൊണ്ട് ആ മാസിക മേശപ്പുറത്തേക്കിട്ടു. "ജീവിതത്തിലിതുവരെ ഞാൻ ഇമ്മാതിരി ചവറ് വായിച്ചിട്ടില്ല."

"എന്താണത്?" ഹോംസ് ചോദിച്ചു.

"ഇതാ ഈ ലേഖനം" പ്രാതലിനിരിക്കുന്നതിനിടയിൽ സ്പൂൺകൊണ്ട് അത് ചൂണ്ടിക്കാട്ടി ഞാൻ പറഞ്ഞു. താങ്കൾ അത് വായിച്ചിട്ടുണ്ടെന്ന് പെൻസിൽ അടയാളം കണ്ടപ്പോൾ മനസ്സിലായി. അത് വളരെ നന്നായി എഴുതിയിട്ടുണ്ടെന്ന കാര്യം നിഷേധിക്കുന്നില്ല. എന്നാൽ എനിക്ക് വെറുപ്പ് തോന്നുന്നു. തന്റെ പഠനമുറിയിലെ ചാരുകസേരയിലിരുന്ന് ഏതോ വിരുതൻ മിനഞ്ഞെടുത്തതാണ് ഈ വിരോധാഭാസങ്ങളൊക്കെ എന്നത് വ്യക്തമാണ്. അതിൽ പ്രായോഗികത ഒട്ടുമില്ല. ഭൂഗർഭപാതയിലെ ഒരു മൂന്നാംക്ലാസ് വണ്ടിയിലിരുന്ന്, സഹയാത്രികരുടെയൊക്കെ തൊഴിലെന്താണെന്ന് കണ്ടുപിടിക്കാൻ ആരെങ്കിലും അയാളോടാവശ്യപ്പെടുന്നത് കാണാനാണ് എനിക്കിഷ്ടം. അയാൾ തോൽക്കുമെന്ന് ഞാൻ ഒന്നിനുപകരം ആയിരം പണയം വെക്കാം."

"താങ്കൾക്ക് പണം നഷ്ടപ്പെടും." ഷെർലക്ഹോംസ് ശാന്തനായി പറഞ്ഞു. "ആ ലേഖനം എഴുതിയത് ഞാൻ തന്നെയാണ്."

"താങ്കളോ?"

"അതെ, എനിക്ക് നിരീക്ഷണത്തിലും അനുമാനരൂപീകരണത്തിലും ഒരു സിദ്ധിയുണ്ട്. ഞാൻ അതിൽ വിവരിക്കുന്ന സിദ്ധാന്തങ്ങൾ താങ്കൾക്ക് ബാലിശമായി തോന്നുന്നുണ്ടെങ്കിലും അവയൊക്കെ പ്രായോഗികമാണ്. ഞാൻ എന്റെ ആഹാരസമ്പാദനത്തിന് അവയെയാണ് ആശ്രയിക്കുന്നത്."

"അതെങ്ങിനെ?" ഞാൻ അറിയാതെ ചോദിച്ചുപോയി.

"ശരി, എനിക്കും സ്വന്തമായ ഒരു തൊഴിലുണ്ട്. അതിൽ ലോകത്തിൽ ഞാൻ മാത്രമേയുള്ളൂ എന്നതാണ് ഞാൻ കരുതുന്നത്. ഞാൻ ഉപദേശിക്കുന്ന ഒരു കുറ്റാന്വേഷകനാണ്. അതെന്താണെന്ന് താങ്കൾക്ക്

മനസ്സിലാവുമോ എന്തോ! ഇവിടെ ലണ്ടനിൽ ധാരാളം ഗവൺമെന്റ് ഡിറ്റക്ടീവുകളും ഒട്ടേറെ സ്വകാര്യക്കാരുമുണ്ട്. തങ്ങൾക്ക് പിഴയ്ക്കുമ്പോൾ അവരൊക്കെ എന്നെത്തേടിവരുന്നു. അവരുടെ അന്വേഷണത്തെ ഞാൻ ശരിയായ മാർഗത്തിലേക്ക് തിരിച്ചുവിടുകയും ചെയ്യും. ലഭ്യമായ തെളിവുകളെല്ലാം അവർ എന്റെ മുൻപിൽ അവതരിപ്പിക്കും. കുറ്റകൃത്യങ്ങളുടെ ചരിത്രത്തിലുള്ള അഗാധമായ അറിവിന്റെ സഹായത്തോടെ കാര്യങ്ങൾ നേരെയാക്കാൻ ഞാനവരെ സഹായിക്കുകയും ചെയ്യും. കുറ്റകൃത്യങ്ങൾക്ക് പലപ്പോഴും ഒരു സവിശേഷസ്വഭാവമുണ്ട്. ആയിരം കുറ്റകൃത്യങ്ങളുടെ സമ്പൂർണമായ വിശദവിവരം നിങ്ങളുടെ വിരൽത്തുമ്പിലുണ്ടെങ്കിൽ, ആയിരത്തൊന്നാമത്തേതിന്റെ കുരുക്കഴിക്കാൻ ഒരു പ്രയാസവുമുണ്ടാകില്ല. ലെസ്ട്രേഡ് അറിയപ്പെടുന്ന ഒരു കുറ്റാന്വേഷകനാണ്. ഈയിടെ നടന്ന ഒരു കള്ളരേഖക്കേസിൽ അയാൾക്ക് ഒരു വ്യക്തതയും കിട്ടിയില്ല. അതുകൊണ്ടാണ് അയാൾ എന്നെത്തേടിവന്നത്."

"ബാക്കി ആളുകളോ?"

അവരിൽ മിക്കവരും സ്വകാര്യ ഏജൻസികൾ പറഞ്ഞയച്ചവരാണ്. അവരെല്ലാം ഓരോതരം പ്രതിസന്ധികളെ നേരിടുന്നവരാണ്. സംശയം തീർക്കാനാണ് അവർ ഇങ്ങോട്ട് വരുന്നത്. ഞാൻ അവരുടെ കഥ കേൾക്കും, അവർ എന്റെ ഉപദേശം കേൾക്കും; എനിക്ക് പ്രതിഫലം കിട്ടുകയും ചെയ്യും."

"പക്ഷെ, കുറ്റകൃത്യം നടന്ന സ്ഥലവും മറ്റും പലവട്ടം നേരിൽ കണ്ടവർക്ക്പോലും അഴിക്കാൻ കഴിയാത്ത കരുക്കുകൾ, മുറിയിൽ നിന്ന് പുറത്തിറങ്ങുകപോലും ചെയ്യാതെ അഴിക്കാൻ കഴിയുമെന്നാണോ താങ്കൾ അവകാശപ്പെടുന്നത്?"

"അതുതന്നെ. എനിക്ക് അതിനുള്ള ഒരുതരം സഹജബോധമുണ്ട്. വല്ലപ്പോഴുമൊക്കെ അല്പം സങ്കീർണമായ കേസും വരാറുണ്ട്. അപ്പോൾ സ്ഥലത്ത് ചെന്ന് കാര്യങ്ങൾ നേരിട്ടുതന്നെ കാണേണ്ടിവരും. നോക്കൂ, എനിക്ക് കുറേ സവിശേഷ ജ്ഞാനങ്ങളുണ്ട്. അവയെ ഞാൻ കേസന്വേഷണത്തിൽ പ്രയോഗിക്കുമ്പോൾ അത്ഭുതകരമായ ഫലം ഉണ്ടാകാറുണ്ട്. ആ ലേഖനത്തിൽ വിവരിച്ച താങ്കൾ പുച്ഛിച്ചുതള്ളിയ അനുമാനസംബന്ധമായ നിയമങ്ങളുണ്ടല്ലോ; അവ എന്റെ തൊഴിലിൽ ഏറെ വിലപ്പെട്ടതാണ്. എന്നെ സംബന്ധിച്ചിടത്തോളം നിരീക്ഷണം ഒരു രണ്ടാംപ്രകൃതം തന്നെയാണ്. നാം ആദ്യം കണ്ടപ്പോൾ, താങ്കൾ അഫ്ഗാനിസ്ഥാനിൽനിന്നാണ് വരുന്നതെന്ന് ഞാൻ

പറഞ്ഞതുകേട്ട് താങ്കൾ ആശ്ചര്യപ്പെട്ടത് ഞാനോർക്കുന്നു.

"അത് താങ്കളോട് വല്ലവരും പറഞ്ഞിരിക്കും."

"അങ്ങിനെയേയല്ല. താങ്കൾ അഫ്ഗാനിസ്ഥാനിൽ നിന്നാണ് വരുന്നതെന്ന് ഞാനറിഞ്ഞു. ദീർഘകാലത്തെ ശീലംകൊണ്ടാവാം, എന്റെ മനസ്സിലൂടെ ഒരു ചിന്താധാര അതിവേഗം പ്രവഹിച്ചു. ഇടയിലുള്ള ഘട്ടങ്ങളെക്കുറിച്ചൊന്നും ഒരു ബോധവുമില്ലാതെ ഞാൻ ഒരു നിഗമനത്തിലെത്തി. അത്തരം ഘട്ടങ്ങളുമുണ്ടായിരുന്നു. എന്റെ യുക്തിയുടെ പോക്ക് ഇപ്രകാരമായിരുന്നു. "ഇതാ വൈദ്യവുമായി ബന്ധപ്പെട്ട ഒരു മാന്യൻ. പക്ഷെ, ഒരു സൈനികന്റെ ഭാവമുണ്ട്. അപ്പോൾ തീർച്ചയായും ഒരു സൈനിക ഡോക്ടർ തന്നെ. അയാൾ ഇപ്പോൾത്തന്നെ ഉഷ്ണ മേഖലാ പ്രദേശത്തുനിന്ന് വന്നതാണ്; കാരണം മുഖം കരുവാളിച്ചിരിക്കുന്നു. അത് അയാളുടെ തൊലിയുടെ സാധാരണ നിറവുമല്ല, കാരണം അയാളുടെ മണിബന്ധം വെളുത്തിട്ടാണ്. അയാൾ ഒരുപാട് പീഢകളും രോഗങ്ങളും സഹിച്ചതാണെന്ന് മുഖം വിളിച്ചുപറയുന്നുണ്ട്. അയാളുടെ ഇടതുകൈക്ക് പരിക്കേറ്റിട്ടുണ്ട്. അതുകൊണ്ടാണ് അയാൾ അത് അയച്ചിടാതെ അസ്വാഭാവികരീതിയിൽ പിടിക്കുന്നത്. ഒരു സൈനികഡോക്ടർക്ക് ഇത്രമാത്രം പരീക്ഷണങ്ങളും കൈക്ക് പരിക്കും നേരിടേണ്ടിവന്നത് ഉഷ്ണമേഖലാ പ്രദേശത്തിൽ എവിടെ വെച്ചായിരിക്കും? തീർച്ചയായും അഫ്ഗാനിസ്ഥാൻ തന്നെ." ഈ ചിന്താധാര മുഴുവൻ ഒരു സെക്കന്റ്പോലും നീണ്ടുനിന്നില്ല. അപ്പോഴാണ് താങ്കൾ അഫ്ഗാനിസ്ഥാനിൽ നിന്നാണ് വരുന്നതെന്ന് ഞാൻ പറഞ്ഞത്. അതുകേട്ട് താങ്കൾ അത്ഭുതപ്പെടുകയും ചെയ്തു."

"താങ്കൾ വിവരിക്കുമ്പോൾ അത് വളരെ എളുപ്പമാണെന്ന് തോന്നുന്നു." ഞാൻ ചിരിച്ചുകൊണ്ട് പറഞ്ഞു. "എഡ്ഗാർ അലൻപോയുടെ ഡുപിൻ എന്ന കഥാപാത്രത്തെയാണ് എനിക്ക് ഓർമ വരുന്നത്. അത്തരം വ്യക്തികൾ കഥകളിൽ മാത്രമേ ഉള്ളൂ എന്നായിരുന്നു എന്റെ വിശ്വാസം."

ഷെർലക് ഹോംസ് എഴുന്നേറ്റ് പൈപ്പ് കൊളുത്തി. "ഡുപിനുമായി എന്ന താരതമ്യപ്പെടുത്തുമ്പോൾ എന്നെ പ്രശംസിക്കുകയാണ് എന്നായിരിക്കും താങ്കൾ കരുതുന്നത്. എന്നാൽ എന്റെ അഭിപ്രായത്തിൽ ഡുപിൻ വളരെ താഴേക്കിടയിലുള്ള ഒരു വ്യക്തിയായിരുന്നു. കാൽ മണിക്കൂർ നേരത്തെ മൗനത്തിന് ശേഷം സന്ദർഭാനുസരണമായ ഒരു പ്രസ്താവനയുമായി തന്റെ സുഹൃത്തുക്കളുടെ ചിന്തകളിലേക്ക് പ്രവേശിക്കുന്ന അയാളുടെ സൂത്രമുണ്ടല്ലോ; അത് വളരെ പ്രകടനപരവും

ഉപരിപ്ലവവുമായിരുന്നു. അല്പമൊക്കെ വിശകലനബുദ്ധി അയാൾക്കു ണ്ടായിരുന്നു എന്നതു ശരിതന്നെ. എന്നാൽ പോ ചിത്രീകരിക്കാൻ ശ്രമിച്ചതുപോലെ ഒരത്ഭുത പ്രതിഭാസമൊന്നുമായിരുന്നില്ല അയാൾ."

"താങ്കൾ ഗാബേറിയയുടെ കൃതികൾ വായിച്ചിട്ടുണ്ടോ?" ഞാൻ ചോദിച്ചു. "അതിലെ ലെകോക്ക് താങ്കൾ പ്രതീക്ഷിക്കുന്ന തരത്തി ലുള്ള ഒരു കുറ്റാന്വേഷകനാണോ?"

ഹോംസ് പരിഹാസപൂർവം മൂക്കുചീറ്റി.

"ലെകോക്ക് ഒരു പാവം കെടുപണിക്കാരനായിരുന്നു." അദ്ദേഹം ദേഷ്യത്തോടെ പറഞ്ഞു. "അയാൾക്ക് ആകെ ഒരു ഗുണമുള്ളത് അയാ ളുടെ ആ ഊർജമാണ്. ആ കൃതി എന്നെ വല്ലാതെ ചൊടിപ്പിച്ചു. അജ്ഞാതനായ ഒരു കുറ്റവാളിയെ എങ്ങിനെ കണ്ടെത്തുമെന്നായി രുന്നു പ്രശ്നം. ഞാനത് ഒറ്റദിവസംകൊണ്ട് ചെയ്യുമായിരുന്നു. ലെകോക്ക് അതിന് ആറ് മാസമോ മറ്റോ എടുത്തു. എന്താണ് ചെയ്യാ തിരിക്കേണ്ടത് എന്നതിനെ സംബന്ധിച്ച് കുറ്റാന്വേഷകർക്ക് പാഠപു സ്തകമാക്കാൻ അത് കൊള്ളും."

ഞാൻ ആരാധിക്കുന്ന രണ്ട് കഥാപാത്രങ്ങളെക്കുറിച്ച് ഇത്രയും ഉദാ സീനമായി സംസാരിച്ചതുകേട്ടപ്പോൾ എനിക്ക് ദേഷ്യം തോന്നി. ഞാൻ ജനാലയ്ക്കലേക്ക് ചെന്ന് തിരക്കുപിടിച്ച തെരുവിലേക്ക് നോക്കിനി ന്നു. "ഈ മനുഷ്യൻ ബുദ്ധിശാലിയായിരിക്കും." ഞാൻ സ്വയം പറ ഞ്ഞു. 'പക്ഷെ, പൊങ്ങച്ചം കുറച്ച് കൂടുതൽ തന്നെ."

"ഇക്കാലത്ത് കുറ്റകൃത്യങ്ങളുമില്ല, കുറ്റവാളികളുമില്ല." അദ്ദേഹം അസംതൃപ്തിയോടെ പറഞ്ഞു. "നമ്മുടെ തൊഴിലിൽ തലച്ചോറു കൊണ്ട് എന്തു പ്രയോജനമാണ്. എന്റെ പേർ പ്രസിദ്ധമാക്കാനുള്ള കഴിവ് എനിക്കുണ്ടെന്ന് എനിക്കറിയാം. കുറ്റാന്വേഷണവിഷയകമായി ഞാൻ നടത്തിയതുപോലെ പഠനം നടത്തിയ ഒരാളും ഇപ്പോൾ ജീവി ച്ചിരിക്കുന്നില്ല; ജീവിച്ചിരുന്നിട്ടുമില്ല. അപ്പോൾ എന്തുണ്ടാകും? യഥാർഥ കുറ്റകൃത്യങ്ങൾ ഇല്ല. അഥവാ ഉള്ളത് തരംതാണ ചില ചട്ടമ്പിത്തര ങ്ങൾ മാത്രം. സ്കോട്ലന്റ് യാർഡിലെ ഒരു പോലീസുകാരന് പോലും കുരുക്കഴിക്കാവുന്ന തരത്തിൽ അത്രമാത്രം സുതാര്യമായത്."

അദ്ദേഹത്തിന്റെ സംഭാഷണത്തിലെ ഔദ്ധത്യഭാവം എന്നെ വല്ലാതെ ചൊടിപ്പിച്ചു. അതുകൊണ്ട് ഞാൻ വിഷയം മാറ്റാൻ ശ്രമിച്ചു.

"ആ ചങ്ങാതി എന്തായിരിക്കും അന്വേഷിക്കുന്നത്?" വീടുകളുടെ നമ്പർ ശ്രദ്ധിച്ച് തെരുവിന്റെ മറുവശത്തുകൂടെ നടന്നുവരുന്ന സാധാ രണ വേഷം ധരിച്ച ദൃഢഗാത്രനായ മനുഷ്യനെ ചൂണ്ടിക്കൊണ്ട് ഞാൻ

ചോദിച്ചു. അയാളുടെ കൈയിൽ നീലനിറത്തിലുള്ള വലിയ ഒരു കവർ ഉണ്ടായിരുന്നു. മിക്കവാറും ഒരു സന്ദേശവാഹകനെപ്പോലെ തോന്നി.

“നാവികസേനയിൽ നിന്ന് പിരിഞ്ഞ സാർജന്റിന്റെ കാര്യമാണോ താങ്കൾ ഉദ്ദേശിക്കുന്നത്?” ഷെർലക് ഹോംസ് ചോദിച്ചു.

“ബഡായി തന്നെ.” ഞാൻ ചിന്തിച്ചു. ആ ഊഹത്തിന്റെ സാധ്യത പരിശോധിക്കാൻ എനിക്ക് കഴിയില്ലെന്ന് അയാൾക്കറിയാമല്ലോ.”

ഞാൻ അപ്രകാരം ചിന്തിച്ച നിമിഷത്തിൽത്തന്നെ, ഞങ്ങളുടെ വീടിന്റെ നമ്പർ കണ്ണിൽപ്പെട്ട ആ മനുഷ്യൻ ധൃതിപ്പെട്ട് വാതില്ക്കലേക്ക് ഓടിവന്നു. ആരോ വാതിലിൽ മുട്ടുന്നതും ഒരു പരുക്കൻ ശബ്ദവും പടികയറുന്ന കാലൊച്ചയും ഞങ്ങൾ കേട്ടു.

‘ഷെർലക് ഹോംസിനുള്ളതാണ്.” മുറിയിലേക്ക് കടന്നുവന്ന് കവർ എന്റെ സുഹൃത്തിന് നീട്ടിക്കൊണ്ട് അയാൾ പറഞ്ഞു.

ഇയാളുടെ പൊങ്ങച്ചം പൊളിക്കാൻ പറ്റിയ സന്ദർഭം തന്നെ. അത്തരം ഒരു കമന്റ് തട്ടിവിടുമ്പോൾ ഇങ്ങനെയൊക്കെ സംഭവിക്കുമെന്ന് അയാൾ ചിന്തിച്ചിട്ടേ ഉണ്ടാവില്ല.

“ഒന്ന് ചോദിക്കട്ടേ ചങ്ങാതീ” ഞാൻ വളരെ സൗമ്യമായി ചോദിച്ചു. “താങ്കളുടെ തൊഴിൽ എന്താണ്?”

“ഞാൻ ഒരു ശിപായിയാണ് സർ.” അയാൾ പെട്ടെന്ന് പറഞ്ഞു. “യൂനിഫോം നന്നാക്കാൻ കൊടുത്തിരിക്കുകയാണ്.”

“നേരത്തെ എന്തായിരുന്നു തൊഴിൽ?” അല്പം ദ്രോഹചിന്തയോടെ എന്റെ സുഹൃത്തിനെ നോക്കി ഞാൻ അന്വേഷിച്ചു.

“ഒരു സാർജന്റായിരുന്നു സർ, റോയൽ മറീൻ ലൈറ്റ് ഇൻഫന്ററിയിൽ. മറുപടിയുണ്ടോ സർ? ശരിസർ”

അയാൾ മടമ്പുകൾ കൂട്ടിമുട്ടിച്ച് സലാംവെച്ചശേഷം ഇറങ്ങിപ്പോയി.

ലാറിസ്റ്റൺ ഗാർഡനിലെ നിഗൂഢത

എന്റെ സുഹൃത്തിന്റെ സിദ്ധാന്തങ്ങൾക്കുള്ള ഏറ്റവും പുതിയ തെളിവ് എന്നെ വല്ലാതെ അമ്പരപ്പിച്ചുവെന്ന് സമ്മതിക്കാതെ നിവൃത്തിയില്ല. അദ്ദേഹത്തിന്റെ വിശകലനശേഷിയെക്കുറിച്ച് എനിക്കുള്ള ആദരം ഗണ്യമായി വർധിച്ചു. ഇതൊക്കെ എന്നെ വിസ്മയിപ്പിക്കാൻ മുൻകൂട്ടി ആസൂത്രണം ചെയ്ത പദ്ധതികളാണോ എന്ന നേരിയ സംശയം അപ്പോഴും ബാക്കിനിന്നു. പക്ഷെ, എന്നെ അങ്ങനെ പൊട്ടൻ കളിപ്പിച്ചിട്ട് അദ്ദേഹം എന്ത് നേടാനെന്ന കാര്യത്തിൽ അപ്പോഴും എനിക്ക് ഒരു ധാരണയുമുണ്ടായിരുന്നില്ല. ഞാൻ നോക്കുമ്പോൾ അദ്ദേഹം ആ കത്ത് വായിച്ചുകഴിഞ്ഞിരുന്നു. അദ്ദേഹത്തിന്റെ കണ്ണുകളിലാണെങ്കിൽ മനസ്സിന്റെ വിദൂരത വെളിവാക്കുന്ന ആ ശൂന്യഭാവവും തേജസ്സില്ലായ്മയും തെളിഞ്ഞുനിന്നു.

“അതെങ്ങനെയാണ് താങ്കൾ മനസ്സിലാക്കിയത്?” ഞാൻ ചോദിച്ചു.

“ഏത് മനസ്സിലാക്കിയത്?” അദ്ദേഹം അക്ഷമനായി.

“ആ മനുഷ്യൻ മറീൻസിൽ നിന്ന് പിരിഞ്ഞ ഒരു സാർജന്റാണെന്ന

കാര്യം?"

"നിസ്സാര കാര്യങ്ങൾക്ക് ചെലവാക്കാൻ എനിക്ക് സമയമില്ല." അദ്ദേഹം പരുഷമായും പിന്നീട് ചിരിയോടെയും പറഞ്ഞു. "എന്റെ പരുക്കൻമട്ട് ക്ഷമിക്കണം. താങ്കൾ എന്റെചിന്തയുടെ ഇഴ മുറിച്ചുകളഞ്ഞു. പോട്ടെ, സാരമില്ല. അപ്പോൾ ആ മനുഷ്യൻ റിട്ടയർ ചെയ്ത ഒരു സാർജന്റാണെന്ന് കാണാൻ താങ്കൾക്ക് കഴിഞ്ഞില്ല?"

"തീർച്ചയായും ഇല്ല."

"അതെങ്ങനെ മനസ്സിലാക്കിയെന്ന് വിശദീകരിക്കുന്നതിലും എളുപ്പമായിരുന്നു അത് മനസ്സിലാക്കുന്നത്. രണ്ടും രണ്ടും നാലാണെന്ന് ആർക്കും അറിയാം. പക്ഷെ, അത് തെളിയിക്കുക എന്നത് അല്പം ബുദ്ധിമുട്ടായിരിക്കും. ആ മനുഷ്യന്റെ കൈയുടെ പിൻഭാഗത്ത് നീല നിറമുള്ള ഒരു നങ്കൂരം പച്ചകുത്തിയത് എനിക്ക് ഇവിടെനിന്നുതന്നെ കാണാമായിരുന്നു. അത് കടലുമായുള്ള ബന്ധം വിളിച്ചുപറയുന്നതാണ്. പിന്നെ അയാൾക്ക് ഒരു സൈനികന്റെ നടത്തവും സൈനികമുറയിലുള്ള കൃതാവുമുണ്ട്. അവിടെയാണ് മറീൻബന്ധം. അയാളുടെ ഭാവത്തിൽ ആത്മവിശ്വാസവും ആജ്ഞാശക്തിയും പ്രകടമായിരന്നു. അയാളുടെ തലയുടെ എടുപ്പും ചൂരൽവീശുന്ന രീതിയുമൊക്കെ താങ്കളും ശ്രദ്ധിച്ചിരിക്കുമല്ലോ. മര്യാദക്കാരനും ആദരണീയനുമായ ഒരു മധ്യവയസ്കൻ - ഈ വസ്തുതകളൊക്കെയാണ് അയാൾ ഒരു സാർജന്റായിരുന്നു എന്നു വിശ്വസിക്കാൻ എനിക്ക് പ്രേരകമായത്."

"ഗംഭീരം!" ഞാൻ പറഞ്ഞു.

"തീർത്തും സാധാരണം" ഹോംസ് പറഞ്ഞു. എങ്കിലും എന്റെ ആശ്ചര്യപ്രകടനവും പ്രശംസയും അദ്ദേഹത്തെ സന്തോഷിപ്പിച്ചുവെന്ന് മുഖഭാവത്തിൽനിന്ന് എനിക്ക് മനസ്സിലായി. "ഞാൻ അല്പം മുമ്പ് പറഞ്ഞു, ഇപ്പോൾ കുറ്റവാളികളൊന്നുമില്ല എന്ന്. അക്കാര്യത്തിൽ എനിക്ക് തെറ്റിയെന്ന് തോന്നുന്നു. ഇത് നോക്കൂ." ഇത്രയും പറഞ്ഞ് അദ്ദേഹം നേരത്തെ ശിപായി കൊണ്ടുവന്ന കത്ത് എന്റെ നേരെ നീട്ടി.

"ഓ!" അതിലൂടെ കണ്ണോടിച്ചശേഷം ഞാൻ പറഞ്ഞു. "ഇത് ഭയങ്കരം തന്നെ."

"അത് പതിവിൽനിന്നും കുറച്ച് വ്യത്യസ്തമാണെന്ന് തോന്നുന്നു. അദ്ദേഹം ശാന്തനായി പ്രതിവചിച്ചു. "അത് ഒന്ന് ഉറക്കെ വായിക്കാമോ?"

ഞാൻ വായിച്ച കത്ത് ഇപ്രകാരമായിരുന്നു.

"എന്റെ പ്രിയപ്പെട്ട ശ്രീ. ഷെർലക്ഹോംസ്,

ബ്രിക്സ്റ്റൺ റോഡിലെ ലാറിസ്റ്റൻ ഗാർഡൻസിൽ ഇന്നലെ രാത്രി ഒരു അനിഷ്ടസംഭവമുണ്ടായി. റോന്തുചുറ്റുകയായിരുന്ന ഞങ്ങളുടെ ആൾ രാത്രി രണ്ടുമണിയോടടുത്ത് ആ വീട്ടിൽ വെളിച്ചം കണ്ടു. വീട്ടിൽ ആളില്ലെന്നറിയാമായിരുന്നതുകൊണ്ട് എന്തോ കുഴപ്പമുണ്ടാകുമെന്ന് അയാൾ സംശയിച്ചു. അയാൾ നോക്കുമ്പോൾ വാതിൽ തുറന്നുകിടപ്പായിരുന്നു. ഫർണീച്ചറൊന്നുമില്ലാത്ത മുൻവശത്തെ മുറിയിൽ മാന്യമായി വേഷം ധരിച്ച ഒരാളുടെ ശരീരം അയാൾ കണ്ടു. അയാളുടെ കീശയിൽ, ഇനോക് ജെ. ഡ്രെബ്ബർ, ക്ലീവ്ലാന്റ്, ഓഹിയോ, യു. എസ്.എ. എന്ന് രേഖപ്പെടുത്തിയ കാർഡുകളുണ്ടായിരുന്നു. മോഷണമൊന്നും നടന്നിട്ടില്ല; ആ മനുഷ്യൻ എങ്ങിനെ മരിച്ചു എന്നതിന് തെളിവുകളുമില്ല. മുറിയിൽ ചോരപ്പാടുകളുണ്ടെങ്കിലും അയാളുടെ ദേഹത്തിൽ മുറിവുകളൊന്നുമില്ല. അയാൾ ആ ഒഴിഞ്ഞ വീട്ടിൽ എങ്ങിനെയെത്തി എന്ന് ഒരു പിടിയുമില്ല. മാത്രമല്ല, ഈ സംഭവം ആകെത്തന്നെ ഒരു പ്രഹേളികയാണ്. പന്ത്രണ്ടുമണിക്ക് മുൻപ് താങ്കൾ അവിടെ എത്തുകയാണെങ്കിൽ ഞാൻ അവിടെത്തന്നെയുണ്ടാകും. അവിടെയുള്ളതൊക്കെ താങ്കൾ എത്തുന്നതുവരെ അതേപടി സൂക്ഷിക്കാം. താങ്കൾക്ക് അഥവാ വരാൻ പറ്റിയില്ലെങ്കിൽ ഞാൻ പൂർണമായ വിവരങ്ങൾ താങ്കൾക്ക് നല്കാം. എന്നിട്ട് താങ്കൾ താങ്കളുടെ അഭിപ്രായം അറിയിക്കുമെങ്കിൽ അത് വലിയ ഉപകാരമായിരിക്കും.

താങ്കളുടെ വിശ്വസ്തൻ,
ടോബ്ലാസ് ഗ്രെഗ്സൺ.

“ഗ്രെഡ്സൺ സ്കോട്ലന്റ്യാഡിലെ ഏറ്റവും സമർഥനായ പോലീസുകാരനാണ്.” എന്റെ സുഹൃത്ത് പറഞ്ഞു. “അയാളും ലെസ്ട്രേഡും ഒരു മോശം കൂട്ടത്തിലെ നല്ലവരാണ്. രണ്ടുപേരും വളരെ ബുദ്ധിശാലികളും ഊർജസ്വലരും. പക്ഷെ, പഴഞ്ചന്മാരും. രണ്ടുപേരും പരസ്പരം കത്തി കയറ്റാൻ കാത്തിരിപ്പാണ്. അവർ രണ്ടുപേരും തമ്മിലുള്ള അസൂയ വർണനാതീതമാണ്. ഈ കേസന്വേഷണത്തിന് അവരെ രണ്ടുപേരെയും ചുമതലപ്പെടുത്തുകയാണെങ്കിൽ നല്ല തമാശയായിരിക്കും.”

അദ്ദേഹത്തിന്റെ ശാന്തത എന്നെ അത്ഭുതപ്പെടുത്തി. “ഏതായാലും കളയാൻ ഒരു നിമിഷംപോലുമില്ല.” ഞാൻ പറഞ്ഞു. “ഞാൻ പോയി താങ്കൾക്ക് ഒരു വണ്ടി ഏർപ്പാടാക്കട്ടേ?”

“പോകണമോ എന്ന കാര്യം എനിക്കിപ്പോഴും നിശ്ചയമില്ല. ജീവിച്ചിരിപ്പുള്ളതിൽ ഏറ്റവും വലിയ മടിയനാണ് ഞാൻ. അതായത്, ആ ബാധ എന്നെ പിടികൂടുമ്പോൾ, എന്നാൽ മറ്റുസമയങ്ങളിൽ എനിക്ക്

അങ്ങേയറ്റം ഉത്സാഹവാനാകാനും കഴിയും."

"പക്ഷെ, ഇത് താങ്കൾ കാത്തിരുന്ന ഒരു അവസരമാണല്ലോ"

"എന്റെ ചങ്ങാതീ, അതുകൊണ്ട് എനിക്കെന്താണ് കാര്യം? ഞാൻ ഈ പ്രശ്നത്തിന്റെ കുരുക്കഴിച്ചുവെന്ന് വിചാരിച്ചോളൂ. അപ്പോഴും അതിന്റെ ഗുണം കിട്ടുന്നത് ഗ്രെഗ്സൺ, ലെസ്ട്രേഡ് കമ്പനിക്കായിരിക്കും. അതാണ് ഔദ്യോഗികപക്ഷത്തല്ലെങ്കിൽ കിട്ടുന്ന പ്രതിഫലം."

"എന്നാലും അയാൾ താങ്കളുടെ സഹായത്തിന് യാചിക്കുകയാണല്ലോ."

"ശരിയാണ്. ഞാൻ അയാളെക്കാളും മേലെയാണെന്ന് അയാൾക്കറിയാം. അത് എന്നോട് അയാൾ സമ്മതിക്കുകയും ചെയ്യും. പക്ഷെ, മേന്മയൊക്കെ മൂന്നാമതൊരാളുടേതാണെന്ന് സമ്മതിക്കുന്നതിനുമുമ്പ് അയാൾ സ്വന്തം നാവ് അരിഞ്ഞുകളയും. എന്തായാലും നമുക്കൊന്ന് പോയിനോക്കാം. ഞാൻ അത് എന്റെ സ്വന്തം രീതിയിൽത്തന്നെ വിശകലനം ചെയ്യാം. മറ്റൊന്നുമില്ലെങ്കിലും അവരെ പരിഹസിക്കാൻ ഒരവസരം കിട്ടുമല്ലോ. വരൂ."

അദ്ദേഹം വേഗം ഓവർകോട്ടെടുത്തു ധരിച്ച് പെട്ടെന്നുതന്നെ പുറപ്പെട്ടു. നേരത്തെയുള്ള വിഷാദഭാവത്തെ ഒരു ഊർജസ്വലതകീഴടക്കിയെന്ന് വ്യക്തമായിരുന്നു.

"താങ്കളുടെ തൊപ്പിയെടുത്തോളൂ." അദ്ദേഹം പറഞ്ഞു.

"ഞാനും വരണോ?"

"അതെ, നിങ്ങൾക്ക് കൂടുതൽ കാര്യമായ മറ്റൊന്നും ചെയ്യാനില്ലെങ്കിൽ" ഒരു മിനുട്ട് കഴിയുമ്പോൾ ഞങ്ങൾ രണ്ടുപേകും ഒരു കൊച്ചു വണ്ടിയിൽ ബ്രിക്സ്റ്റൺ തെരുവിലേക്ക് നീങ്ങുകയായിരുന്നു.

മൂടിക്കെട്ടിയ ഒരു പ്രഭാതമായിരുന്നു അത്. വീടുകൾക്ക് മുകളിൽ ഇരുണ്ട ഒരു തിരശ്ശീല തൂങ്ങിക്കിടന്നു. താഴെയുള്ള ചെളി നിറമുള്ള തെരുവുകളെപ്പോലെ. എന്റെ സുഹൃത്ത് നല്ല ഉത്സാഹത്തിലായിരുന്നു. അദ്ദേഹം പലതരം വയലിനുകളെക്കുറിച്ചും ഈണങ്ങളെക്കുറിച്ചും സംസാരിച്ചുകൊണ്ടേയിരുന്നു. ഞാനാണെങ്കിൽ തികഞ്ഞ മൗനം പാലിച്ചു. കാരണം, മോശം കാലാവസ്ഥയും ഞങ്ങൾ ബന്ധപ്പെടുന്ന കാര്യത്തിലെ വിഷാദവും എന്റെ മനസ്സ് തളർത്തിയിരുന്നു.

"താങ്കൾ ഇപ്പോൾ നേരിടാൻ പോകുന്ന പ്രശ്നത്തെക്കുറിച്ച് കാര്യമായൊന്നും ചിന്തിക്കുന്നില്ലെന്ന് തോന്നുന്നു." ഒടുവിൽ അദ്ദേഹത്തിന്റെ സംഗീതചർച്ച തടഞ്ഞുകൊണ്ട് ഞാൻ പറഞ്ഞു.

"ഇപ്പോഴും വസ്തുതകളൊന്നുമില്ല." അദ്ദേഹം പറഞ്ഞു. "എല്ലാ

തെളിവുകളും കിട്ടുന്നതിനുമുമ്പ് നിഗമനങ്ങളിലെത്തുന്നത് വലിയ തെറ്റാണ്. അത് നിങ്ങളുടെ തീർപ്പിനെ വഴിതെറ്റിക്കും."

"വസ്തുതകൾ താങ്കൾക്ക് വേഗം തന്നെ ലഭിക്കും." ഞാൻ കൈചൂണ്ടിക്കൊണ്ട് പറഞ്ഞു. "നാം ബ്രിക്സ്ടൺ തെരുവിലെത്തിക്കഴിഞ്ഞു. എനിക്ക് തെറ്റിയില്ലെങ്കിൽ അതാണ് നാം അന്വേഷിക്കുന്ന വീട്."

"ശരി തന്നെ. ഡ്രൈവർ, നിർത്തൂ, നിർത്തൂ." ഞങ്ങൾ അപ്പോൾ ആ വീടിന്റെ നൂറുവാര അകലെയായിരുന്നു. എന്നാലും അവിടെ ഇറങ്ങണമെന്ന് അദ്ദേഹം ശഠിച്ചു. ശേഷിച്ച ദൂരം ഞങ്ങൾ നടന്നുപോയി.

ലാറിസ്റ്റൺ ഗാർഡനിലെ മൂന്നാം നമ്പർ വീടിന് ദുശ്ശകുനം പിടിച്ച ഒരു ഭീഷണഭാവമുണ്ടായിരുന്നു. തെരുവിൽനിന്നും അല്പം മാറിയുള്ള നാലു വീടുകളിൽ ഒന്നായിരുന്നു അത്. രണ്ടെണ്ണം ആൾപ്പാർപ്പുള്ളതും രണ്ടെണ്ണം ഒഴിഞ്ഞതും. രണ്ടാമത് പറഞ്ഞവയിൽ ശൂന്യമായ കുറേ ജനലുകൾ ഉണ്ടായിരുന്നു. അവയിലെ നിറം മങ്ങിയ ചില്ലുകളിൽ ചിലയിടത്തൊക്കെ 'വാടകയ്ക്ക്' എന്ന കാർഡ് തൂങ്ങിക്കിടന്നു. ആരോഗ്യമില്ലാത്ത ഏതൊക്കെയോ ചെടികൾ വളർന്നുനില്ക്കുന്ന ഒരു ചെറിയ തോട്ടം ഈ വീടുകൾക്കും തെരുവിനും ഇടയിൽ ഉണ്ടായിരുന്നു. അവയുടെ നടുവിലൂടെ മഞ്ഞനിറം പൂണ്ട വീതികുറഞ്ഞ നടപ്പാത. അത് മണ്ണും ചരൽക്കല്ലും കലർന്നതാണെന്ന് വ്യക്തം. കഴിഞ്ഞ രാത്രിയിൽ പെയ്ത മഴയിൽ അവിടമാകെ നനഞ്ഞ് കുതിർന്നുകിടന്നിരുന്നു. തോട്ടത്തിനതിരിട്ടുകൊണ്ട് മൂന്നടി ഉയരമുള്ള ഒരു ഇഷ്ടികമതിലും അതിനുമുകളിൽ മരത്തിന്റെ കൈവരികളും. ഈ മതിലിൽ ചാരി ദൃഢഗാത്രനായ ഒരു പോലീസുകാരൻ നില്പുണ്ടായിരുന്നു. അയാളുടെ ചുറ്റും അകത്തു നടക്കുന്നത് ഒരുനോക്ക് കാണാൻ തല ഉയർത്തിനില്ക്കുന്ന കുറച്ച് കാഴ്ചക്കാരും.

ഹോംസ് പെട്ടെന്നു വീട്ടിനകത്തേക്ക് ചെന്ന് അവിടുത്തെ രഹസ്യങ്ങൾ പഠിക്കാൻ ശ്രമിക്കുമെന്നാണ് ഞാൻ കരുതിയത്. എന്നാൽ ആ വിശ്വാസം തികച്ചും തെറ്റായിരുന്നു. ആ പ്രത്യേകസാഹചര്യത്തിൽ കേവലം നാട്യംപോലെ എനിക്ക് തോന്നിയ ഉദാസീനഭാവത്തിൽ അദ്ദേഹം നടപ്പാതയിൽ അങ്ങോട്ടുമിങ്ങോട്ടും നടക്കുകയും തറയിലേക്കും ആകാശത്തിലേക്കും എതിരെയുള്ള വീടുകളിലേക്കും മരത്തിന്റെ കൈവരികളിലേക്കും അശ്രദ്ധമായി നോക്കുകയും ചെയ്തു. ഈ പരിശോധന കഴിഞ്ഞപ്പോൾ അദ്ദേഹം പാതയിലൂടെ മന്ദം നടന്നു.അപ്പോഴൊക്കെ ആദ്ദേഹത്തിന്റെ കണ്ണുകൾ തറയിലേക്ക് സശ്രദ്ധം നോക്കുകയായിരുന്നു. രണ്ടുതവണ അദ്ദേഹം നടത്തം നിർത്തി.

അപ്പോൾ മുഖത്ത് ഒരു മന്ദസ്മിതം വിരിഞ്ഞു. സംതൃപ്തിയുടെ ഒരു ശബ്ദം അദ്ദേഹത്തിൽനിന്നുയർന്നു. നനഞ്ഞ മണ്ണിൽ നിറയെ കാല്പാടുണ്ടായിരുന്നു. അതിലൂടെ പോലീസുകാർ തലങ്ങും വിലങ്ങും നടന്ന സ്ഥിതിക്ക് എന്റെ സുഹൃത്തിന് അതിൽനിന്ന് എന്തു കണ്ടുപിടിക്കാൻ കഴിയുമെന്ന് എനിക്ക് ഊഹിക്കാൻപോലും കഴിഞ്ഞില്ല. എന്നാലും അദ്ദേഹത്തിന്റെ കുശാഗ്രബുദ്ധിയുടെ തീക്ഷ്ണതയ്ക്ക് ഒരുപാട് തെളിവുകൾ കിട്ടിയിരുന്നതുകൊണ്ട്, എനിക്കു കാണാനാവാത്ത ഒട്ടേറെ കാര്യങ്ങൾ കാണാൻ അദ്ദേഹത്തിന കഴിയുമെന്ന് എനിക്കുറപ്പുണ്ടായിരുന്നു.

വീടിന്റെ വാതിൽക്കൽ വിളറിയ മുഖവും ചണനാരുപോലുള്ള മുടിയുമുള്ള ഒരു ദീർഘകായൻ കൈയിൽ ഒരു നോട്ടുബുക്കുമായി ഓടിവന്ന് എന്റെ സുഹൃത്തിന് ഉപചാരപൂർവം ഹസ്തദാനം ചെയ്തു. "താങ്കൾ വന്നതിൽ സന്തോഷമുണ്ട്." അയാൾ പറഞ്ഞു. "ഇവിടെയുള്ളതെല്ലാം ആരും തൊടാതെ വച്ചിട്ടുണ്ട്."

"അതൊഴികെ" നടപ്പാതയിലേക്ക് ചൂണ്ടി ഹോംസ് പറഞ്ഞു. "ഒരു കൂട്ടം പോത്തുകൾ വിരണ്ടോടിയാൽപ്പോലും അത് ഇത്രമാത്രം താറുമാറാകില്ലായിരുന്നു. എന്തായാലും അത് അനുവദിക്കുന്നതിന് മുമ്പ് താങ്കൾ ഒരു നിഗമനത്തിലെത്തിയിരിക്കുമെന്ന് ഞാൻ കരുതുന്നു."

"എനിക്ക് വീട്ടിനകത്ത് ഒരുപാട് കാര്യങ്ങൾ ചെയ്യാനുണ്ടായിരുന്നു." ആ കുറ്റാന്വേഷകൻ ഒഴിഞ്ഞുമാറുന്ന രീതിയിൽ പറഞ്ഞു. "എന്റെ സഹപ്രവർത്തകൻ മി. ലെസ്ട്രേഡ് ഇവിടെയുണ്ട്. ആ കാര്യം അയാൾ നോക്കുമെന്ന് എനിക്ക് വിശ്വാസമുണ്ടായിരുന്നു."

ഹോംസ് എന്നെ നോക്കി പരിഹാസഭാവത്തിൽ പുരികം ചുളിച്ചു. "ഞങ്ങൾ ചെയ്യാവുന്നതെല്ലാം ചെയ്തുവെന്ന് എനിക്ക് തോന്നുന്നു." അയാൾ പറഞ്ഞു. "ഏതായാലും ഇത് അസാധാരണമായ ഒരു കേസാണ്. അത്തരം കാര്യങ്ങളിൽ താങ്കൾക്കുള്ള താല്പര്യം എനിക്കറിയാം."

"താങ്കൾ വണ്ടിയിലാണോ ഇങ്ങോട്ടു വന്നത്?" ഹോംസ് ചോദിച്ചു.

"അല്ല സർ."

"ലെസ്ട്രേഡോ?"

"അല്ല സർ."

"എങ്കിൽ നമുക്ക് മുറി പരിശോധിക്കാം." അലസമായ ഈ പ്രസ്താവനയോടെ ഹോംസ് വീട്ടിനുള്ളിലേക്ക് നടന്നു. ആശ്ചര്യം അടക്കാനാവാത്ത ഭാവവുമായി ഗ്രെഗ്സൺ പിന്നാലെയും.

പലകയടിച്ച, പൊടിപിടിച്ച ഒരു ചെറിയ ഇടനാഴി അടുക്കളയിലേക്കും മറ്റു മുറികളിലേക്കും നീണ്ടു. ഇടനാഴിയുടെ ഇടത്തും വലത്തും ഓരോ വാതിലുകൾ. ലക്ഷണം കണ്ടാൽ ഒന്ന് ആഴ്ചകളോളം തുറന്നിട്ടില്ലെന്ന് വ്യക്തം. മറ്റേത് ഭക്ഷണമുറിയിലേക്കായിരുന്നു. അതിലാണ് ആ അനിഷ്ടസംഭവം നടന്നത്. ഹോംസ് അകത്തേക്ക് കടന്നു, ഞാൻ അദ്ദേഹത്തെ പിൻതുടർന്നു. മരണത്തിന്റെ സാന്നിധ്യം ഉണ്ടാക്കുന്ന ആ പ്രത്യേകവികാരമായിരുന്നു എന്റെ ഹൃദയത്തിൽ.

അത് വലിയ ഒരു മുറിയായിരുന്നു. ഫർണിച്ചർ ഒന്നും ഇല്ലാതിരുന്നതുകൊണ്ട് അതിന് കൂടുതൽ വലിപ്പം തോന്നിച്ചു. ചുമരിൽ ഒരു തരം വൃത്തികെട്ട പേപ്പർ പതിച്ചിരുന്നു. അത് പലസ്ഥലത്തും പൂപ്പൽ പിടിച്ച് നിറം കെട്ടിരുന്നു. പലയിടത്തും പശയിളകിയ കടലാസ് നീളത്തിൽ തൂങ്ങിക്കിടന്നു. അവിടെയൊക്കെ മഞ്ഞനിറത്തിലുള്ള തേപ്പ് പുറത്തുകാണാമായിരുന്നു. വാതിലിനെതിരായി വളരെ ആടോപമുള്ള ഒരു നെരിപ്പോടുണ്ടായിരുന്നു. കൃത്രിമ മാർബിളിൽ തീർത്ത ഒരു പാതാമ്പുറം അതിനെ കവിഞ്ഞുനിന്നു. അതിന്റെ ഒരു മൂലയിൽ ചുവപ്പ് നിറമുള്ള ഒരു മെഴുകുതിരി കഷ്ണം ഉറപ്പിച്ചിരുന്നു. ഒറ്റ ജനലുള്ളത് അഴുക്ക് പിടിച്ച് വൃത്തികേടായിരുന്നതിനാൽ വെളിച്ചം മടിച്ചുമടിച്ചാണ് അകത്തെത്തിയത്. അതുകൊണ്ട് മുറിയിലാകെ മങ്ങിയ ഒരു ചാരനിറമായിരുന്നു. വീട്ടിൽ എങ്ങും നിറഞ്ഞുനിന്ന പൊടി അതിനെ കൂടുതൽ ഇരുണ്ടതാക്കി.

ഈ കാര്യങ്ങളൊക്കെ ഞാൻ പിന്നീടാണ് ശ്രദ്ധിച്ചത്. ആ നേരത്ത് എന്റെ ശ്രദ്ധമുഴുവൻ ജീവനറ്റ കണ്ണുകളോടെ നിറംമങ്ങിയ മച്ചിലേക്ക് തുറിച്ചുനോക്കിക്കൊണ്ട് നിലത്ത് മലർന്നുകിടക്കുന്ന ആ ചലനമറ്റ ദേഹത്തിലായിരുന്നു. അയാൾക്ക് നാല്പതിമൂന്നോ നാലോ വയസ്സ് പ്രായം തോന്നിക്കും. വിശാലമായ തോളോടുകൂടിയ ഇടത്തരം ദേഹം. ചുരുണ്ടുകറുത്ത തലമുടിയും കുറ്റിത്താടിയും. അയാൾ വൃത്തിയായി വേഷം ധരിച്ചിരുന്നു. നന്നായി മിനുക്കിയ ഒരു തൊപ്പി അയാളുടെ ദേഹത്തിനടുത്തുതന്നെ തറയിൽ വെച്ചിട്ടുണ്ടായിരുന്നു. മുഷ്ടി ചുരുട്ടിയ കൈകൾ വിരിച്ചിരുന്നു; മരണവെപ്രാളം വളരെ വേദനാജനകമായിരുന്നു എന്ന് തോന്നുന്നതരത്തിൽ കാലുകൾ തമ്മിൽ പിണഞ്ഞ് കിടന്നു. അയാളുടെ ചേതനയറ്റ മുഖത്ത്, ഞാൻ മുൻപൊരിക്കലും കാണാത്തതരത്തിൽ ഭീതിയും വെറുപ്പും നിറഞ്ഞിരുന്നു. പതിഞ്ഞ നാസികയും താണ നെറ്റിയും ഉന്തിയ താടിയെല്ലുമെല്ലാം ചേർന്ന് മരിച്ച മനുഷ്യൻ ഒരു ആൾക്കുരങ്ങിനെപ്പോലെ തോന്നിച്ചു. അയാളുടെ ദേഹ

ത്തിന്റെ കോഞ്ഞംപിരിഞ്ഞ അസ്വാഭാവികനില അതിനെ കൂടുതൽ ഭയാനകമാക്കി, ഞാൻ പല രീതിയിലുള്ള മരണവും കണ്ടിട്ടുണ്ട്. എന്നാൽ ലണ്ടനിലെ ഒരു പ്രധാനതെരുവിലുള്ള ഇരുണ്ട വീട്ടിൽ കണ്ട തുപോലെ ഭീതിജനകമായ ഒന്ന് മുൻപൊരിക്കലും കാണേണ്ടിവന്നിട്ടില്ല.

മെലിഞ്ഞ് തുരപ്പനെപ്പോലെയുള്ള ലെസ്ട്രേഡ് വാതിൽക്കൽതന്നെ നില്പുണ്ടായിരുന്നു. അയാൾ എന്റെ സുഹൃത്തിനെയും എന്നെയും സ്വാഗതം ചെയ്തു.

"ഈ കേസ് കുറേ ഒച്ചപ്പാടുണ്ടാക്കും സർ." അയാൾ പറഞ്ഞു. "ഞാൻ നേരിട്ടതിൽനിന്നൊക്കെ തീർത്തും വ്യത്യസ്തമാണിത്. ഞാൻ കൊച്ചുകുട്ടിയൊന്നുമല്ലല്ലോ."

"ഒരു സൂചനയുമില്ലേ?" ഗ്രെഗ്സൺ അന്വേഷിച്ചു.

"ഒന്നുമില്ല." ലെസ്ട്രേഡിന്റെ മറുപടി.

ഹോംസ് മൃതദേഹത്തിന് സമീപം മുട്ടുകുത്തി അത് നന്നായി പരിശോധിച്ചു. "മുറിവൊന്നുമില്ലെന്ന് നിങ്ങൾക്കുറപ്പാണോ?" ചുറ്റുമുള്ള രക്തക്കറകൾ ചൂണ്ടി അദ്ദേഹം ചോദിച്ചു.

"വളരെ ഉറപ്പാണ്." രണ്ട് കുറ്റാന്വേഷകരും ഒരേ സ്വരത്തിൽ പറഞ്ഞു.

"അപ്പോൾപ്പിന്നെ, ഈ രക്തം ഒരു രണ്ടാമന്റേതാകണം. കൊലപാതകിയുടേതെന്ന് തന്നെ കരുതേണ്ടിവരും; കൊലപാതകമാണ് നടന്നതെങ്കിൽ. '34ൽ നടന്ന വാൻജാൻസെൻന്റെ മരണമാണ് എനിക്കോർമ വരുന്നത്. ആ കേസ് ഓർമയുണ്ടോ ഗ്രെഗ്സൺ?"

"ഇല്ല സാർ."

'അത് വായിക്കണം, തീർച്ചയായും. പുതിയതായി ഒന്നുമില്ല. എല്ലാം മുൻപ് ചെയ്തതുതന്നെയാണ്. സംസാരിക്കുന്നതിനിടയിൽ അദ്ദേഹത്തിന്റെ വിദഗ്ധമായ വിരലുകൾ അവിടെയുമിവിടെയുമൊക്കെ ചലിക്കുകയായിരുന്നു. തൊട്ടുനോക്കിയും അമർത്തിയും ബട്ടൺ അഴിച്ചും പരിശോധിച്ചുമൊക്കെ. അപ്പോഴും അദ്ദേഹത്തിന്റെ കണ്ണുകളിൽ ഞാൻ നേരത്തെ സൂചിപ്പിച്ച വിദൂരഭാവം തന്നെയാണ് നിഴലിച്ചത്. അദ്ദേഹത്തിന്റെ പരിശോധന അത്രമാത്രം വേഗതയിലായിരുന്നതുകൊണ്ട്, അത് നടത്തിയതിലുള്ള സൂക്ഷ്മത ആർക്കും ഊഹിക്കാൻ പോലും കഴിയുമായിരുന്നില്ല. ഒടുവിൽ അദ്ദേഹം മൃതദേഹത്തിന്റെ ചുണ്ടുകൾ മണത്തുനോക്കി. പിന്നെ ദേഹത്ത് ധരിച്ച ഷൂസിന്റെ അടിഭാഗം നോക്കി.

"ഇത് ആരും അനക്കിയിട്ടില്ലല്ലോ." അദ്ദേഹം ചോദിച്ചു.

"ഞങ്ങളുടെ പരിശോധനയ്ക്ക് ആവശ്യമായത്രമാത്രം"

"ഇനി ഇത് മോർച്ചറിയിലേക്ക് മാറ്റാം." അദ്ദേഹം പറഞ്ഞു. ഇനി കൂടുതലൊന്നും പഠിക്കാനില്ല.

ഗ്രെഗ്സൺ ഒരു സ്ട്രെച്ചറുമായി നാല് ആൾക്കാരെ ഒരുക്കിയിരുന്നു. അയാൾ വിളിച്ചപ്പോൾ അവർ മുറിയിലേക്ക് വന്ന് അപരിചിതനെ സ്ട്രെച്ചറിൽ പുറത്തേക്ക് കൊണ്ടുപോയി. അയാളെ പൊക്കിയപ്പോൾ ഒരു മോതിരം താഴെവീണ് നിലത്തുരുണ്ടു. ലെസ്ട്രേഡ് അത് പിടിച്ചെടുത്ത് അതിനെ തുറിച്ചുനോക്കി.

"അപ്പോൾ ഇവിടെ ഒരു സ്ത്രീയുമുണ്ടായിരുന്നു." അയാൾ നിലവിളിച്ചു. "ഇതൊരു സ്ത്രീയുടെ വിവാഹമോതിരമാണ്."

സംസാരിക്കുന്നതിനിടയിൽ അയാൾ അത് തന്റെ കൈയിൽ എല്ലാവരും കാൺകെവച്ചു. ഞങ്ങളെല്ലാം അയാളുടെ ചുറ്റും കൂടി അതിനെ ശ്രദ്ധിച്ചുനോക്കി. ആ സ്വർണമോതിരം ഒരിക്കൽ ഒരു വധുവിന്റെ വിരലുകളെ അലങ്കരിച്ചിരുന്നുവെന്നതിൽ ഒരു സംശയവുമുണ്ടായിരുന്നില്ല,

"ഇത് പ്രശ്നം കൂടുതൽ സങ്കീർണമാക്കുകയാണ്. ദൈവമേ അത് നേരത്തെതന്നെ വളരെ സങ്കീർണമായിരുന്നല്ലോ."

"അത് പ്രശ്നങ്ങളെ കൂടുതൽ ലളിതമാക്കുകയാണെന്ന് താങ്കൾക്ക് തോന്നുന്നില്ലേ?" ഹോംസ് നിരീക്ഷിച്ചു. "അതിനെ തുറിച്ചുനോക്കിയിട്ട് ഒന്നും നേടാനില്ല. അയാളുടെ കീശയിൽ എന്താണുണ്ടായിരുന്നത്?"

"അതൊക്കെ ഇവിടെയുണ്ട്." ഗോവണിയുടെ താഴത്തെ ഒരു പടിയിൽ കൂട്ടിയിട്ട കുറേ സാധനങ്ങൾ ചൂണ്ടിക്കാട്ടി ഗ്രെഗ്സൺ പറഞ്ഞു. ലണ്ടനിലെ ബാരാഡ് നിർമിച്ച ഒരു സ്വർണവാച്ച്, നല്ല കട്ടിയുള്ള ഒരു സ്വർണച്ചെയിൻ, സ്വർണമോതിരം. ബുൾഡോഗിന്റെ തലയുള്ള ഒരു സ്വർണപിൻ, അതിന്റെ കണ്ണുകളുടെ സ്ഥാനത്ത് മാണിക്യം, റഷ്യൻ തുകലിലുള്ള കാർഡ് കെയിസ്, അതിൽ ക്ലീവ്‌ലന്റിലെ ഇനോക് ജെ ഡ്രെബ്ബറുടെ പേരുള്ള കാർഡുകൾ, വസ്ത്രങ്ങളിൽ ഇ.ജെ.ഡി. എന്ന ഇനീഷ്യൽസ്. പേഴ്സ് ഇല്ല. പക്ഷെ, ഏഴു പൗണ്ട് പതിമ്മൂന്ന് പെൻസ് പോക്കറ്റിലുണ്ടായിരുന്നു. ബൊക്കാഷ്യോയുടെ 'ഡെക്കാമെറോൺ'ന്റെ ഒരു പോക്കറ്റ് പ്രതി. അതിന്റെ ചട്ടത്താളിൽ ജോസഫ് സ്റ്റേൻജർസണിന്റെ പേര്. രണ്ടു കത്തുകൾ - ഒന്ന് ഇ.ജെ. ഡ്രെബ്ബർക്കും മറ്റേത് ജോസഫ് സ്റ്റേൻജർസണിനുമുള്ളത്.

"ഏതു വിലാസത്തിൽ?"

സ്റ്റ്രാന്റിലെ അമേരിക്കൻ എക്സ്ചേഞ്ച്. ആൾ വരുന്നതുവരെ സൂക്ഷിക്കാൻ. ലിവർപൂളിൽ നിന്നും തങ്ങളുടെ ബോട്ടുകൾ തിരിക്കുന്നതിനെക്കുറിച്ച് ഗിയോൺ സ്റ്റീംഷിപ്പ് കമ്പനി അയച്ചതാണ് രണ്ടും. ഈ ഭാഗ്യദോഷി ന്യൂയോർക്കിലേക്ക് മടങ്ങാനിരിക്കുകയായിരുന്നു എന്നത് വ്യക്തമാണ്.

"ഈ സ്റ്റേറാൻജർസണിനെക്കുറിച്ച് താങ്കൾ വല്ല അന്വേഷണവും നടത്തിയോ?"

"അത് ഉടൻതന്നെ ചെയ്തു സർ. എല്ലാ പത്രങ്ങളിലും അറിയിപ്പ് നല്കിയിട്ടുണ്ട്. ഒരാളെ അമേരിക്കൻ എക്സ്ചേഞ്ചിലേക്കയച്ചിട്ടുമുണ്ട്. അയാൾ ഇനിയും തിരിച്ചെത്തിയിട്ടില്ല."

"ക്ലീവ്ലാന്റിലേക്ക് ആളയച്ചോ?"

"ഇന്ന് രാവിലെ കമ്പിയടിച്ചിട്ടുണ്ട്."

"അതിൽ എന്താണ് പറഞ്ഞത്?"

"സാഹചര്യങ്ങളൊക്കെ വിശദീകരിച്ചിട്ടുണ്ട്. അന്വേഷണത്തിന് സഹായകമായ വിവരം അറിയിച്ചാൽ ഉപകാരം എന്ന് സൂചിപ്പിച്ചിട്ടുമുണ്ട്."

"താങ്കൾക്ക് വളരെ പ്രധാനമെന്നു തോന്നിയ എന്തെങ്കിലും വസ്തുതയെക്കുറിച്ച് വിശദീകരണം തേടിയിട്ടുണ്ടോ?"

"ഞാൻ സ്റ്റേറൻജർസണിനെക്കുറിച്ച് ആരാഞ്ഞു."

"വേറെയൊന്നുമില്ല? ഈ കേസ് പൂർണമായും ആശ്രയിച്ചിരിക്കുന്ന ഒരു സാഹചര്യവുമില്ലേ? താങ്കൾ ഇനിയും കമ്പി കൊടുക്കില്ലേ?"

"പറയേണ്ടതെല്ലാം ഞാൻ പറഞ്ഞിട്ടുണ്ട്." ഗ്രേഗ്സൺ അല്പം ഇഷ്ടക്കേടോടുകൂടി പറഞ്ഞു.

ഷെർലക്ഹോംസ് സ്വയം ചിരിച്ചു. അദ്ദേഹം എന്തോ പറയാൻ തുടങ്ങുമ്പോഴേക്ക്, അത്രയും നേരം മുൻവശത്തെ മുറിയിലായിരുന്ന ലെസ്ട്രേഡ് ഔദ്ധത്യവും ആത്മസംതൃപ്തിയും കലർന്ന ഭാവത്തിൽ കൈകൾ തിരുമ്മിക്കൊണ്ട് അവിടെ പ്രത്യക്ഷപ്പെട്ടു.

"മി. ഗ്രേഗ്സൺ", അയാൾ പറഞ്ഞു, "ഞാനിപ്പോൾ വളരെ പ്രധാനപ്പെട്ട ഒരു കാര്യം കണ്ടുപിടിച്ചു. ഞാൻ ചുമരുകളൊക്കെ സൂക്ഷ്മമായി പരിശോധിച്ചിരുന്നില്ലെങ്കിൽ അത് നമ്മുടെ ശ്രദ്ധയിൽ പെടില്ലായിരുന്നു."

ഇത് പറയുമ്പോൾ അയാളുടെ കണ്ണുകൾ തിളങ്ങി. തന്റെ സഹപ്രവർത്തകനെ ഒന്ന് താഴ്ത്തിക്കെട്ടാൻ പറ്റിയതുകൊണ്ടുള്ള വിജയാ

ഹ്ലാദം അടക്കാൻ അയാൾ പാടുപെടുന്നുണ്ടായിരുന്നു.

"ഇങ്ങോട്ടു വരൂ" വീണ്ടും മുൻവശത്തെ മുറിയിലേക്ക് നടന്നു കൊണ്ട് അയാൾ പറഞ്ഞു. മൃതദേഹം മാറ്റിയതുകൊണ്ട് മുറി കൂടുതൽ വൃത്തിയുള്ളതുപോലെ തോന്നി. "ഇനി അവിടെ നില്ക്കൂ."

അയാൾ ഒരു തീപ്പെട്ടിക്കോൽ ഷൂസിൽ ഉരച്ച് അത് ചുമരിന് നേരെ പിടിച്ചു.

"അത് നോക്കൂ", അയാൾ ഒരു വിജയിയുടെ ഭാവത്തിൽ പറഞ്ഞു. ചുമരിലെ പേപ്പർ പലയിടത്തും ഇളകിക്കിടന്ന കാര്യം ഞാൻ നേരത്തെ സൂചിപ്പിച്ചിരുന്നല്ലോ. മുറിയുടെ ഈ മൂലയിൽ ഒരു വലിയ കഷ്ണം ഇളകിപ്പോയിരുന്നു. അവിടെ തേപ്പ് തെളിഞ്ഞുകാണാമായിരുന്നു. ആ സ്ഥലത്ത്, രക്തച്ചുകപ്പ് നിറത്തിൽ ഒറ്റവാക്ക് കുറിച്ചിട്ടിരുന്നു.

'RACHE'

"അതേപ്പറ്റി എന്തുതോന്നുന്നു?" ആ കുറ്റാന്വേഷകൻ ഉറക്കെ ചോദിച്ചു. ഒരു പ്രദർശനത്തിൽ തന്റെ ഉല്പന്നം അവതരിപ്പിക്കുന്നയാളുടെ മട്ടുണ്ടായിരുന്നു, അയാൾക്കപ്പോൾ.

"മുറിയുടെ ഏറ്റവും ഇരുണ്ട മൂലയിലായതുകൊണ്ടാണ് ഇത് ആരുടെയും കണ്ണിൽ പെടാതിരുന്നത്. അവിടെ നോക്കുന്ന കാര്യം ആരും ആലോചിച്ചുമില്ല. കൊലപാതകി സ്വന്തം രക്തം കൊണ്ട് എഴുതിയതാണത്. അത് ചുമരിലൂടെ താഴോട്ടൊഴുകിയ പാട് കണ്ടില്ലേ? എന്തായാലും അത് ആത്മഹത്യ എന്ന ആശയത്തെ തള്ളിക്കളയുന്നു. എഴുതാൻ ഈ മൂല തന്നെ തിരഞ്ഞെടുത്തതെന്തിന്? ഞാൻ പറയാം. പാതാമ്പുറത്തിന് മുകളിലുള്ള ആ മെഴുകുതിരി കണ്ടില്ലേ? അത് ആ സമയത്ത് കത്തുന്നുണ്ടായിരിക്കണം. എങ്കിൽ ഏറ്റവും ഇരുണ്ടതിന് പകരം ഏറ്റവും തെളിഞ്ഞതായിരിക്കും ചുമരിന്റെ ഈ മൂല."

"ശരി. ഏതായാലും താങ്കൾ അത് കണ്ടെത്തിയ സ്ഥിതിക്ക് അതിന്റെ അർഥം എന്താണാവോ?" ഗ്രെഗ്സൺ ഒരുതരം വിലകുറയ്ക്കുന്ന രീതിയിൽ അന്വേഷിച്ചു.

"അർഥമോ? മനസ്സിലാകുന്നില്ലേ? ഇത് ആരെഴുതിയതായാലും അയാൾ റേച്ചൽ എന്ന പേര് എഴുതാൻ തുടങ്ങുകയായിരുന്നു. പക്ഷെ, അത് പൂർത്തിയാക്കാൻ അയാൾക്ക് കഴിഞ്ഞില്ല."

ഞാൻ പറയുന്നത് നിങ്ങൾ എഴുതിവെച്ചോളൂ. ഈ കേസ് തെളിഞ്ഞുവരുമ്പോൾ, റേച്ചൽ എന്ന സ്ത്രീക്ക് അതുമായി എന്തോ ബന്ധമുണ്ടായിരുന്നു എന്ന് നിങ്ങൾക്ക് മനസ്സിലാകും. താങ്കൾ ചിരിക്കുകയൊന്നും വേണ്ട, ഷെർലക് ഹോംസ്. താങ്കൾ വളരെ ബുദ്ധിമാനും

സൂത്രശാലിയുമായിരിക്കും. പക്ഷെ, പഴയ വേട്ടപ്പട്ടിയാണ് ഏറ്റവും മികച്ചത് എന്നതിന് സംശയമില്ല."

"താങ്കൾ ക്ഷമിക്കണം" ഒരു പൊട്ടിച്ചിരികൊണ്ട് ആ മനുഷ്യനെ കുപിതനാക്കിയിരുന്ന എന്റെ സുഹൃത്ത് പറഞ്ഞു. "നമ്മുടെ കൂട്ടത്തിൽ ഈ കാര്യം ആദ്യം കണ്ടെത്തിയതിന്റെ ബഹുമതി താങ്കൾക്കു തന്നെയുള്ളതാണ്. ഇന്നലെ രാത്രിയിലെ സംഭവത്തിൽ പങ്കാളിയായിരുന്ന രണ്ടാമനാണ് ഇതെഴുതിയിരിക്കുക എന്നതിനും സംശയമില്ല. ഈ മുറി പരിശോധിക്കാൻ എനിക്ക് സമയം കിട്ടിയിരുന്നില്ല. ഏതായാലും താങ്കളുടെ അനുവാദത്തോടെ ഇപ്പോൾ ഞാനതു ചെയ്യാം."

ഇത്രയും പറഞ്ഞ് അദ്ദേഹം കീശയിൽനിന്നും വലിയ അളവ് ടേപ്പും ഭൂതക്കണ്ണാടിയും പുറത്തെടുത്തു. ഈ ഉപകരണങ്ങളുമായി അദ്ദേഹം നിശ്ശബ്ദമായി മുറിയിൽ ചുറ്റിനടന്നു. ചിലപ്പോൾ നിന്നും, ഇടയ്ക്ക് മുട്ടുകുത്തിയും ഒരിക്കൽ കമിഴ്ന്നു കിടന്നുമൊക്കെ അദ്ദേഹം മുറി മുഴുവൻ പരിശോധിച്ചു. തന്റെ ജോലിയിൽ അത്രമാത്രം മുഴുകിയതുകൊണ്ട് ഞങ്ങളുടെ സാന്നിധ്യം പോലും അദ്ദേഹം മറന്നതുപോലെ തോന്നി. തന്നത്താൻ പിറുപിറുത്തും ആശ്ചര്യശബ്ദം പുറപ്പെടുവിച്ചും മുരണ്ടും ചൂളമടിച്ചും പ്രതീക്ഷ സൂചിപ്പിക്കുന്ന തരത്തിൽ നിലവിളിച്ചും അദ്ദേഹം ജോലി തുടർന്നു. അദ്ദേഹത്തെ നോക്കിക്കൊണ്ടിരുന്നപ്പോൾ, നല്ല പരിശീലനം ലഭിച്ച ഒരു വേട്ടപ്പട്ടി നഷ്ടപ്പെട്ട മണം പിടിക്കാനായി മോങ്ങിക്കൊണ്ട് അങ്ങോട്ടുമിങ്ങോട്ടും പായുന്നതാണ് എനിക്കോർമ വന്നത്. അദ്ദേഹം ഇരുപതു മിനുട്ടോളം തന്റെ ഗവേഷണം തുടർന്നു. വളരെ സൂക്ഷ്മതയോടെ അദ്ദേഹം എനിക്ക് കാണാൻപോലും കഴിയാത്ത അടയാളങ്ങൾ തമ്മിലുള്ള വ്യത്യാസം അളന്നു. ഒരിടത്ത് അദ്ദേഹം വളരെ ശ്രദ്ധാപൂർവം തറയിലുള്ള ചാരനിറത്തിലുള്ള പൊടി ശേഖരിച്ച് ഒരു കവറിലിട്ടു. ഒടുക്കം, തന്റെ ഭൂതക്കണ്ണാടിയുപയോഗിച്ച് ചുമരിൽ കോറിയിട്ട ഓരോ അക്ഷരവും സൂക്ഷ്മമായി പരിശോധിച്ചു. എല്ലാം കഴിഞ്ഞപ്പോൾ തൃപ്തനായതുപോലെ ടേപ്പും കണ്ണാടിയും പോക്കറ്റിൽത്തന്നെ നിക്ഷേപിച്ചു. "കഠിനമായി അധ്വാനിക്കാനുള്ള ഒരു അനന്തശേഷിയാണ്, ധിഷണ എന്ന് പറയപ്പെടുന്നത്." അദ്ദേഹം ചിരിച്ചുകൊണ്ട് പറഞ്ഞു. "അത് വളരെ മോശമായ നിർവചനമാണെങ്കിലും കുറ്റാന്വേഷണവിദ്യയിൽ അത് വളരെ ശരിയാണ്."

ഗ്രെഗ്സണും ലെസ്ട്രേഡും നിറഞ്ഞ ജിജ്ഞാസയോടെയും അല്പം വെറുപ്പോടെയും ഹോംസിന്റെ പ്രവൃത്തികൾ വീക്ഷിക്കുകയായിരുന്നു.

ഞാൻ മനസ്സിലാക്കിത്തുടങ്ങിയ ഒരു വസ്തുത അംഗീകരിക്കാൻ അവർക്ക് ഇനിയും കഴിഞ്ഞിരുന്നില്ല. അതായത്, ഹോംസിന്റെ ഏറ്റവും നിസ്സാരമെന്ന് തോന്നിച്ച പ്രവൃത്തികൾക്കുപോലും സുനിശ്ചിതമായ ലക്ഷ്യമുണ്ടായിരുന്നു എന്നത്.

"അതേക്കുറിച്ച് എന്തു തോന്നുന്നു സർ?" അവർ രണ്ടുപേരും ഒപ്പം അന്വേഷിച്ചു.

"ഞാൻ നിങ്ങളെ സഹായിക്കാൻ ശ്രമിച്ചാൽ, ഈ കേസന്വേഷണത്തിന്റെ ബഹുമതി നിങ്ങൾക്ക് നഷ്ടപ്പെടുകയായിരിക്കും ഫലം." എന്റെ സുഹൃത്ത് പറഞ്ഞു. "നിങ്ങൾ ഇപ്പോൾ വളരെ ഭംഗിയായി മുന്നോട്ട് നീങ്ങുന്നുണ്ട്. അതുകൊണ്ട് ആരെങ്കിലും അതിൽ ഇടപെടുന്നത് കടുത്ത ദ്രോഹമായിരിക്കും." ഹോംസ് സംസാരിക്കുമ്പോൾ അതിൽ അല്പം പരിഹാസച്ചുവയുണ്ടായിരുന്നു. "നിങ്ങളുടെ അന്വേഷണം എങ്ങനെ നീങ്ങുന്നു എന്നറിയിച്ചാൽ" അദ്ദേഹം തുടർന്നു. "ആകാവുന്ന സഹായം ചെയ്യാൻ എനിക്ക് സന്തോഷമേയുള്ളൂ. അതിനിടയിൽ മൃതദേഹം ആദ്യം കണ്ട പോലീസുകാരനുമായി സംസാരിച്ചാൽ കൊള്ളാമെന്നുണ്ട്. അയാളുടെ പേരും വിലാസവും തരാമോ?"

ലെസ്ട്രേഡ് തന്റെ നോട്ട്ബുക്കിൽ നോക്കി. "ജോൺ റാൻഡ്" അയാൾ പറഞ്ഞു. "അയാൾ ഇപ്പോൾ ഡ്യൂട്ടിയിലായിരിക്കും. 46 ആഡ്ലി കോർട്ട്, കെന്നിംഗ്ടൺ പാർക്ക് ഗെയിറ്റ് എന്നതാണ് അയാളുടെ വിലാസം.

ഹോംസ് വിലാസം കുറിച്ചെടുത്തു.

"വരൂ ഡോക്ടർ" അദ്ദേഹം പറഞ്ഞു. "നമുക്ക് പോയി അയാളെ കണ്ടുപിടിക്കാം. നിങ്ങൾക്ക് അന്വേഷണത്തിൽ സഹായകമാകുന്ന ഒരു കാര്യം ഞാൻ പറയാം." ആ പോലീസുകാരുടെ നേരെ തിരിഞ്ഞ് അദ്ദേഹം തുടർന്നു. "കൊലപാതകം നടന്നുവെന്നത് തീർച്ചയാണ്. ഒരു പുരുഷനാണ് കൊലയാളി. അയാൾക്ക് ആറടിയിലേറെ ഉയരമുണ്ട്. ആൾ ചെറുപ്പമാണ്. ചതുര മുന്നാരമുള്ള പരുക്കൻ ഷൂസാണ് ധരിച്ചത്. വലിക്കുന്നത് ട്രച്ചി നോപ്പളി ചുരുട്ടാണ്. അയാൾ തന്റെ ഇരയോടൊപ്പം നാലുചക്രമുള്ള ഒരു വണ്ടിയിലാണ് ഇങ്ങോട്ടുവന്നത്. അവണ്ടി വലിച്ച കുതിരയുടെ ലാടങ്ങളിൽ മൂന്നെണ്ണം പഴയതും ഇടത് മുൻകാലിലേത് പുതിയതുമായിരുന്നു. അയാളുടെ മുഖം വളരെ തുടുത്തതാകാൻ എല്ലാ സാധ്യതയുമുണ്ട്. അയാളുടെ വലതു കൈവിരലിലെ നഖങ്ങൾക്ക് വല്ലാത്ത നീളമുണ്ടായിരുന്നു. ഇതൊക്കെ ചില സൂചനകൾ മാത്രമാണ്. എങ്കിലും അവ നിങ്ങൾക്ക് സഹായകമാകാം.

ലെസ്ട്രേഡും ഗ്രെഗ്സണും സംശയം കലർന്ന ചിരിയോടെ പരസ്പരം നോക്കി.

"ഈ മനുഷ്യൻ കൊല്ലപ്പെട്ടതാണെങ്കിൽ, അതെങ്ങിനെയാണ് ചെയ്തിരിക്കുക?" ഒന്നാമൻ ചോദിച്ചു.

"വിഷം" എന്ന് മാത്രം പറഞ്ഞ് ഹോംസ് നടന്നുതുടങ്ങി. "മറ്റൊരു കാര്യം ലെസ്ട്രേഡ്" വാതിൽക്കലെത്തി തിരിഞ്ഞുനിന്ന് അദ്ദേഹം കൂട്ടിച്ചേർത്തു. RACHE എന്നത് പ്രതികാരം എന്നർഥമുള്ള ജർമൻ പദമാണ്. അതുകൊണ്ട് മിസ് റേച്ചലിനെ അന്വേഷിച്ച് വെറുതെ നിങ്ങളുടെ സമയം പാഴാക്കണ്ട." അറ്റ കൈയായി ഇത്രയും പറഞ്ഞ് ഹോംസ് നടന്നുനീങ്ങി. രണ്ട് ശത്രുക്കൾ കാര്യമൊന്നും മനസ്സിലാകാതെ വാപൊളിച്ചുനിന്നു.

ജോൺ റാൻഡ് പറഞ്ഞത്

ലാറിസ്റ്റൺ ഗാർഡൻസിലെ വീട്ടിൽനിന്ന് ഞങ്ങൾ ഇറങ്ങുമ്പോൾ സമയം ഒരു മണി ആയിരുന്നു. ഹോംസ് എന്നെയും കൂട്ടി അടുത്ത കമ്പിയാപ്പീസിലേക്കാണ് പോയത്. അവിടെ അദ്ദേഹം നീണ്ട ഒരു കമ്പി സന്ദേശമയച്ചു. പിന്നീട് ഒരു വണ്ടി വിളിച്ച് നേരത്തെ ലെസ്ട്രേഡ് തന്ന വിലാസത്തിലേക്ക് പോകാൻ വണ്ടിക്കാരനോട് പറഞ്ഞു.

"നേരിട്ട് മനസ്സിലാക്കുന്ന തെളിവിനോളം വരില്ല മറ്റൊന്നും." അദ്ദേഹം സൂചിപ്പിച്ചു. "സത്യം പറഞ്ഞാൽ ഈ കേസിന്റെ കാര്യം ഞാൻ മനസ്സിൽ തീരുമാനിച്ചുകഴിഞ്ഞു. എങ്കിലും ഇനിയും അറിയാനുള്ളതെല്ലാം മനസ്സിലാക്കാമല്ലോ."

"താങ്കൾ എന്നെ അത്ഭുതപ്പെടുത്തുന്നു, ഹോംസ്" ഞാൻ പറഞ്ഞു. "എന്തായാലും താങ്കൾ നേരത്തെ നല്കിയ വിശദീകരണത്തിൽ താങ്കൾക്കുതന്നെ ഉറപ്പുണ്ടെന്ന് എനിക്ക് തോന്നുന്നില്ല."

"ഇതിലൊന്നും സംശയത്തിന് ഒട്ടും സ്ഥാനമില്ല." ഹോംസ് മറുപടി പറഞ്ഞു. "മതിലിനടുത്തുവരെ ഒരു വണ്ടിച്ചക്രത്തിന്റെ പാടുകൾ പതിഞ്ഞുകിടപ്പുള്ളതാണ്. അവിടെയെത്തിയപ്പോൾ ഞാൻ ആദ്യം

തന്നെ ശ്രദ്ധിച്ചത്. കഴിഞ്ഞ രാത്രിവരെ, ഒരാഴ്ചയായി ഒട്ടും മഴയു ണ്ടായിരുന്നില്ല. ആ നിലക്ക്, അത്രയും ആഴത്തിലുള്ള പാടുകൾ പതി പ്പിച്ച വണ്ടി ഇന്നലെ രാത്രിതന്നെയായിരിക്കും അവിടെവന്നത്. കുതി രയുടെ കുളമ്പടയാളങ്ങളും അവിടെയുണ്ടായിരുന്നു. അതിൽ ഒന്ന് മാത്രം വളരെ വ്യക്തമായി പതിഞ്ഞിട്ടുണ്ട്. അതായത് ആ കാലിലെ ലാടം പുതിയതാണെന്നർഥം. മഴ തുടങ്ങിയതിന് ശേഷമാണ് ആ വണ്ടി വന്നതെന്നും രാവിലെ അവിടെയില്ലായിരുന്നു എന്നും - ഇക്കാര്യം ഞാൻ ഗ്രെഗ്സണിൽ നിന്ന് ഉറപ്പുവരുത്തിയിരുന്നു - മനസ്സിലായ സ്ഥിതിക്ക് രാത്രി ആ വണ്ടി അവിടെ ഉണ്ടായിരുന്നിരിക്കണം, ആ രണ്ടു പേരും അതിലായിരിക്കാം ആ വീട്ടിലേക്ക് വന്നതും.

"അത് വളരെ ലളിതമാണ്." ഞാൻ പറഞ്ഞു. "പക്ഷെ, മറ്റേ ആളുടെ ഉയരത്തിന്റെ കാര്യമോ?"

"അറിയില്ലേ? ഒരാളുടെ കാൽവെപ്പിന്റെ അകലത്തിൽനിന്നും അയാ ളുടെ ഉയരം മനസ്സിലാക്കാവുന്നതേയുള്ളൂ. അത് തൊണ്ണൂറ് ശതമാനം കേസിലും ശരിയായിരിക്കും. അത് വളരെ ലളിതമായ ഒരു കണക്കാ ണ്. പക്ഷെ, കണക്കുകൊണ്ട് താങ്കളെ ഞാൻ മുഷിപ്പിക്കുന്നില്ല. ഈ കക്ഷിയുടെ കാൽവെപ്പ് പുറത്തെ മണ്ണിലും അകത്തെ പൊടിയിലു മൊക്കെ പതിഞ്ഞിട്ടുണ്ട്. എന്റെ കണക്കുകൂട്ടൽ ശരിയണോ എന്ന് പരിശോധിക്കാനും ഒരു മാർഗമുണ്ടായി. ഒരാൾ ചുമരിൽ വല്ലതും എഴു തുമ്പോൾ അത് സ്വന്തം കണ്ണുകളുടെ സമനിരപ്പിലായിരിക്കാനാണ് വാസന അയാളെ പ്രേരിപ്പിക്കുക. ആ എഴുത്ത് തറയിൽനിന്നും ആറ ടിയിലേറെ ഉയരത്തിലായിരുന്നു. വെറും കുട്ടിക്കളി."

"അയാളുടെ പ്രായമോ?" ഞാൻ തിരക്കി.

"നാലരയടി അകലത്തിൽ കാൽ വെച്ചു നടക്കാൻ ഒരാൾക്ക് അനാ യാസമായി കഴിയുമെങ്കിൽ, അയാൾ വളരെയൊന്നും വയസ്സനാകാൻ സാധ്യതയില്ല. തോട്ടത്തിലെ നടപ്പാതയിൽ പതിഞ്ഞ കാലടയാളം അത്തരത്തിലായിരുന്നു. രണ്ടുതരം ഷൂസിന്റെ അടയാളങ്ങളും മണ്ണിൽ പതിഞ്ഞുകാണാം. ഇതിലൊന്നും കാര്യമായ നിഗൂഢതയൊന്നുമില്ല. ഞാൻ ആ ലേഖനത്തിൽ പറഞ്ഞ നിരീക്ഷണത്തിന്റെയും നിഗമന ത്തിന്റെയും ചില ഉപലബ്ധികൾ സാധാരണജീവിതത്തിലേക്ക് പ്രയോ ഗിക്കുക മാത്രമാണ് ചെയ്യുന്നത്. താങ്കളെ കുഴയ്ക്കുന്ന വേറെ വല്ല കാര്യവുമുണ്ടോ?"

"ആ നഖങ്ങളുടെയും ട്രിച്ചിനോപൊളിചുരുട്ടിന്റെയും കാര്യം." ഞാൻ നിർദേശിച്ചു.

"ഒരു മനുഷ്യൻ ചൂണ്ടുവിരൽ ചോരയിൽ മുക്കി എഴുതിയതാണ് നാം ചുമരിൽ കണ്ടത്. അവിടെ തേപ്പ് കുറേശ്ശെയിളകിയത് ഞാൻ ഭൂതക്കണ്ണാടിയിലൂടെ കണ്ടു. നഖങ്ങൾ വെട്ടിയിരുന്നുവെങ്കിൽ അതുണ്ടാകില്ല. നിലത്ത് ചിതറിക്കിടന്ന അല്പം ചാരം ഞാൻ ശേഖരിച്ചു. അത് ഇരുണ്ടതും പാളികളായതുമായിരുന്നു. ട്രിച്ചിനോപൊളിയിൽനിന്നു മാത്രമേ അത്തരം ചാരം ഉണ്ടാവുകയുള്ളൂ. ചുരുട്ടിന്റെ ചാരത്തെക്കുറിച്ച് ഞാൻ ഒരു പഠനം തന്നെ നടത്തിയിട്ടുണ്ട്. സത്യത്തിൽ അതേക്കുറിച്ച് ഞാൻ ഒരു പ്രബന്ധം തന്നെ തയ്യാറാക്കിയിട്ടുണ്ട്. അറിയപ്പെടുന്ന ഏത് ബ്രാന്റ് ചുരുട്ടിന്റെയും പുകയിലയുടെ ചാരം ഒറ്റനോട്ടത്തിൽത്തന്നെ തിരിച്ചറിയാൻ എനിക്ക് പറ്റുമെന്ന് ഞാൻ പൊങ്ങച്ചം പറയും. അത്തരം കാര്യങ്ങളിലാണ് ഒരു വിദഗ്ധ കുറ്റാന്വേഷകൻ നമ്മുടെ ഗ്രേഗ്സൺ ലെസ്ട്രേഡ് കക്ഷികളിൽനിന്നും വ്യത്യസ്തനാകുന്നത്.

"പിന്നെ ആ തുടുത്ത മുഖമോ?" ഞാൻ ചോദിച്ചു.

"ആ അതൊരു വെടി പൊട്ടിച്ചതായിരുന്നു. എങ്കിലും അത് ശരിയാണെന്നതിൽ എനിക്കു സംശയമുണ്ടായിരുന്നില്ല. കാര്യങ്ങളുടെ ഇപ്പോഴത്തെ കിടപ്പനുസരിച്ച് താങ്കൾ അതെന്നോട് ചോദിക്കരുത്." ഞാൻ കൈകൊണ്ട് നെറ്റി തടവി. "എന്റെ തല പെരുക്കുകയാണ്." ഞാൻ പറഞ്ഞു. "ചിന്തിക്കുന്തോറും അതിന്റെ നിഗൂഢത കൂടിവരികയാണ്. ഈ രണ്ടുപേർ ആളില്ലാത്ത ഈ വീട്ടിൽ എത്തിയതെങ്ങനെ? അവരെ ഇറക്കിയ വണ്ടിക്കാരന് എന്തുസംഭവിച്ചു? ഒരു മനുഷ്യന് എങ്ങിനെയാണ് മറ്റൊരാളെ നിർബന്ധിച്ച് വിഷം കഴിപ്പിക്കുവാൻ സാധിക്കുക? ചോരയൊക്കെ എവിടുന്നാണ് വന്നത്? കവർച്ചയല്ലെന്ന് തെളിഞ്ഞ സ്ഥിതിക്ക് കൊലയാളിയുടെ ഉദ്ദേശ്യമെന്തായിരുന്നു? ഒരു സ്ത്രീയുടെ മോതിരം അവിടെ എങ്ങിനെ വന്നു? അതിനെല്ലാമുപരി, ആ രണ്ടാമൻ പോകുന്നതിന് മുമ്പ് ആ ജർമൻ വാക്ക് ചുമരിലെഴുതിയതെന്തിന്? ഈ കാര്യങ്ങൾക്കൊക്കെ ഒരു ഉത്തരവും തോന്നുന്നില്ലെന്ന് ഞാൻ സമ്മതിച്ചേ പറ്റൂ."

എന്റെ സുഹൃത്ത് അനുകൂലഭാവത്തിൽ ചിരിച്ചു.

"താങ്കൾ ഈ പ്രശ്നത്തിലുള്ള പ്രയാസങ്ങളൊക്കെ നന്നായി സംക്ഷേപിച്ചു. അദ്ദേഹം പറഞ്ഞു. പ്രധാനവസ്തുതകളുടെ കാര്യത്തിൽ ഞാൻ ഒരു തീരുമാനത്തിലെത്തിയെങ്കിലും ഇപ്പോഴും വ്യക്തമല്ലാത്ത പലതുമുണ്ട്. പാവം ലെസ്ട്രേഡിന്റെ കണ്ടുപിടുത്തം പോലീസിനെ വഴിതെറ്റിക്കാനുള്ള ഒരു മറ മാത്രമായിരുന്നു. അത് ഒരു

ജർമൻകാരൻ ചെയ്തതല്ല. അതിലെ 'എ' എന്ന അക്ഷരം ഏതാണ്ടൊക്കെ ജർമൻ ശൈലിയിലാണുള്ളത്. പക്ഷെ, ശരിയായ ഒരു ജർമൻകാരൻ തീർച്ചയായും ലാറ്റിൻ അക്ഷരങ്ങളാണ് ഉപയോഗിക്കുക. അതുകൊണ്ട് ഇത് ഒരു ജർമൻകാരൻ എഴുതിയതല്ലെന്ന് നമുക്ക് തീർച്ചയാക്കാം. അത് ചെയ്തത് ശ്രദ്ധയില്ലാത്ത ഒരു അനുകർത്താവാണ്. അയാളത് കുറച്ച് കടുപ്പിച്ചുകളഞ്ഞു. അന്വേഷണം വഴിതെറ്റിക്കാനുള്ള ഒരു സൂത്രം മാത്രമായിരുന്നു അത്. ഈ കേസിനെക്കുറിച്ച് ഇതിൽ കൂടുതലൊന്നും താങ്കളോട് ഞാൻ പറയില്ല, ഡോക്ടർ. തന്റെ സൂത്രമെന്താണെന്ന് പറഞ്ഞുകഴിഞ്ഞാൽ ഒരു മാന്ത്രികനെ ആരാണ് മാനിക്കുക? എന്റെ പ്രവർത്തനരീതിയെക്കുറിച്ച് കൂടുതൽ ഞാൻ വെളിപ്പെടുത്തിയാൽ ഞാനും കേവലം ഒരു സാധാരണക്കാരൻ മാത്രമാണെന്ന് താങ്കൾ ധരിക്കും."

"ഞാനൊരിക്കലും അങ്ങനെ ധരിക്കില്ല." ഞാൻ പറഞ്ഞു. "താങ്കൾ കുറ്റാന്വേഷണവിദ്യയെ കുറ്റമറ്റ ഒരു ശാസ്ത്രംതന്നെയാക്കിയിരിക്കുന്നു."

എന്റെ വാക്കുകൾ കേൾക്കുകയും അത് ഞാൻ നിറഞ്ഞ ആത്മാർഥതയോടെയാണ് പറഞ്ഞതെന്ന് ശ്രദ്ധിക്കുകയും ചെയ്തപ്പോൾ എന്റെ സുഹൃത്ത് സന്തോഷംകൊണ്ട് തുടുത്തു. തന്റെ സൗന്ദര്യത്തെക്കുറിച്ചുള്ള പ്രശംസ ഇഷ്ടപ്പെടുന്ന ഒരു പെൺകുട്ടിയെപ്പോലെ, സ്വന്തം കഴിവിനെക്കുറിച്ചുള്ള പ്രശംസ അദ്ദേഹത്തിനു വളരെ ഇഷ്ടമായിരുന്നുവെന്ന് ഞാൻ ഇതിനകംതന്നെ മനസ്സിലാക്കിയിരുന്നു.

"ഞാൻ താങ്കളോട് മറ്റൊരു കാര്യം പറയാം." ഹോംസ് പറഞ്ഞു. നാം രണ്ടുതരം ഷൂസടയാളങ്ങൾ കണ്ടല്ലോ. അവർ രണ്ടുപേരും നടപ്പാതയിലൂടെ വളരെ ചങ്ങാത്തത്തിലാണ് നടന്നത്. മിക്കവാറും കൈകൾ കോർത്തുപിടിച്ചുകൊണ്ട്. അകത്തു കടന്നപ്പോൾ അവർ മുറിയിലാകെ ചുറ്റിനടന്നു; അല്ലെങ്കിൽ ആ ലെതർ ഷൂസിട്ടയാൾ ഒരിടത്തുനിന്നും; മറ്റേയാൾ ചുറ്റിനടന്നു. പൊടിയിൽ പതിഞ്ഞ അടയാളങ്ങൾ വെച്ച് എനിക്കതൊക്കെ മനസ്സിലായി. അതുമല്ല നടന്നുകൊണ്ടിരിക്കെ അയാൾ കൂടുതൽ കൂടുതൽ ക്ഷോഭിച്ചുവെന്നും മനസ്സിലായി. അയാളുടെ കാൽവെപ്പിന്റെ അകലം അതാണ് സൂചിപ്പിക്കുന്നത്. ആ നേരമൊക്കെ അയാൾ സംസാരിക്കുകയായിരുന്നു; മാത്രവുമല്ല അയാൾ കൂടുതൽ കോപിഷ്ടനാവുകയായിരുന്നു. അപ്പോഴാണ് ആ അനിഷ്ട സംഭവം നടന്നത്. എനിക്കറിയാവുന്നതെല്ലാം ഞാൻ പറഞ്ഞുകഴിഞ്ഞു. ഇനിയുള്ളതെല്ലാം കേവലം അനുമാനങ്ങൾ മാത്രമാണ്. ഏതായാലും

നമുക്ക് ജോലി തുടങ്ങാനുള്ള അടിത്തറയായിക്കഴിഞ്ഞു. നാം ഇനിയും അമാന്തിക്കരുത്. വൈകിട്ട് എനിക്ക് നോർമൻ നെരൂദയുടെ കച്ചേരിക്ക് പോകാനുള്ളതാണ്."

ഞങ്ങളുടെ വണ്ടി ഒരുപാട് ഇടുങ്ങിയ തെരുവുകളിലൂടെ നീങ്ങുന്നതിനിടയിലാണ് ഈ സംഭാഷണമൊക്കെ നടന്നത്. ഏറ്റവും ഇടുങ്ങിയതും വൃത്തികെട്ടതുമായ ഒരു തെരുവിൽ വണ്ടിക്കാരൻ നിർത്തി. നിറംമങ്ങിയ ഇഷ്ടികയ്ക്കിടയിലെ ഒരു വിടവ് ചൂണ്ടി അയാൾ പറഞ്ഞു. "അതാണ് ആഡ്ലി കോർട്ട്. ഞാൻ ഇവിടെ കാത്തുനില്ക്കാം."

ആഡ്ലി കോർട്ട് ഒട്ടും നന്നല്ലായിരുന്നു. ഇടുങ്ങിയ വഴി പിന്നിട്ട് ഞങ്ങളെത്തിയത് ചതുരക്കല്ല് പാകിയ ഒരു അങ്കണത്തിലായിരുന്നു. വശങ്ങളിൽ വൃത്തിഹീനമായ പാർപ്പിടങ്ങൾ. അഴുക്കുപിടിച്ച കുട്ടികളെയും നിറംമങ്ങിയ തുണികൾ തൂങ്ങുന്ന അയയും പിന്നിട്ട് ഞങ്ങൾ 46-ാം നമ്പറിലെത്തി. അതിന്റെ വാതിലിൽ 'റാൻഡ്' എന്ന പേരു കൊത്തിയ ഒരു പിച്ചളത്തകിട് പതിച്ചിരുന്നു. അന്വേഷിച്ചപ്പോൾ, പോലീസുകാരൻ ഉറക്കമാണെന്നറിഞ്ഞു. അയാൾ ഉണരുന്നതും കാത്ത് ഞങ്ങൾ മുൻവശത്തെ കൊച്ചുമുറിയിലിരുന്നു.

ഉറക്കത്തിൽനിന്നുണർത്തിയ കെറുവോടെ അയാൾ വേഗംതന്നെ പ്രത്യക്ഷപ്പെട്ടു. "ഞാൻ കാര്യങ്ങളെല്ലാം ഓഫീസിൽ റിപ്പോർട്ട് ചെയ്തല്ലോ." അയാൾ പറഞ്ഞു.

"ഹോംസ് കീശയിൽനിന്നും അരപ്പവന്റെ ഒരു നാണയമെടുത്ത് ചിന്താമഗ്നനായെന്നപോലെ അത് ഉരുട്ടിക്കളിച്ചു. "അതെല്ലാം താങ്കളിൽനിന്ന് നേരിട്ടു കേൾക്കുന്നതായിരിക്കും നല്ലതെന്ന് ഞങ്ങൾ കരുതി." അദ്ദേഹം പറഞ്ഞു.

"ആവുന്നതെല്ലാം പറയാൻ എനിക്ക് സന്തോഷമേയുള്ളൂ." സ്വർണ നാണയത്തിൽ മിഴികളൂന്നി പോലീസുകാരൻ പറഞ്ഞു.

"നടന്ന കാര്യങ്ങളെല്ലാം നടന്നതുപോലെ താങ്കളുടെ രീതിയിൽ പറഞ്ഞോളൂ."

തന്റെ വിവരണത്തിൽ ഒന്നും വിട്ടുപോകരുതെന്ന ചിന്തയോടെ നെറ്റിചുളിച്ച് എല്ലാം ആലോചിച്ചെടുത്തുകൊണ്ട് റാൻഡ് പറഞ്ഞു തുടങ്ങി.

"ഞാനത് ആദ്യം മുതലേ പറയാം." അയാൾ പറഞ്ഞു. "എന്റെ ജോലി രാത്രി പത്തുമുതൽ രാവിലെ ആറുവരെയാണ്. പതിനൊന്ന് മണിക്ക് 'വൈറ്റ് ഹാർട്ടിൽ' ഒരു തല്ലുണ്ടായിരുന്നു; അതൊഴിച്ചാൽ എന്റെ റോന്തിൽ എല്ലാം ശാന്തമായിരുന്നു. ഒരു മണിയോടെ മഴപെ

യ്യാൻ തുടങ്ങി. അപ്പോഴാണ് ഞാൻ ഹോളന്റ് ഗ്രോവിൽ റോന്തുള്ള ഹാരിമർഷറെ കണ്ടത്. ഞങ്ങൾ ഹെൻറീറ്റ തെരുവിന്റെ തലയ്ക്കൽനിന്ന് ഇത്തിരി കൊച്ചുവർത്തമാനം പറഞ്ഞു. ഒട്ടുകഴിഞ്ഞ് - രണ്ടുമണി കഴിഞ്ഞിരിക്കും - ബ്രിസ്റ്റൺ തെരുവിൽ പ്രശ്നമൊന്നുമില്ലെന്ന് ഉറപ്പുവരുത്താമെന്ന് എനിക്കു തോന്നി. ആ തെരുവാകെ വൃത്തികെട്ട് ശൂന്യമായിരുന്നു. ഒന്നോ രണ്ടോ വണ്ടികൾ എന്നെ കടന്നുപോയതല്ലാതെ ഒരു മനുഷ്യപ്രാണിയെയും ഞാൻ കണ്ടില്ല. ഇത്തിരി ജിൻ ഈ സമയത്ത് എത്ര നല്ലതായിരിക്കുമെന്ന് സ്വയം പറഞ്ഞ് ഞാൻ ഇങ്ങനെ നടക്കുകയായിരുന്നു. അപ്പോഴാണ് ആ വീട്ടിന്റെ ജനലിൽനിന്നുള്ള ഒരു വെളിച്ചത്തിന്റെ കീറ് എന്റെ കണ്ണിൽപെട്ടത്. ലാറിസ്റ്റൺ ഗാർഡനിലുള്ള ആ രണ്ടുവീടുകളുടെ ഉടമ ഓവുചാലുകൾ വൃത്തിയാക്കാത്തതുകൊണ്ട് ആ രണ്ടുവീടുകളും ഒഴിഞ്ഞുകിടപ്പാണെന്ന് എനിക്കറിയാമായിരുന്നു. അതിലൊന്നിൽ താമസിച്ചിരുന്ന ഏറ്റവും ഒടുവിലത്തെയാൾ ടൈഫോയിഡ് വന്നു മരിച്ചിട്ടും അയാൾ അത് ചെയ്തില്ലെന്നതാണ് സത്യം. അതുകൊണ്ടുതന്നെ അതിൽ വെളിച്ചം കണ്ടപ്പോൾ ഞാനാകെ അമ്പരന്നുപോയി. അവിടെ എന്തോ പന്തികേടുണ്ടെന്ന് എനിക്ക തോന്നി. ഞാൻ വാതില്ക്കലെത്തിയപ്പോൾ–"

"താങ്കൾ അവിടെനിന്നു, എന്നിട്ട് ഗെയിറ്റിനടുത്തേക്ക് തിരിഞ്ഞുനടന്നു." എന്റെ സുഹൃത്ത് ഇടയിൽ കയറി. "എന്തിനാണ് അങ്ങനെ ചെയ്തത്?"

റാൻഡ് അതുകേട്ട് ഞെട്ടിപ്പോയി. അയാൾ അടക്കാനാവാത്ത വിസ്മയത്തോടെ ഹോംസിനെ നോക്കി.

"അത് ശരിയാണ് സർ" അയാൾ പറഞ്ഞു. "പക്ഷെ, താങ്കൾ അത് എങ്ങനെ മനസ്സിലാക്കിയെന്ന കാര്യം ദൈവത്തിനു മാത്രമേ അറിയൂ. നോക്കൂ, ഞാൻ വാതില്ക്കലെത്തിയപ്പോൾ ആ വീട് ആകെ നിശ്ചലവും മൂകവുമായിരുന്നു. അപ്പോഴാണ് കൂടെ ആരെങ്കിലും ഉണ്ടാകുന്നതാണ് നല്ലതെന്ന് ഞാൻ ചിന്തിച്ചത്. എനിക്ക് ജീവിച്ചിരിക്കുന്ന ഒന്നിനെയും പേടിയുണ്ടായിട്ടല്ല; ടൈഫോയിഡ് പിടിച്ചുമരിച്ച മനുഷ്യൻ ഓവുചാൽ പരിശോധിക്കുകയായിരിക്കുമെന്നാണ് ഞാൻ കരുതിയത്. ആ ചിന്ത വന്നപ്പോൾ എനിക്കാകെ ഉള്ളുത്തുകയറി. അതുകൊണ്ട് ഞാൻ ഗെയിറ്റിനടുത്തേക്ക് നടന്നു, മർഷറുടെ വിളക്കിന്റെ വെട്ടം കാണുമോ എന്ന് നോക്കലായിരുന്നു ഉദ്ദേശ്യം. പക്ഷെ, അവിടെ അയാളുടേതാകട്ടെ, മറ്റാരുടേതെങ്കിലുമാകട്ടെ, പൊടിപോലുമുണ്ടായിരുന്നില്ല."

"തെരുവിലും ആരുമുണ്ടായിരുന്നില്ലേ?"

ഒരു മനുഷ്യജീവിയുമില്ല സർ, ഒരു പട്ടിപോലുമില്ല. പിന്നെ ഞാൻ ധൈര്യം സംഭരിച്ച് തിരിച്ചുപോയി വാതിൽ തള്ളിത്തുറന്നു. അകത്ത് എല്ലാം ശാന്തമായിരുന്നു. അതുകൊണ്ട് ഞാൻ ആ വെളിച്ചം കണ്ട മുറിയിലേക്ക് ചെന്നു. അവിടെ പാതാമ്പുറത്ത് ഒരു മെഴുകുതിരി മുനിഞ്ഞു കത്തുന്നുണ്ടായിരുന്നു. ഒരു ചുകന്ന മെഴുകുതിരി. അതിന്റെ വെളിച്ചത്തിൽ ഞാൻ കണ്ടത്..."

താങ്കൾ കണ്ടതെന്താണെന്ന് എനിക്കറിയാം. താങ്കൾ പലതവണ മുറിയിൽ ചുറ്റിനടന്നു. പിന്നെ മൃതദേഹത്തിനരികിൽ മുട്ടുകുത്തി, പിന്നീട് അടുക്കളവാതിൽക്കലേക്ക് നടന്നു; പിന്നെ..."

ജോൺ റാൻഡ് ചകിതമായ ഭാവത്തോടെ ചാടിയെഴുന്നേറ്റു. അയാളുടെ കണ്ണുകളിൽ സംശയം നിഴലിച്ചിരുന്നു.

"ഇതൊക്കെ കാണാൻ നിങ്ങൾ എവിടെ ഒളിച്ചിരിക്കുകയായിരുന്നു?" അയാൾ അലറി. "താങ്കൾക്ക് ആവശ്യത്തിലധികം അറിയാമെന്ന് എനിക്ക് തോന്നുന്നു."

ഹോംസ് ചിരിച്ചുകൊണ്ട് തന്റെ ഒരു കാർഡ് ആ കോൺസ്റ്റബിളിന് നേർക്കെറിഞ്ഞു. "ഇനി കൊലപാതകത്തിന് എന്നെ അറസ്റ്റ് ചെയ്തേക്കണ്ട." അദ്ദേഹം പറഞ്ഞു. "ഞാനും വേട്ടക്കാരിലൊരാണ്; അല്ലാതെ ചെന്നായയല്ല. ഗ്രെഗ്സണും ലെസ്ട്രേഡും അത് സമ്മതിക്കും. ഇനി തുടർന്നോളൂ. പിന്നെ താൻ എന്താണ് ചെയ്തത്?"

"ഞാൻ വീണ്ടും ഗെയിറ്റിനടുത്തേക്ക് ചെന്ന് എന്റെ വിസിലൂതി. അതുകേട്ട് മർഷറും മറ്റുരണ്ടുപേരും സ്ഥലത്തെത്തി."

"അപ്പോൾ തെരുവ് ശൂന്യമായിരുന്നോ?"

"സാധാരണ മനുഷ്യരെക്കുറിച്ചാണെങ്കിൽ, ആയിരുന്നു."

"താങ്കൾ എന്താണ് അർഥമാക്കുന്നത്?"

ആ പോലീസുകാരന്റെ മുഖത്ത് ഒരു ചെറുചിരി വിടർന്നു.

"ഞാൻ എന്റെ സർവീസിനിടയിൽ ഒരുപാട് കുടിയന്മാരെ കണ്ടിട്ടുണ്ട്." അയാൾ പറഞ്ഞു. "എന്നാൽ അതുപോലെ വെള്ളത്തിൽ മുങ്ങിയ ഒരു സാധനത്തെ കണ്ടിട്ടേയില്ല. ഞാൻ ചെല്ലുമ്പോൾ അയാൾ മതിലിനുചാരി ഗെയിറ്റിനടുത്തുനിന്ന് ഏതോ ഒരു പാട്ട് ഉറക്കെ പാടുകയായിരുന്നു. അവന് നേരെ നില്ക്കാൻപോലും പാടായിരുന്നു. പിന്നെ എങ്ങനെ സഹായിക്കാൻ?"

"ആൾ എങ്ങിനെയായിരുന്നു?" ഷെർലക് ഹോംസ് ചോദിച്ചു.

ജോൺ റാൻഡിന് ആ ചോദ്യം ഇഷ്ടപ്പെട്ടില്ലെന്ന് വ്യക്തമായിരു

ന്നു. "അയാൾ ഒരു തനി കുടിയനെപ്പോലെയായിരുന്നു." അയാൾ പറഞ്ഞു. "ഞങ്ങൾ അത്രമാത്രം ജോലിത്തിരക്കിലല്ലായിരുന്നെങ്കിൽ അവനെ പിടിച്ച് അകത്തിട്ടേനേ."

"അതല്ല; അയാളുടെ രൂപം - അയാളുടെ വേഷം - അതൊന്നും താങ്കൾ ശ്രദ്ധിച്ചില്ലേ?" ഹോംസ് ഇടയിൽക്കയറി പറഞ്ഞു.

"അതൊക്കെ ഞാൻ ശ്രദ്ധിച്ചുവെന്ന് വേണം കരുതാൻ. അയാളെ നേരെനിൽക്കാൻ സഹായിച്ചത് ഞാനായിരുന്നു; പിന്നെ മർഷറും. നല്ല നീളമുണ്ടായിരുന്നു, പിന്നെ തുടുത്ത മുഖവും, കൂർത്ത കീഴ്ത്താടിയും."

''മതി, മതി." ഹോംസ് ഉറക്കെ പറഞ്ഞു. "അയാൾ എങ്ങോട്ട് പോയി?"

"ഞങ്ങൾക്ക് പിടിപ്പത് ജോലിയുണ്ടായിരുന്നല്ലോ. അല്ലാതെ അവനെ നോക്കലാണോ പണി?" പോലീസുകാരൻ അഹിതം ഭാവിച്ചു. "അവൻ വല്ലവിധേനയും വീടു പിടിച്ചിരിക്കും."

"അയാളുടെ വേഷം എന്തായിരുന്നു?"

"തവിട്ട് നിറമുള്ള ഓവർക്കോട്ട്."

"കൈയിൽ ചമ്മട്ടിയുണ്ടായിരുന്നോ?"

''ചമ്മട്ടിയോ? ഇല്ല."

"അയാൾ അത് കൈയിലെടുത്തിരിക്കില്ല." ഹോംസ് പിറുപിറുത്തു.

"താങ്കൾ അപ്പോൾ ഒരു വണ്ടി കാണുകയോ കേൾക്കുകയോ ഉണ്ടായോ?"

''ഇല്ല."

"തനിക്ക് ആ അരപ്പവൻ കിട്ടും." എഴുന്നേറ്റ് തൊപ്പി കൈയിലെടുത്തുകൊണ്ട് എന്റെ സുഹൃത്ത് പറഞ്ഞു. തനിക്ക് ഒരിക്കലും ഉദ്യോഗക്കയറ്റം കിട്ടില്ലെന്ന് എനിക്കു തോന്നുന്നു, റാൻഡ്. താൻ ആ തല വെറുതെ ഭംഗിക്ക് കൊണ്ടുനടക്കുന്നതിനുപകരം അത് വല്ലപ്പോഴും ഉപയോഗിക്കുകയും വേണം. നോക്കൂ; ഇന്നലെ ഒറ്റരാത്രികൊണ്ട് തനിക്ക് സാർജന്റാകാൻ കഴിയുമായിരുന്നു. തന്റെ കൈയിൽ വന്നുപെട്ട ആ മനുഷ്യൻ തന്നെയാണ് ഈ നിഗൂഢതയിലെ ഒരു വ്യക്തമായ കണ്ണിയും നമ്മൾ അന്വേഷിക്കുന്നവനും. അതേക്കുറിച്ച് ഇനി തർക്കിച്ചിട്ട് കാര്യമില്ല. അത് അപ്രകാരമാണെന്ന് ഞാൻ പറയുന്നു. വരൂ ഡോക്ടർ, നമുക്ക് പോകാം."

ഞങ്ങൾ വണ്ടിയുടെ അടുത്തേക്ക് നടന്നു. ആ പോലീസുകാരൻ അത്ഭുതംകൊണ്ട് വാപൊളിച്ച്, അസ്വസ്ഥനായി അവിടെത്തന്നെ

നില്പായിരുന്നു.

"കാശിന് കൊള്ളാത്ത മരക്കഴുത.' തിരികെ താമസസ്ഥലത്തേക്ക് മടങ്ങുമ്പോൾ ഹോംസ് അവജ്ഞയോടെ പറഞ്ഞു. "അത്രയും വലിയ ഒരു ഭാഗ്യം കൈവന്നിട്ടും അത് പ്രയോജനപ്പെടുത്താൻ ആ കഴുവേറിക്ക് കഴിഞ്ഞില്ലല്ലോ."

"എനിക്കിപ്പോഴും ഒന്നും മനസ്സിലാകുന്നില്ല. ഇപ്പറഞ്ഞയാളുടെ രൂപം ഈ നിഗൂഢതയിലെ താങ്കൾ മുൻപ് പറഞ്ഞ രണ്ടാമന്റെ രൂപവുമായി പൊരുത്തപ്പെടുന്നുണ്ടെന്ന് വ്യക്തം. എന്നാൽ, കുറ്റകൃത്യം ചെയ്തതിനുശേഷം അയാൾ എന്തിന് ആ സ്ഥലത്തേക്ക് മടങ്ങിവരണം? ഒരു കുറ്റവാളിയും അങ്ങിനെ ചെയ്യാറില്ലല്ലോ."

"സുഹൃത്തേ, മോതിരമാണ്, ആ മോതിരമാണ് കാര്യം. അതിനുവേണ്ടിയാണ് അയാൾ തിരിച്ചുവന്നത്. അവനെ പിടിക്കാൻ മറ്റൊരു വഴിയുമില്ലെങ്കിൽ ആ മോതിരമുപയോഗിച്ച് നമുക്ക് അവനെ കുടുക്കാം. അവനെ ഞാൻ പിടിക്കും ഡോക്ടർ. അവനെ പിടികൂടുമെന്ന് ഞാൻ പന്തയം വെക്കാം. താങ്കൾ പറഞ്ഞില്ലെങ്കിൽ ഞാൻ അങ്ങോട്ടു പോകുകതന്നെയില്ലായിരുന്നു. എങ്കിൽ, ജീവിതത്തിലെ ഏറ്റവും നല്ല ഒരു കേസ് പഠിക്കാൻ എനിക്ക് പറ്റാതിരുന്നേനെ. രക്തവർണത്തെക്കുറിച്ചുള്ള പഠനം. എന്താ? നമുക്ക് അതേപ്പറ്റി അല്പം കലാപരമായി എന്തുകൊണ്ട് പറഞ്ഞുകൂടാ? വർണരഹിതമായ ജീവിതത്തിന്റെ വിരസതയിലൂടെ നീങ്ങുന്ന ചുവപ്പ് നിറമുള്ള ഒരു തന്തു. അത് കണ്ടെത്തി, അതിന്റെ ഓരോ ഇഞ്ചും വെളിപ്പെടുത്തലാണ് നമ്മുടെ കർത്തവ്യം. ഇനി ഉച്ചഭക്ഷണം, പിന്നെ നോർമൻ നെരൂദയും. അവരുടെ കച്ചേരി അപാരമാണ്. അവർ അതിമനോഹരമായി വായിക്കുന്ന ചോപ്പിന്റെ ആ ഒരു തുണ്ടുണ്ടല്ലോ; എന്താണത്? ട്രാ-ല-ലീ-ലിറാ-ലിറ-ലേ."

വണ്ടിയിൽ ചാഞ്ഞിരുന്നുകൊണ്ട് നമ്മുടെ വേട്ടപ്പട്ടി ഉറക്കെപ്പാടി. അതേസമയം, മനുഷ്യമനസ്സിന്റെ വിവിധ ഭാവങ്ങളെക്കുറിച്ചായിരുന്നു എന്റെ ചിന്ത.

പരസ്യം കണ്ട് എത്തിയ സന്ദർശകൻ

രാവിലത്തെ പരിപാടികൾ എന്റെ ക്ഷീണിച്ച ദേഹത്തെ വല്ലാതെ തളർത്തിയിരുന്നു. ഹോംസ് കച്ചേരിക്കുപോയശേഷം സോഫയിൽ കിടന്ന് ഇത്തിരിനേരം ഉറങ്ങാമെന്ന് ഞാൻ കരുതി. എന്നാൽ അതൊരു പാഴ്ശ്രമമായി. നടന്ന സംഭവങ്ങളെക്കുറിച്ചോർത്ത് എന്റെ മനസ്സ് വല്ലാതെ ക്ഷുബ്ധമായിരുന്നു. അതിവിചിത്രമായ കല്പനകളും അനുമാനങ്ങളും മനസ്സിലേക്ക് തള്ളിക്കയറിവന്നു. കണ്ണടയ്ക്കുമ്പോഴൊക്കെ കൊല്ലപ്പെട്ട മനുഷ്യന്റെ വികൃതമായ വാനരമുഖം മുന്നിലെത്തും. ആ മുഖം എന്റെ മനസ്സിലുണ്ടാക്കിയ മുദ്ര വളരെ ഭീകരമായിരുന്നു. അതിന്റെ ഉടമയെ ഈ ലോകത്തുനിന്ന് പറഞ്ഞയച്ച ആളെക്കുറിച്ച് എനിക്ക് കൃതജ്ഞതപോലും തോന്നി. മനുഷ്യരുടെ രൂപത്തിന് ഏറ്റവും നിഷ്ഠൂരമായ ദുഷ്ടതയെ പ്രകടമാക്കാൻ കഴിയുമെങ്കിൽ അതായിരുന്നു ക്ലീവ്ലാന്റ് കാരനായ ഇനോക്ജെ ഡ്രെബ്ബറുടെ രൂപം. എങ്കിലും നീതിനടപ്പായേ തീരൂ എന്ന് ഞാൻ ചിന്തിച്ചു. ഇരയുടെ ഏതെങ്കിലും പോരായമ നിയമത്തിന്റെ മുമ്പിൽ ഒരു നീതീകരണമല്ല.

ആ മനുഷ്യന് ആരോ വിഷം കൊടുത്തതാണെന്ന എന്റെ സുഹൃത്തിന്റെ സിദ്ധാന്തം ആലോചിക്കുന്തോറും കൂടുതൽ വിചിത്രമായി

തോന്നി. അദ്ദേഹം മൃതദേഹത്തിന്റെ ചുണ്ടുകൾ മണത്തത് ഞാനോർത്തു. അപ്പോഴായിരിക്കും അദ്ദേഹത്തിന് അങ്ങനെ ചിന്തിക്കാനുള്ള പ്രേരണ കിട്ടിയത്. എന്നാൽ, വിഷമല്ലെങ്കിൽ പിന്നെ ആ മനുഷ്യനെ കൊന്നതെന്തായിരിക്കും? ദേഹത്ത് മുറിവുകളില്ല, കഴുത്ത് ഞെരിച്ചതിന്റെ പാടുമില്ല. അതേസമയംതന്നെ, തറയിൽ മുഴുവൻ കണ്ട ചോര ആരുടേതായിരിക്കും? ഒരു പിടിവലി നടന്നതിന്റെ ഒരു ലക്ഷണവുമില്ല, ഇര തന്റെ എതിരാളിയിൽ പ്രയോഗിച്ചിരിക്കാൻ സാധ്യതയുള്ള ഒരുതരം ആയുധവും അവിടെ കണ്ടതുമില്ല. ഈ ചോദ്യങ്ങൾക്ക് ഉത്തരം കണ്ടെത്തുന്നതുവരെ, എനിക്ക് മാത്രമല്ല, ഹോംസിനും സ്വസ്ഥമായി ഉറങ്ങാൻ കഴിയില്ലെന്ന് ഞാൻ കരുതി. ഹോംസ് ഇതിനകം തന്നെ എല്ലാ ചോദ്യങ്ങൾക്കും ഉത്തരം കണ്ടെത്തിയിരിക്കാമെന്ന് അദ്ദേഹത്തിന്റെ ആത്മവിശ്വാസവും നിരാകുലതയും കണ്ടപ്പോൾ എനിക്ക് തോന്നി. എന്നാൽ അതെന്തായിരിക്കും എന്നതിനെക്കുറിച്ച് അനുമാനിക്കാൻപോലും എനിക്ക് കഴിഞ്ഞില്ല.

അദ്ദേഹം എത്തുമ്പോൾ നേരം വല്ലാതെ വൈകിയിരുന്നു. കച്ചേരി ഇത്രയേറെ വൈകാനിടയില്ലെന്ന് ഞാൻ കരുതി. അദ്ദേഹം വരുമ്പോഴേക്കും അത്താഴം മേശപ്പുറത്ത് തയ്യാറായിരുന്നു.

'പരിപാടി ഗംഭീരമായിരുന്നു." ഭക്ഷണത്തിനിരുന്നുകൊണ്ട് ഹോംസ് പറഞ്ഞു. "സംഗീതത്തെക്കുറിച്ച് ഡാർവിൻ പറഞ്ഞത് താങ്കൾക്ക് ഓർമയുണ്ടോ?" മനുഷ്യവംശത്തിൽ ഭാഷണം പിറക്കുന്നതിനും എത്രയോ മുമ്പുതന്നെ, പാടാനും പാട്ട് ആസ്വദിക്കാനുമുള്ള ശേഷി വികസിച്ചിരുന്നു എന്ന്. അതുകൊണ്ടാവാം സംഗീതം നമ്മെ ഇത്രയും മുഗ്ധരാക്കുന്നത്. ലോകം ശൈശവദശയിലായിരുന്ന ആ വിദൂരകാലത്തെക്കുറിച്ചുള്ള അവ്യക്തമായ ഓർമകൾ നമ്മുടെ ആത്മാവിൽ ഉണ്ടാകാം.

"അത് വളരെ വിശാലമായ ഒരു ചിന്തയാണ്." ഞാൻ സൂചിപ്പിച്ചു.

"പ്രകൃതിയെ വ്യാഖ്യാനിക്കണമെങ്കിൽ മനുഷ്യരുടെ ആശയങ്ങൾ പ്രകൃതിയോളം തന്നെ വിശാലമായിരിക്കണം." അദ്ദേഹം മറുപടി പറഞ്ഞു. "എന്തുപറ്റി? താങ്കൾ വല്ലാതെയായിരിക്കുന്നല്ലോ. ബ്രിക്സ്റ്റൺ തെരുവിലെ സംഗതികൾ താങ്കളെ വല്ലാതെ അസ്വസ്ഥനാക്കിയെന്ന് തോന്നുന്നു."

"സത്യത്തിൽ അതുതന്നെയാണ് കാര്യം. അഫ്ഗാനിലെ അനുഭവത്തിന് ശേഷം എനിക്ക് കൂടുതൽ മനസ്സുറപ്പ് കിട്ടേണ്ടതായിരുന്നു. മേയ്‌വാന്റിൽ എന്റെ കൂട്ടുകാർ വെട്ടിനുറുക്കപ്പെടുന്നത് മനസ്ഥൈര്യത്തോടെ നോക്കിനില്ക്കാൻ എനിക്ക് കഴിഞ്ഞിട്ടുണ്ട്."

"അത് എനിക്ക് മനസ്സിലാകും. നമ്മുടെ ഭാവനയെ വല്ലാതെ ഉത്തേജിപ്പിക്കുന്ന ഒരു നിഗൂഢത ഈ സംഭവത്തിലുണ്ട്. ഭാവനയില്ലാത്തി

ടത്ത് ഭീകരതയും ഉണ്ടാകില്ല. താങ്കൾ ഇന്നത്തെ സായാഹ്നപത്രം കണ്ടോ?"

"ഇല്ല."

"അതിൽ കാര്യങ്ങളുടെ ഏതാണ്ട് പൂർണമായ ഒരു വിവരണമുണ്ട്. എന്നാൽ ദേഹം ഉയർത്തുമ്പോൾ ഒരു സ്ത്രീയുടെ വിവാഹമോതിരം താഴെ വീണ കാര്യം മാത്രം അതിലില്ല. ഒരു കണക്കിന് അതും നന്നായി."

"അതെന്താ?"

"ഈ പരസ്യം നോക്കൂ." ഹോംസിന്റെ മറുപടി. "ഇന്നുരാവിലെ സംഭവം നടന്ന ഉടൻ തന്നെ ഞാൻ എല്ലാ പത്രങ്ങൾക്കും ഓരോ കോപ്പി അയച്ചതാണ്."

ഹോംസ് പത്രം എന്റെ നേരെ നീട്ടി. അദ്ദേഹം തൊട്ടുകാണിച്ചതെല്ലാം ഞാൻ ശ്രദ്ധിച്ചു. അവിടെ, 'കണ്ടുകിട്ടി' എന്ന തലക്കെട്ടിന് കീഴെയുള്ള ആദ്യത്തെ അറിയിപ്പ് ഇതായിരുന്നു. 'ഇന്നുരാവിലെ ബ്രിക്സ്റ്റൺ തെരുവിലെ വൈറ്റ്ഹാർട്ട് ബാറിനും ഹോളന്റ് ഗ്രോവിനും ഇടയിലുള്ള പാതയോരത്തുനിന്ന് സ്വർണനിർമിതമായ ഒരു വിവാഹമോതിരം കണ്ടുകിട്ടിയിട്ടുണ്ട്. വൈകുന്നേരം എട്ടിനും ഒൻപതിനുമിടിൽ, ബേക്കർ തെരുവിൽ 221 ബിയിലെ ഡോക്ടർ വാട്സണുമായി ബന്ധപ്പെടുക."

"താങ്കളുടെ പേര് ഉപയോഗിച്ചത് ക്ഷമിക്കണം." അദ്ദേഹം പറഞ്ഞു. "ഞാൻ സ്വന്തം പേര് തന്നെ ഉപയോഗിച്ചിരുന്നെങ്കിൽ, ആ ഭോഷന്മാരിൽ ചിലരെങ്കിലും എന്നെ തിരിച്ചറിയുകയും കാര്യങ്ങളിൽ ഇടപെടുകയും ചെയ്യും."

"അത് സാരമില്ല." ഞാൻ പറഞ്ഞു. "പക്ഷെ, ആരെങ്കിലും അന്വേഷിച്ചുവന്നാൽ ഞാൻ എന്തെടുത്ത് കൊടുക്കും? എന്റെ കൈയിൽ മോതിരമിരിക്കുന്നോ?"

"ഓ, ഉണ്ടല്ലോ." ഒരു മോതിരം നീട്ടി ഹോംസ് പറഞ്ഞു. "ഇത് മതിയാകും. ഇത് നല്ല ഒരനുകരണമാണ്."

"ഈ അറിയിപ്പിനോട് ആര് പ്രതികരിക്കുമെന്നാണ് താങ്കൾ കരുതുന്നത്?"

"എന്താ സംശയം? തവിട്ട് കോട്ടിട്ട ആ മനുഷ്യൻ തന്നെ. തുടുത്ത മുഖവും ചതുരൻ ഷൂസുമുള്ള നമ്മുടെ ചങ്ങാതി. നേരിട്ട് വരുന്നില്ലെങ്കിൽ അയാൾ ഒരു കൂട്ടാളിയെ പറഞ്ഞയക്കുമെന്ന് ഉറപ്പാണ്."

"അത് വളരെ അപകടകരമാണെന്ന് അയാൾ കരുതില്ലേ?"

"തീരെയില്ല. ഈ കേസിനെക്കുറിച്ചുള്ള എന്റെ കാഴ്ചപ്പാട് ശരിയാണെങ്കിൽ - അത് അങ്ങിനെയാണെന്ന് വിശ്വസിക്കാൻ എനിക്ക്

മതിയായ കാരണങ്ങളുണ്ട് – ഈ മോതിരം കൈക്കലാക്കാൻ അയാൾ എന്തും ചെയ്യും. ഡ്രെബ്ബറുടെ ദേഹത്തിനടുത്ത് കുനിഞ്ഞപ്പോഴായിരിക്കും അത് താഴെ വീണത്. ആ കാര്യം അയാൾ അപ്പോൾ ശ്രദ്ധിച്ചിരിക്കില്ല. വീട്ടിൽനിന്ന് പോയശേഷമാണ് അയാൾ അത് ശ്രദ്ധിച്ചിരിക്കുക. അപ്പോഴേക്കും ആ മെഴുകുതിരി കെടുത്താതെ പോയ മണ്ടത്തരം പോലീസിനെ അവിടെ എത്തിച്ചിരിക്കും. തന്റെ മേൽ സംശയം പതിയാതിരിക്കാനായിരിക്കും അവൻ മദ്യപനെപ്പോലെ അഭിനയിച്ചത്. ആ കാര്യത്തെക്കുറിച്ചാലോചിച്ചപ്പോൾ അയാൾ എന്താണ് ചിന്തിച്ചിരിക്കുക? സംഭവം കഴിഞ്ഞ് താൻ ആ വീട്ടിൽനിന്ന് ഇറങ്ങിയശേഷം മോതിരം വഴിയിൽ കളഞ്ഞുപോയിരിക്കും എന്ന്. അപ്പോൾ അവൻ എന്തുചെയ്യും? അയാൾ ആകാംക്ഷയോടെ സായാഹ്നപത്രങ്ങൾക്കു വേണ്ടി കാത്തിരിക്കും. അവയിൽ 'കണ്ടുകിട്ടി' എന്ന കോളത്തിൽ അതിനെക്കുറിച്ചുള്ള വിവരമുണ്ടാകുമെന്ന പ്രതീക്ഷയിൽ ഇതു കണ്ടാൽ അയാളുടെ കണ്ണുകൾ തിളങ്ങും. അയാൾക്ക് നിറഞ്ഞ സന്തോഷമാകും. അയാൾ ഒരു കെണി സംശയിക്കാൻ ഒരു ന്യായവുമില്ല. മോതിരം കണ്ടെത്തിയതിനെ കൊലപാതകവുമായി ആരെങ്കിലും ബന്ധപ്പെടുത്തുമെന്ന് അയാൾ കരുതുകയേയില്ല. അയാൾ വന്നിരിക്കും. അയാൾ എന്തായാലും വരും. ഒരു മണിക്കൂറിനുള്ളിൽ നിങ്ങൾ അയാളെ കാണും."

"കണ്ടാലോ?" ഞാൻ ചോദിച്ചു.

"അയാളെ കൈകാര്യം ചെയ്യുന്ന കാര്യം താങ്കൾ എനിക്കു വിട്ടേക്കൂ. താങ്കളുടെ കൈയിൽ ആയുധം വല്ലതുമുണ്ടോ?"

"എന്റെ കൈയിൽ ഒരു പഴയ സർവീസ് റിവോൾവറും അല്പം തിരകളുമുണ്ട്."

"അത് വൃത്തിയാക്കി നിറച്ചുവെച്ചോളൂ. അയാൾ എന്തിനും തയ്യാറായിരിക്കും. നിനച്ചിരിക്കാതെയാണ് ഞാൻ അയാളെ കുടുക്കുകയെങ്കിലും, നമ്മൾ കരുതിയിരിക്കുന്നത് നല്ലതാണല്ലോ."

ഞാൻ കിടപ്പറയിലേക്കു പോയി, അദ്ദേഹം പറഞ്ഞതുപോലെ ചെയ്തു. ഞാൻ തിരിച്ചെത്തുമ്പോൾ മേശയൊക്കെ വൃത്തിയാക്കിയിരുന്നു, ഹോംസ് വയലിൻമീട്ടുന്ന ജോലിയിൽ വ്യാപൃതനായിരുന്നു.

"കാര്യങ്ങൾ പുരോഗമിക്കുന്നുണ്ട്" എന്നെ കണ്ടപ്പോൾ അദ്ദേഗം പറഞ്ഞു. "അമേരിക്കയിലേക്കയച്ച കമ്പിക്ക് ഇപ്പോഴാണ് മറുപടി കിട്ടിയത്. കേസിനെക്കുറിച്ച് എന്റെ ധാരണ ശരിയാണ്."

"അതെന്താണ്?" ഞാൻ ആകാംക്ഷയോടെ അന്വേഷിച്ചു.

"എന്റെ വയലിന്റെ കമ്പികൾ മാറേണ്ടിവരും." അദ്ദേഹം പറഞ്ഞു. "ആ ചങ്ങാതി വരുമ്പോൾ അവനോട് സാധാരണ മട്ടിൽ സംസാരി

ക്കണം. വല്ലാതെ തുറിച്ചുനോക്കി അവനെ പേടിപ്പിക്കരുത്.”

“മണി എട്ടായല്ലേ.” വാച്ചിലേക്ക് നോക്കി ഞാൻ പറഞ്ഞു.

“അതെ, ഏതാനും മിനുട്ടുകൾക്കകം അയാൾ ഇവിടെയെത്തും. വാതിൽ അല്പം തുറന്നുവെച്ചോളൂ. അത്രമതി. ഇനി താക്കോൽ അകത്തെ ദ്വാരത്തിൽ ഇട്ടോളൂ. നന്ദി. ഇന്നലെ കടയിൽനിന്ന് കിട്ടിയ വളരെ പഴയ ഒരു പുസ്തകമാണിത്. 1642ൽ ലാറ്റിൻ ഭാഷയിൽ അടിച്ചത്. അതിന്റെ ചട്ടത്താളിൽ മാഞ്ഞു തുടങ്ങിയ മഷിയിൽ. വില്യം ബെറ്റ് എന്തോ എഴുതിയിട്ടുണ്ട്. അയാൾ 17ാം നൂറ്റാണ്ടിലെ ഒരു വക്കീലായിരിക്കണം. അയാളുടെ കൈയെഴുത്തിന് ഒരുതരം നിയമവശമുണ്ട്. ഇതാ നമ്മുടെ ആൾ എത്തിയെന്ന് തോന്നുന്നു.

ഹോംസ് ഇത് പറയുമ്പോൾ തന്നെ വാതിൽക്കൽ മണിയൊച്ച കേട്ടു. അദ്ദേഹം എഴുന്നേറ്റ് തന്റെ കസാല വാതിലിനടുത്തേക്ക് നീട്ടിയിട്ടു. പരിചാരിക ഹാളിലൂടെ നീങ്ങുന്നതും അവൾ വാതിലിന്റെ സാക്ഷ നീക്കുന്നതും ഞങ്ങൾക്ക് കേൾക്കാമായിരുന്നു.

“ഡോക്ടർ വാട്സന്റെ വീട് ഇതാണോ?” വ്യക്തമെങ്കിലും പരുഷമായ ശബ്ദത്തിലുള്ള ചോദ്യം ഞങ്ങൾ കേട്ടു. പരിചാരികയുടെ മറുപടി ഞങ്ങൾ കേട്ടില്ല. പക്ഷെ, വാതിൽ അടയുന്നത് ഞങ്ങൾക്ക് കേൾക്കാമായിരുന്നു. ആ പാദപതനം ഇചടർച്ചയുള്ളതായിരുന്നു. അത് ശ്രദ്ധിച്ചിരിക്കേ എന്റെ സുഹത്തിന്റെ മുഖത്ത് ആശ്ചര്യഭാവം നിറയുന്നത് ഞാൻ കണ്ടു. കാലൊച്ച പതുക്കെ ഇടനാഴിയിലൂടെ നീങ്ങി, പിന്നെ വാതിൽക്കൽ ദുർബലമായ ഒരു മുട്ടുകേട്ടു.

“അകത്തേക്ക് വരാം.” ഞാൻ പറഞ്ഞു.

ഞാൻ പറഞ്ഞതുകേട്ട് അകത്തേയ്ക്ക് വന്നത് ഞങ്ങൾ പ്രതീക്ഷിച്ച ആപൽക്കാരിയായ ആളായിരുന്നില്ല, മറിച്ച് വളരെ വയസ്സായി തൊലിയൊക്കെ ചുളിഞ്ഞ ഒരു സ്ത്രീയായിരുന്നു. പെട്ടെന്ന് വെളിച്ചത്തിലേയ്ക്ക് വന്നതുകൊണ്ട് അവരുടെ കണ്ണുകൾ അഞ്ചിയതുപോലെ തോന്നി. ഒന്നു വണങ്ങിയശേഷം അവർ പീളകെട്ടിയ കണ്ണുകൾകൊണ്ട് ഞങ്ങളെ നോക്കിനിന്നു. വിറയാർന്ന വിരൽകൊണ്ട് അവർ കീശയിൽ എന്തോ പരതുകയായിരുന്നു. ഞാൻ എന്റെ സുഹൃത്തിനെ നോക്കി. അദ്ദേഹത്തിന്റെ മുഖത്ത് നിരാശ പ്രകടമായിരുന്നു. ആ പടുകിഴവി കീശയിൽനിന്നും ഒരു സായാഹ്നപത്രമെടുത്ത് ഞങ്ങളുടെ പരസ്യം ചൂണ്ടിക്കൊണ്ടുപറഞ്ഞു. “മാന്യരേ ഈ കാര്യവുമായി ബന്ധപ്പെട്ടാണ് ഞാൻ വന്നത്.” ഒരിക്കൽക്കൂടി വണങ്ങിക്കൊണ്ട് അവർ തുടർന്നു. ബ്രിക്സ്റ്റൺ തെരുവിൽ പഴയ ഒരു വിവാഹമോതിരം. അത് എന്റെ പെണ്ണ് സാലിയുടേതാണ്. ഒരുവർഷം മുമ്പാണ് അവളുടെ വിവാഹം നടന്നത്. അവളുടെ ഭർത്താവ് ഒരു കപ്പലിൽ കാര്യ

സ്ഥനാണ്. വീട്ടിൽ വരുമ്പോൾ ആ വിവാഹമോതിരം കണ്ടില്ലെങ്കിൽ അയാൾ എന്തുപറയുമെന്ന് എനിക്ക് ആലോചിക്കാൻപോലും വയ്യ. അയാൾ സ്വതേ തന്നെ മുൻകോപിയാണ്. കള്ള് കുടിച്ചാലത്തെ കാര്യം പറയാനുമില്ല. അവൾ ഇന്നലെ രാത്രി.......നോടൊപ്പം സർക്കസിന് പോയതാണ്."

"ഇത് അവളുടെ മോതിരമാണോ?" ഞാൻ ചോദിച്ചു.

"ദൈവത്തിന് സ്തുതി." ആ വൃദ്ധ പറഞ്ഞു. "ഇന്നു രാത്രി സാലി ഒരു സന്തുഷ്ടവനിതയായിരിക്കും. മോതിരം അതുതന്നെ."

"നിങ്ങളുടെ വിലാസം എന്താണാവോ?" ഒരു പെൻസിൽ കൈയി ലെടുത്തുകൊണ്ട് ഞാൻ അന്വേഷിച്ചു.

"13 ഡങ്കൺ സ്ട്രീറ്റ്, ഹൗണ്ട്സ്ഡിച്ച്. ഇവിടെനിന്ന് ഒത്തിരി ദൂരെ."

പക്ഷെ, ഹൗണ്ട്സ്ഡിച്ചിനും ഏതെങ്കിലും സർക്കസിനുമിടയില ല്ലല്ലോ ബ്രിക്സ്റ്റൺ റോഡ്. പെട്ടെന്ന് ഷെർലക്ഹോംസ് ഇടപെട്ടു.

വൃദ്ധ തിരിഞ്ഞ്, ചുകപ്പ് പടർന്ന തന്റെ കണ്ണുകൾകൊണ്ട് ഹോംസിനെ സൂക്ഷിച്ചുനോക്കി. "ഈ മാന്യൻ എന്റെ വിലാസമാണ് ചോദിച്ചത്." വൃദ്ധ പറഞ്ഞു. "സാലി താമസിക്കുന്നത് പെക്കാമിലെ മെയ്ഫീൽഡ് പ്ലേസിലെ നമ്പർ 3ലാണ്."

"നിങ്ങളുടെ പേര്?"

''എന്റെ പേര് സായർ. അവളുടേത് ഡെന്നീസ് എന്നാണ്; അയാ ളാണ് അവളെ കെട്ടിയത്. നല്ല ഒരു പയ്യനാണ്; കടലിലായിരിക്കു മ്പോൾ, ആ കമ്പനിയിൽ അവനെപ്പോലെ ഒരു കാര്യസ്ഥൻ വേറെയി ല്ല. എന്നാൽ കരയിലെത്തിയാൽ കഥ മാറും. പെണ്ണുങ്ങളും മദ്യഷാ പ്പുകളുമൊക്കെയായി..."

"നിങ്ങളുടെ മോതിരം ഇതാ ശ്രീമതി സായർ." എന്റെ സുഹൃത്ത് കാട്ടിയ അടയാളമനുസരിച്ച് ഞാൻ പറഞ്ഞു. "അത് നിങ്ങളുടെ മക ളുടേത് തന്നെയാണ്. അത് ഉടമസ്ഥനെ തിരിച്ചേല്പിക്കാൻ കഴിഞ്ഞ തിൽ വളരെ സന്തോഷമുണ്ട്."

ഒരുപാട് അനുഗ്രഹവും നന്ദിയുമൊക്കെ ചൊരിഞ്ഞുകൊണ്ട് കിഴവി അത് കീശയിലേക്കിട്ടു. എന്നിട്ട് പടികളിറങ്ങിപ്പോയി. അവർ പോയ ഉടനെ ഷെർലക്ഹോംസ് ചാടിയെഴുന്നേറ്റ് മുറിയിലേക്ക് പോയി. ഏതാനും നിമിഷം കഴിഞ്ഞ് ഒരു നീളൻകോട്ടും കഴുത്തിൽ സ്കാർഫു മൊക്കെയായി തിരിച്ചുവന്നു.

"ഞാൻ അവളുടെ പിന്നാടെ ചെല്ലട്ടെ." അദ്ദേഹം ധതിയിൽ പറ ഞ്ഞു. "അവൾ ചിലപ്പോൾ ഒരു സഹായി മാത്രമായിരിക്കും. എങ്കിലും അവൾ എന്നെ അയാളുടെ അടുത്തെത്തിക്കും. താങ്കൾ കാത്തിരിക്കൂ." ഞങ്ങളുടെ സന്ദർശകയുടെ പിന്നിൽ വാതിൽ അടഞ്ഞതും ഹോംസ്

ഗോവണിയിറങ്ങിത്തുടങ്ങി. ജനലിലൂടെ നോക്കിയപ്പോൾ ആ വൃദ്ധ തെരുവിലൂടെ ഇടറിനടക്കുന്നതും ഒട്ടുദൂരത്തായി എന്റെ സുഹൃത്ത് അവരെ പിൻതുടരുന്നതും ഞാൻ കണ്ടു.

“ഒന്നുകിൽ അദ്ദേഹത്തിന്റെ സിദ്ധാന്തം അപ്പാടെ തെറ്റാകാം, അല്ലെങ്കിൽ അദ്ദേഹം ഈ നിഗൂഢതയുടെ ചുരുളഴിക്കാം.” ഞാൻ സ്വയം പറഞ്ഞു. എന്റെ സുഹൃത്ത് എന്നോട് കാത്തിരിക്കാൻ പറയേണ്ട കാര്യമൊന്നുമില്ലായിരുന്നു. കാരണം, അദ്ദേഹത്തിന്റെ യാത്രയുടെ ഫലമറിയുന്നതുവരെ എനിക്ക് ഉറക്കം വരില്ല.

ഹോംസ് പുറത്തിറങ്ങുമ്പോൾ സമയം ഏതാണ്ട് ഒൻപതായിരുന്നു. അദ്ദേഹം മടങ്ങിയെത്താൻ എത്രനേരമാകുമെന്ന് എനിക്ക് ഒരു രൂപവുമുണ്ടായിരുന്നില്ല. ഞാൻ അലസമായി പൈപ്പ് പുകച്ചും ഹെൻറി മർജറുടെ പുസ്തകത്തിലെ താളുകൾ മറിച്ചും നേരംകൂട്ടി. പത്തുമണിയായപ്പോൾ പരിചാരിക കിടക്കറയിലേക്ക് പോകുന്ന ശബ്ദം കേട്ടു. പതിനൊന്നുമണിയായപ്പോൾ ഞങ്ങളുടെ വീട്ടുടമയും കിടക്കറയിലേക്ക് നീങ്ങി. പന്ത്രണ്ടുമണിയായപ്പോൾ ഹോംസ് വാതിൽ തുറക്കുന്ന ശബ്ദം കേൾക്കായി. ഹോംസ് മുറിയിലേക്ക് കടന്നുവന്നതും അദ്ദേഹത്തിന്റെ ശ്രമം വിജയകരമായിരുന്നില്ലെന്ന് എനിക്ക് മനസ്സിലായി. നേരംപോക്കോ നൈരാശ്യമോ എന്താണ് ആ മുഖത്ത് തെളിഞ്ഞതെന്നറിയില്ല. ഒടുവിൽ ആദ്യത്തേതുതന്നെ ജയിച്ചപ്പോൾ അദ്ദേഹം പൊട്ടിച്ചിരിച്ചു.

“സ്കോട്ലന്റ് യാർഡുകാർ ഇതറിയാതിരുന്നാൽ മതിയായിരുന്നു.” കസാലയിലിരുന്നുകൊണ്ട് ഹോംസ് പറഞ്ഞു. “അവരെ ഞാൻ അത്രയേറെ കളിയാക്കിയതാണ്. എങ്കിലും എനിക്ക് ചിരിക്കാം. കാരണം ഒടുവിൽ ഞാൻ തന്നെ ജയിക്കുമെന്ന് എനിക്കുറപ്പുണ്ട്.”

“അപ്പോൾ എന്താണ് കാര്യം?” ഞാൻ തിരക്കി.

“ഓ! എനിക്കെതിരായ ഒരു കഥപറയാൻ എനിക്ക് മടിയൊന്നുമില്ല. ആ ജന്തു ഒട്ടുദൂരം നടന്നപ്പോൾ മുടന്താൻ തുടങ്ങി. പെട്ടെന്ന് അവൾ നിന്ന് കടന്നുപോകുന്ന ഒരു വണ്ടി നിർത്തിച്ച് അതിൽ കയറി. അവൾ പറയുന്ന വിലാസം കേൾക്കാൻ മാത്രം വളരെ അടുത്തതന്നെ ഞാൻ നിന്നു. എന്നാൽ അതിന്റെ ആവശ്യമുണ്ടായിരുന്നില്ല. അവൾ പറയുന്നത് തെരുവിന്റെ ഇപ്പുറത്തുനിന്നുതന്നെ നന്നായി കേൾക്കാമായിരുന്നു. ‘ഹൗണ്ട്സ്ഡിച്ചിലെ ഡങ്കൻ സ്ട്രീറ്റിലെ 13-ാം നമ്പറിലേക്ക് പോകണം’ എന്ന് അവൾ വളരെ ഉറക്കെത്തന്നെയാണ് പറഞ്ഞത്. അത് തീർത്തും നിർവ്യാജമാണെന്നുതന്നെ ഞാൻ കരുതി. ഞാൻ ആ വണ്ടിയുടെ പിന്നിൽ പിടിച്ചുതൂങ്ങി. ആളറിയാതെ പിൻതുടരുന്ന ഈ വിദ്യയിൽ എല്ലാ കുറ്റാന്വേഷകർക്കും നല്ല പ്രാവീണ്യം വേണം.

അങ്ങിനെ ഞങ്ങൾ യാത്ര തുടർന്നു; മുൻപറഞ്ഞ തെരുവിൽ എത്തുന്നതുവരെ. വീട്ടിലെത്തുന്നതിനുമുമ്പുതന്നെ ഞാൻ ചാടിയിറങ്ങി വളരെ അലസഭാവത്തിൽ തെരുവിലൂടെ മുമ്പോട്ടു നടന്നു. വീടിനു മുമ്പിൽ വണ്ടി നിർത്തി ഡ്രൈവർ പ്രതീക്ഷാപൂർവം നില്ക്കുന്നത് ഞാൻ കണ്ടു. എന്നാൽ ഒന്നും പുറത്തേക്ക് വന്നില്ല. ഞാൻ അടുത്തെത്തുമ്പോൾ ഡ്രൈവർ വണ്ടിക്കകംമുഴുവൻ പരതി. അറിയാവുന്ന ഭാഷയിലൊക്കെ ശപിക്കുകയായിരുന്നു. ആ യാത്രക്കാരിയുടെ പൊടിപോലും അവിടെയെങ്ങുമില്ലായിരുന്നു. അയാളുടെ കൂലി കിട്ടാൻ കുറച്ചധികം ക്ലേശിക്കേണ്ടിവരുമെന്ന് ഞാൻ കരുതി. 13-ാം നമ്പറിൽ അന്വേഷിച്ചപ്പോഴാണ് അവിടെ കെസ്വിക് എന്ന മാന്യനായ ഒരു കടലാസ്പണിക്കാരനാണ് താമസിക്കുന്നതെന്ന് മനസ്സിലായത്. സായറിന്റെയോ ഡെനീസിന്റെയോ പേരുപോലും അവിടെയാരും കേട്ടിട്ടില്ല.'

"വണ്ടി ഓടുന്നതിനിടയിൽ താങ്കളോ ഡ്രൈവറോ അറിയാതെ ആ കിഴവി ചാടി രക്ഷപ്പെട്ടെന്നാണോ താങ്കൾ പറയുന്നത്?" എനിക്ക് ആശ്ചര്യം മറക്കാനായില്ല.

"കിഴവി പണ്ടാരമടങ്ങട്ടെ." ഹോംസ് പറഞ്ഞു. "അങ്ങിനെ പറ്റിക്കപ്പെടാൻ മാത്രം കിഴവികളായത് നമ്മളാണ്." അത് നന്നായി അഭിനയിക്കാനറിയുന്ന ഒരു ചെറുപ്പക്കാരനായിരിക്കണം. ആ വേഷംകെട്ട് ഗംഭീരമായിരുന്നു. താൻ പിൻതുടരപ്പെടുന്ന കാര്യം മനസ്സിലാക്കിയ അയാൾ വളരെ സമർഥമായ തടിയൂരി. നാം അന്വേഷിക്കുന്നവൻ തനിച്ചല്ല എന്നാണ് ഇതിന്റെ അർഥം. അവന് വേണ്ടി എന്തും നേരിടാനൊരുക്കമുള്ള കൂട്ടുകാർ അവനുണ്ട്. നോക്കൂ ഡോക്ടർ, താങ്കൾ വല്ലാതെ ക്ഷീണിച്ചിരിക്കുന്നു. വേഗം കിടന്നോളൂ."

ഞാൻ സത്യത്തിൽ വല്ലാതെ തളർന്നിരുന്നു. അതുകൊണ്ട് ഹോംസിന്റെ ഉപദേശം അനുസരിച്ചു. ഞാൻ കിടക്കാൻ പോകുമ്പോൾ ഹോംസ് എരിയുന്ന നെരിപ്പോടിന് മുമ്പിൽ ഇരിപ്പായിരുന്നു. രാത്രി വൈകിയപ്പോഴും അദ്ദേഹം വയലിൻ മീട്ടുന്ന ശബ്ദം ഞാൻ കേട്ടു. താൻ കുരുക്കഴിക്കാൻ ശ്രമിക്കുന്ന പ്രശ്നത്തെക്കുറിച്ച് ഗാഢമായി ചിന്തിക്കുകയായിരിക്കും അദ്ദേഹം എന്ന് എനിക്ക് ഉറപ്പുണ്ടായിരുന്നു.

തനിക്കെന്തു ചെയ്യാനാകുമെന്ന് തോബിയാസ് ഗ്രെഗ്സൺ തെളിയിക്കുന്നു

പിറ്റേദിവസത്തെ പത്രങ്ങളിൽ നിറയെ 'ബ്രിക്സ്റ്റൺ നിഗൂഢത'യായിരുന്നു. പത്രക്കാർ അതിനെ അങ്ങനെയാണ് വിശേഷിപ്പിച്ചത്. എല്ലാറ്റിലും ആ സംഭവത്തിന്റെ ദീർഘമായ വിവരണമുണ്ടായിരുന്നു. ചിലതിൽ മുഖപ്രസംഗവും. ഞാൻ ഇതുവരെ കേൾക്കാത്ത ചില വിവരങ്ങളും അവയിലുണ്ടായിരുന്നു. പല പത്രവാർത്തകളും വെട്ടിസൂക്ഷിച്ചത് ഇപ്പോഴും എന്റെ കൈയിലുണ്ട്. അതിൽ ചിലതിന്റെ ചുരുക്കം ഇപ്രകാരമാണ്.

ഇത്രയും വിചിത്രസ്വഭാവമുള്ള ദുരന്തങ്ങൾ കുറ്റകൃത്യങ്ങളുടെ ചരിത്രത്തിൽ അപൂർവമാണെന്ന് ഡെയ്‌ലി ടെലഗ്രാഫ് സൂചിപ്പിച്ചു. കൊല്ലപ്പെട്ടയാളുടെ ജർമൻപേര്, വ്യക്തമായ എന്തെങ്കിലും കാരണത്തിന്റെ അഭാവം, ചുമരിലുള്ള എഴുത്ത്, ഇതെല്ലാം അതിക്രമം നടത്തിയത് രാഷ്ട്രീയ അഭയാർഥികളും വിപ്ലവകാരികളും ചേർന്നാണെന്നാണ് സൂചിപ്പിക്കുന്നത്. സോഷ്യലിസ്റ്റുകൾക്ക് അമേരിക്കയിൽ ധാരാളം ശാഖകളുണ്ട്. മരിച്ചയാൾ അവരുടെ അലിഖിതനിയമങ്ങൾ ഏതെ

ങ്കിലും തെറ്റിച്ചിരിക്കണം. അതുകൊണ്ടാകാം അവർ അയാളെ തേടി പ്പിടിച്ച് കൊലപ്പെടുത്തിയത്. നേരത്തെ നടന്ന പല സംഭവങ്ങളെയും പരാമർശിച്ചശേഷം, സർക്കാരിനെ ശകാരിച്ചും, ഇംഗ്ലണ്ടിലുള്ള വിദേ ശികളുടെ കാര്യത്തിൽ കൂടുതൽ ശ്രദ്ധവേണമെന്ന് ഉപദേശിച്ചുമാണ് ആ ലേഖനം അവസാനിച്ചത്.

ഒരു ലിബറൽ ഭരണത്തിനുകീഴിലാണ് ഇത്തരം അതിക്രമങ്ങൾ അധികവും നടക്കുന്നതെന്ന അഭിപ്രായമാണ് 'ദി സ്റ്റാൻഡേർഡ്' പത്ര ത്തിനുണ്ടായിരുന്നത്. ബഹുജനങ്ങളുടെ മാനസികമായ ചഞ്ചലതയും തല്ഫലമായി അധികാരകേന്ദ്രങ്ങൾക്കുണ്ടാകുന്ന ദൗർബല്യവുമാണ് ഇത്തരം സംഭവങ്ങൾക്ക് കാരണം. മരിച്ചത് തലസ്ഥാനനഗരത്തിൽ കുറച്ചുനാളുകളായുണ്ടായിരുന്ന ഒരു അമേരിക്കൻ പൗരനാണ്. അയാൾ കാംബെർവെല്ലിലെ ഒരു ലോഡ്ജിലായിരുന്നു താമസം. യാത്രകളിൽ പ്രൈവറ്റ് സെക്രട്ടറിയായ ജോസഫ് സ്റ്റേൻജർസണും അയാളോടൊ പ്പമുണ്ടാകും. ഈ മാസം നാലാംതീയതിയാണ് രണ്ടുപേരും വീട്ടുടമ യോട് യാത്രപറഞ്ഞ് ലിവർപൂൾ എക്സ്പ്രസ് പിടിക്കുകയെന്ന ലക്ഷ്യ ത്തോടെ യൂസ്റ്റൺ സ്റ്റേഷനിലേക്ക് പുറപ്പെട്ടത്. സ്റ്റേഷൻ പ്ലാറ്റ്ഫോ മിൽ അവരെ കണ്ടവരുണ്ട്. പിന്നീട് യൂസ്റ്റൺ സ്റ്റേഷനിൽനിന്നും ഒരു പാട് നാഴിക ദൂരെയുള്ള ബ്രിക്സ്റ്റൺ തെരുവിലെ ഒഴിഞ്ഞ വീട്ടിൽ ഡ്രെബ്ബറുടെ മൃതദേഹം കണ്ടെത്തുന്നതുവരെ അവരെക്കുറിച്ച് ഒരു വിവരവുമില്ലായിരുന്നു. അയാൾ അവിടെ എങ്ങിനെ എത്തിയെന്നും അയാൾക്ക് ഈ ദുർവിധി എങ്ങിനെ സംഭവിച്ചുവെന്നുമുള്ളതൊക്കെ ഇപ്പോഴും നിഗൂഢമാണ്. സ്റ്റേൻജർസൺ എവിടെയുണ്ട് എന്നതിനെ ക്കുറിച്ചും ഒരു വിവരവുമില്ല. സ്കോട്ലന്റ് യാർഡിലെ ഗ്രെഗ്സണും ലെസ്ട്രേഡും ഈ കേസുമായി ബന്ധപ്പെട്ടിട്ടുണ്ടെന്ന കാര്യം സന്തോ ഷകരമാണ്. പ്രസിദ്ധരായ ഈ ഓഫീസർമാർ വേഗംതന്നെ ഈ കേസിലെ യഥാർഥവസ്തുതകളിലേക്ക് വെളിച്ചം വീശുമെന്നാണ് ആളുകൾ കരുതുന്നത്.

കുറ്റകൃത്യം രാഷ്ട്രീയമായ ഒന്നാണ് എന്നായിരുന്നു ഡെയിലി ന്യൂസിന്റെ നിരീക്ഷണം. യൂറോപ്പിലെ സർക്കാറുകൾ പ്രകടമാക്കിയ സ്വേച്ഛാപ്രവണതയും വിദ്വേഷവും ഒരുപാട് പേർ നമ്മുടെ നാട്ടിലേക്ക് വന്നുചേരാൻ കാരണമാക്കിയിട്ടുണ്ട്. തങ്ങൾ നേരിടേണ്ടിവന്ന പീഢ നങ്ങളെക്കുറിച്ചുള്ള ഓർമകൾ അവരുടെ മനസ്സിനെ പങ്കിലമാക്കിയി രുന്നില്ലെങ്കിൽ അവരെല്ലാം വളരെ നല്ല പൗരന്മാരായിരുന്നേനേ. ഈ ആളുകൾക്കിടയിൽ വളരെ കർക്കശമായ പെരുമാറ്റച്ചട്ടങ്ങളുണ്ടായി

രുന്നു. അവയുടെ ലംഘനത്തിന് മരണമാണ് ശിക്ഷ. സെക്രട്ടറി സ്റ്റേൻജർസണിനെ കണ്ടെത്തുകയും മരിച്ചയാളുടെ സ്വഭാവത്തിന്റെ ചില വിശദാംശങ്ങൾ കണ്ടെത്തുകയും ചെയ്യേണ്ടത് വളരെ പ്രധാനമാണ്. അയാൾ താമസിച്ചിരുന്ന വസതിയുടെ വിവരം കണ്ടുപിടിക്കാനായതുതന്നെ വളരെ വലിയ നേട്ടമാണ്. സ്കോട്ലാന്റ്യാർഡിലെ ഗ്രെഗ്സൺന്റെ സൂക്ഷ്മബുദ്ധിയും കഠിനാധ്വാനവും കൊണ്ടുമാത്രമാണ് ഇത് സാധ്യമായത്.

ഹോംസും ഞാനും പ്രാതലിനിടയിലാണ് ഈ വാർത്തകളൊക്കെ വായിച്ചത്. അത് അദ്ദേഹത്തെ വളരെ രസിപ്പിച്ചുവെന്ന് എനിക്ക് മനസ്സിലായി.

“ഞാൻ പറഞ്ഞില്ലേ? എന്തൊക്കെ സംഭവിച്ചാലും നേട്ടം ലെസ്ട്രേഡിനും ഗ്രെഗ്സണിനുമായിരിക്കും.”

“അതൊന്നും ഇപ്പോഴേ ഉറപ്പിക്കാൻ പറ്റില്ലല്ലോ.”

“അതൊന്നും കാര്യമാക്കാനില്ല. അയാൾ പിടിക്കപ്പെട്ടാൽ അതിന്റെ മേന്മ അവരുടെ അധ്വാനത്തിനായിരിക്കും. രക്ഷപ്പെട്ടാലോ? അവർ ഇത്രയേറെ അധ്വാനിച്ചിട്ടും ഫലമുണ്ടായില്ല എന്നായിരിക്കും വ്യാഖ്യാനം. അതുമാത്രമേ സംഭവിക്കൂ എന്ന് വേണമെങ്കിൽ വാതുവയ്ക്കാം. എന്തു ചെയ്താലും അവർക്ക് പിന്തുണയുണ്ടാകും.

“എന്താണ് കാര്യം?” ഹാളിലും കോണിപ്പടിയിലും കാലൊച്ചകളും ഞങ്ങളുടെ ഗൃഹനാഥയുടെ വെറുപ്പ് കലർന്ന ശബ്ദവും കേട്ട് ഞാൻ അന്വേഷിച്ചു.

“അതാണ് കുറ്റാന്വേഷണസേനയുടെ ബേക്കർസ്ട്രീറ്റ് ഡിവിഷൻ.” എന്റെ സുഹൃത്ത് ഗൗരവത്തിൽ പറഞ്ഞു. അപ്പോഴേക്കും അങ്ങേയറ്റം വൃത്തികെട്ട അഞ്ചാറ് തെരുവു പയ്യന്മാർ മുറിയിലേക്ക് കയറിവന്നു.

“നില്ക്കൂ.” ഹോംസ് അലറി. അപ്പോൾ ആ പയ്യൻമാർ പ്രതിമകളെപ്പോലെ ഒറ്റവരിയിൽനിന്നു. “മേലാൽ എന്തെങ്കിലും പറയാനുള്ളപ്പോൾ വിഗ്ഗിൻസിനെ മാത്രം മുകളിലേക്കയച്ചാൽ മതി. മറ്റുള്ളവരൊക്കെ താഴെതന്നെ നിന്നാൽ മതി. അത് കണ്ടുപിടിച്ചോ വിഗ്ഗിൻസ്?”

“ഇല്ല സാർ, അത് സാധിച്ചില്ല.” പയ്യന്മാരിൽ ഒരാൾ പറഞ്ഞു.

“എനിക്കും കാര്യമായ പ്രതീക്ഷയൊന്നും ഇല്ലായിരുന്നു. എങ്കിലും ലക്ഷ്യം നേടുന്നതുവരെ അന്വേഷിച്ചുകൊണ്ടേയിരിക്കണം. നിങ്ങളുടെ കൂലി ഇതാ..” ഇത്രയും പറഞ്ഞ് അദ്ദേഹം എല്ലാവർക്കും ഓരോ ഷില്ലിങ് വീതം കൊടുത്തു. “ഇനി വിട്ടോളൂ. അടുത്ത തവണ വരുമ്പോൾ നല്ല വിവരം തരാനുണ്ടാകണം.”

അദ്ദേഹം ആംഗ്യം കാട്ടിയപ്പോൾ അവരൊക്കെ എലികളെപ്പോലെ താഴേക്കു പാഞ്ഞു. തൊട്ടടുത്ത നിമിഷം അവരുടെ കലമ്പൽ ശബ്ദം ഞങ്ങൾ കേട്ടു. "സേനയിലെ ഒരു ഡസൻ ആളുകളേക്കാൾ നല്ലതാണ് ഈ തെണ്ടികളിൽ ഒറ്റയൊരുത്തൻ." ഹോംസ് പറഞ്ഞു. "ഔദ്യോഗികലക്ഷണമുള്ള ഒരാളെ കാണുമ്പോഴേ ആളുകൾ വായപൂട്ടും. ഇവൻമാർക്കാണെങ്കിൽ എവിടെയും പോകാം, എന്തും കേൾക്കാം. അവർ നല്ല സമർഥരുമാണ്. അവർക്കാകെ ഇല്ലാത്തത് ചിട്ടയാണ്."

"ആ ബ്രിക്സ്റ്റൺ കേസിലാണല്ലോ താങ്കൾ അവരെ ഉപയോഗിക്കുന്നത്."

"അതെ. എനിക്ക് ഒരു പ്രത്യേകവസ്തുത ഒന്ന് ഉറപ്പാക്കേണ്ടതുണ്ട്. അത് വേഗംതന്നെ കഴിയും. ഹലോ! നാമിതാ പുതിയ വാർത്ത കേൾക്കാൻ പോകുന്നു. ഇതാ വരുന്നു; സാക്ഷാൽ ഗ്രെഗ്സൺ. അയാളുടെ മുഖം സന്തോഷംകൊണ്ട് വിടർന്നിരിക്കുന്നു. ഇങ്ങോട്ടേക്ക് തന്നെയാണെന്നുറപ്പ്. അയാൾ നിന്നു ഇതാ എത്തിക്കഴിഞ്ഞു."

വാതിൽമണി പലവട്ടം ശബ്ദിച്ചു. ഏതാനും നിമിഷങ്ങൾക്കകം ആ കുറ്റാന്വേഷകൻ പടികൾ ധൃതിയിൽ കയറി ഞങ്ങളുടെ സ്വീകരണമുറിയിലേക്ക് കുതിച്ചെത്തി. ഹോംസിന്റെ ഉദാസീനമായ കൈകൾ കുലുക്കി.

"എന്റെ ചങ്ങാതീ," അയാൾ അലറി. "എന്നെ അഭിനന്ദിച്ചോളൂ. ഞാൻ കാര്യങ്ങൾ മുഴുവൻ പകൽപോലെ വ്യക്തമാക്കിയിരിക്കുന്നു."

എന്റെ സുഹൃത്തിന്റെ മുഖത്ത് നേരിയ ഉൽക്കണ്ഠയുടെ നിഴൽ ഞാൻ കണ്ടു.

"താങ്കൾ ശരിയായ ദിശയിലെത്തിയെന്നാണോ സൂചിപ്പിക്കുന്നത്?" അദ്ദേഹം ചോദിച്ചു.

"ശരിയായ ദിശയോ! സാറേ, ആ മനുഷ്യൻ അകത്തായിക്കഴിഞ്ഞു."

"എന്താണയാളുടെ പേര്?"

"നാവികസേനയിലെ സാർജന്റായ ആർതർ ഷാർപെന്റിയർ" നെഞ്ചുവിരിച്ച് കൈകൾ കൂട്ടിത്തിരുമ്മിക്കൊണ്ട് ഗ്രെഗ്സൺ ആടോപപൂർവം പറഞ്ഞു.

ഹോംസ് ആശ്വാസനിശ്വാസം പൊഴിച്ചു; മുഖത്ത് മന്ദസ്മിതം വിടർന്നു.

"താങ്കൾ ഇരിക്കൂ. ഒരു ചുരുട്ട് വലിക്കുന്നോ?" അദ്ദേഹം പറഞ്ഞു. "താങ്കൾ എങ്ങിനെ അതു സാധിച്ചുവെന്നറിയാൻ ഞങ്ങൾക്ക് ആകാംക്ഷയുണ്ട്. അല്പം വിസ്കി കഴിക്കുന്നോ?"

"കഴിക്കുന്നതിൽ എനിക്ക് വിരോധമൊന്നുമില്ല." അയാൾ പറഞ്ഞു. "കഴിഞ്ഞ ഒന്നുരണ്ടുദിവസത്തെ കഠിനാധ്വാനം എന്നെ ആകെ തളർത്തിക്കളഞ്ഞു. ശാരീരികമായ അധ്വാനമല്ല, ഞാനുദ്ദേശിക്കുന്നത്. മാനസികക്ലേശമാണ് കടുപ്പം. താങ്കൾക്ക് മനസ്സിലാകുമല്ലോ ഹോംസ്. കാരണം നാം രണ്ടും തലച്ചോർകൊണ്ട് പണിയെടുക്കുന്നവരാണല്ലോ."

"താങ്കൾ എന്നെ വല്ലാതെ പുകഴ്ത്തുന്നു." ഹോംസ് ഗൗരവപൂർവം പറഞ്ഞു. "താങ്കൾ എങ്ങിനെയാണ് സന്തോഷകരമായ ഈ നേട്ടം കൈവരിച്ചതെന്നറിയാൻ ഞങ്ങൾക്ക് ആഗ്രഹമുണ്ട്.'

അയാൾ ചാരുകസേരയിലിരുന്ന് സംതൃപ്തഭാവത്തിൽ ചുരുട്ട് വലിച്ചുകൊണ്ടിരുന്നു. പെട്ടെന്ന് അയാൾ സന്തോഷമൂർച്ഛയിൽ സ്വന്തം തുടയിൽ ആഞ്ഞടിച്ചു.

"അതല്ല രസം." അയാൾ പതുക്കെ പറഞ്ഞു. "വലിയ ബുദ്ധിമാനെന്ന് ഭാവിക്കുന്ന ആ മണ്ടൻ ലെസ്ട്രേഡിന് ഒന്നും മനസ്സിലാക്കാൻ പറ്റിയില്ല. അയാൾ ആ സെക്രട്ടറി സ്റ്റേൻജർസണിന്റെ പിറകെയാണ്. അയാൾക്കാണെങ്കിൽ ഈ കേസുമായി ഒരു ബന്ധവുമില്ലെന്നുറപ്പാണ്. ഇതിനകം അയാളെ പിടികൂടിയിരിക്കുമെന്ന് എനിക്കുറപ്പുണ്ട്."

ആ ചിന്തതന്നെ ഗ്രെഗ്സണിനെ വളരെ രസിപ്പിച്ചു. അയാൾ ശ്വാസം മുട്ടുന്നതുവരെ ചിരിച്ചു.

"താങ്കൾക്കെങ്ങിനെയാണ് ആ സൂചന കിട്ടിയത്?"

"ഓ! ഞാൻ എല്ലാം പറയാം. ക്ഷമിക്കണം ഡോ.വാട്സൺ, ഇത് മറ്റാരും അറിയണ്ട. ഈ അമേരിക്കക്കാരന്റെ പൂർവചരിത്രം മനസ്സിലാക്കുന്നതായിരുന്നു, അദ്യത്തെ കടമ്പ. ചിലർ തങ്ങളുടെ പരസ്യത്തിന് പ്രതികരണം വരുന്നതുവരെ കാത്തിരിക്കും, മറ്റു ചിലർ എന്തെങ്കിലും വിവരവുമായി ആൾക്കാർ മുൻപോട്ടുവരുന്നതിനെയും. എന്നാൽ തോബിയാസ് ഗ്രെഗ്സൺന്റെ രീതി അതൊന്നുമല്ല. ആ മൃതദേഹത്തിനടുത്തുകണ്ട തൊപ്പിയുടെ കാര്യം താങ്കളോർക്കുന്നോ?

"ഉവ്വ്." ഹോംസ് പറഞ്ഞു. "കാംബെർവെൽ തെരുവിലെ ജോൺ അണ്ടർവുഡ് കമ്പനി ഉണ്ടാക്കിയത്."

ഗ്രെഗ്സൺ വല്ലാതെ വിഷണ്ണനായി.

"അത് താങ്കൾ ശ്രദ്ധിച്ചുവെന്ന് ഞാനറിഞ്ഞില്ല." അയാൾ പറഞ്ഞു. "താങ്കൾ അവിടെ പോയിരുന്നോ?"

"ഇല്ല."

"ഹാ!" ഗ്രെഗ്സൺ ആശ്വാസമായതുപോലെ വിളിച്ചുകൂവി. "ഒര

വസരം എത്ര നിസ്സാരമായി തോന്നിയാലും നാം അതിനെ അവഗണി ച്ചുകൂടാ."

"ഒരു വലിയ മനസ്സിന് ഒന്നും നിസ്സാരമല്ല." ഹോംസ് ഉപദേശരൂ പേണ പറഞ്ഞു.

"ഞാൻ അണ്ടർവുഡിന്റെ അടുത്തേക്കുപോയി. അത്തരം ഒരു തൊപ്പി അയാൾ വിറ്റതാണോ എന്നന്വേഷിച്ചു. അയാൾ തന്റെ പുസ്ത കങ്ങൾ നോക്കി വേഗംതന്നെ അത് കണ്ടെത്തി. ഷാർപെന്റിയേഴ്സ് ലോഡ്ജിലെ താമസക്കാരനായ ഡ്രെബ്ബർക്ക് അയാൾ അതയച്ചിരുന്നു. അങ്ങിനെയാണ് അയാളുടെ വിലാസം ഞാൻ കണ്ടെത്തിയത്."

"വളരെ ഗംഭീരം." ഹോംസ് പിറുപിറുത്തു.

"പിന്നെ ഞാൻ മാഡം ഷാർപെന്റിയറെ കണ്ടു." അയാൾ തുടർന്നു. "അവർ ആകെ വിളറി ദുഃഖിതയായി കാണപ്പെട്ടു. അവരുടെ മകളും കൂടെയുണ്ടായിരുന്നു; അവൾ നല്ല ഒരു കുട്ടിയായിരുന്നു. അവളുടെ കണ്ണുകളിൽ ചുകപ്പ് പടർന്നിരുന്നു. ഞാൻ സംസാരിക്കുമ്പോൾ അവ ളുടെ ചുണ്ടുകൾ വിറയ്ക്കുന്നുണ്ടായിരുന്നു. അത് ഞാൻ ശ്രദ്ധിക്കാ തിരുന്നില്ല. എനിക്ക് എന്തോ പന്തികേട് തോന്നി. അത് താങ്കൾക്ക് മനസ്സിലാകും ഹോംസ്. അന്വേഷണം ശരിയായ ദിശയിലായിരിക്കു മ്പോൾ നമുക്ക് ഒരുതരം ഉൾവിളി തോന്നുമല്ലോ. 'ഇവിടെ താമസിച്ചി രുന്ന ക്ലീവ്ലാന്റ്കാരൻ ഇനോക്ജെ ഡ്രെബ്ബറുടെ മരണത്തെക്കുറിച്ച് നിങ്ങൾ അറിഞ്ഞോ?"

"അമ്മ തല കുലുക്കി. അവർ എന്തെങ്കിലും ഉരിയാടാൻ ശക്തയാ യിരുന്നില്ലെന്ന് തോന്നി. മകൾക്കാണെങ്കിൽ കണ്ണീർ അടക്കാനായില്ല. സംഭവത്തെക്കുറിച്ച് അവർക്ക് എന്തൊക്കെയോ അറിയാമെന്ന് എനി ക്കുറപ്പായി."

"എത്ര മണിക്കാണ് ഡ്രെബ്ബർ നിങ്ങളുടെ വീട്ടിൽനിന്നും സ്റ്റേഷനി ലേക്ക് പോയത്?" ഞാൻ ചോദിച്ചു.

"എട്ടുമണിക്ക്." വികാരവിക്ഷോഭം അടക്കാൻ ശ്രമിച്ചുകൊണ്ട് അവർ പറഞ്ഞു. "9.15നും 11നും ഓരോ വണ്ടിയുണ്ടെന്ന് അയാളുടെ സെക്രട്ടറി സ്റ്റേൻജർസൺ പറഞ്ഞു. ആദ്യത്തേതിൽ പോകാനാണ് അയാൾ ഉദ്ദേശിച്ചത്."

"അപ്പോഴാണോ നിങ്ങൾ അയാളെ അവസാനമായി കണ്ടത്?"

ഞാൻ അത് ചോദിച്ചപ്പോൾ ആ സ്ത്രീയുടെ മുഖം വല്ലാതെയാ യി. അവളുടെ ദേഹമാകെ വിളറി. ഏതാനും നിമിഷങ്ങൾ വേണ്ടിവ ന്നു, അവരുടെ വായിൽനിന്നും 'അതെ' എന്ന വാക്ക് പുറത്തുവരാൻ.

അതുതന്നെ പരുഷവും അസ്വാഭാവികവുമായ ഒരു സ്വരത്തിൽ.

അല്പനേരത്തേക്ക് എല്ലാം നിശ്ശബ്ദമായിരുന്നു. പിന്നെ മകൾ ശാന്തവും തെളിഞ്ഞതുമായ ശബ്ദത്തിൽ സംസാരിച്ചുതുടങ്ങി. "നുണ പറഞ്ഞിട്ട് ഒന്നും നേടാനില്ല അമ്മേ" അവൾ പറഞ്ഞു. "ഇദ്ദേഹത്തോട് നമുക്ക് എല്ലാം തുറന്നുപറയാം. നാം ഡ്രെബ്ബറെ വീണ്ടും കണ്ടല്ലോ."

"ദൈവം നിന്നോട് പൊറുക്കട്ടെ." കൈകൾ വായുവിലേക്കെറിഞ്ഞ്, കസാലയിൽ ആഴ്ന്നിരുന്നുകൊണ്ട് മാഡം ഷാർപെന്റിയർ പറഞ്ഞു. "നീ നിന്റെ സഹോദരനെ കൊന്നു."

"എന്തായാലും നാം സത്യം പറയുന്നതാണ് ആർതറിന് ഇഷ്ടപ്പെടുക." പെൺകുട്ടി ഉറച്ചസ്വരത്തിൽ പറഞ്ഞു.

"എല്ലാം ഇപ്പോൾ എന്നോട് തുറന്നുപറയുന്നതാണ് നല്ലത്." ഞാൻ പറഞ്ഞു. പാതിവിശ്വാസം, ഒന്നുമില്ലാത്തതിനേക്കാളും മോശമാണ്. അതിനുംപുറമെ ഇക്കാര്യത്തെക്കുറിച്ച് ഞങ്ങൾക്ക് എത്രമാത്രം അറിയാമെന്ന് നിങ്ങൾക്ക് അറിയുകയുമില്ല."

"എല്ലാം നീ കാരണമാണ് ആലീസ്." അമ്മ പറഞ്ഞു. പിന്നെ എന്റെ നേരെ തിരിഞ്ഞ് "ഞാൻ എല്ലാം പറയാം സർ. എന്റെ മകനെക്കുറിച്ച് എനിക്കുള്ള വ്യാകുലത, ഈ അനിഷ്ടസംഭവത്തിൽ അവനും പങ്കുണ്ടെന്ന ഭയം കൊണ്ടാണെന്ന് കരുതരുത്. അതിൽ അവൻ തീർത്തും നിരപരാധിയാണ്. അവൻ ആർക്കെങ്കിലും വഴങ്ങിയിരിക്കുമെന്ന് നിങ്ങളും മറ്റുള്ളവരും ചിന്തിക്കുമല്ലോ എന്നാണ് എന്റെ ഭയം. എന്നാൽ അത് തീർത്തും അസാധ്യമാണ്. അവന്റെ തങ്കപ്പെട്ട സ്വഭാവം, ഉദ്യോഗം, പൂർവചരിത്രം ഇതെല്ലാം അതിൽനിന്ന് അവനെ തടയും.

"കാര്യങ്ങൾ തുറന്നു പറയുന്നതാണ് നല്ലത്." ഞാൻ മറുപടി പറഞ്ഞു. "വിശ്വസിച്ചോളൂ, നിങ്ങളുടെ മകൻ നിരപരാധിയാണെങ്കിൽ അയാൾക്ക് ഒരു കുഴപ്പവും വരില്ല."

"ആലീസേ, നീ ഇവിടെനിന്ന് അല്പം മാറി നില്ക്കുന്നതാണ് നല്ലത്." അവർ പറഞ്ഞപ്പോൾ മകൾ മുറിവിട്ടുപോയി. "ഇനി സാർ ഇതെല്ലാം തുറന്നുപറയണമെന്ന് ഞാൻ ചിന്തിച്ചിരുന്നില്ല. എങ്കിലും എന്റെ മകൾ ചിലതൊക്കെ വെളിപ്പെടുത്തിയ സ്ഥിതിക്ക് ഇനി വേറെ മാർഗമില്ല. സംസാരിക്കാൻ തീരുമാനിച്ച സ്ഥിതിക്ക് ഞാൻ ഒന്നുംവിടാതെ എല്ലാം പറയാം."

"അത് വളരെ ബുദ്ധിപരമായ ഒരു തീരുമാനമാണ്." ഞാൻ പറഞ്ഞ. "മി. ഡ്രെബ്ബർ ഏതാണ്ട് മൂന്നാഴ്ച ഇവിടെയുണ്ടായിരുന്നു. അയാളും സെക്രട്ടറി സ്റ്റേൻജർസണും വൻകരയിലാകെ സഞ്ചാരത്തി

ലായിരുന്നു എന്ന് എനിക്ക് മനസ്സിലായി. അവരുടെ രണ്ട് പേരുടെയും പെട്ടിയിൽ 'കോപ്പൻഹാഗൻ' എന്ന ലേബൽ കണ്ടിരുന്നു. അവിടെനിന്നായിരിക്കാം അവർ ഇങ്ങോട്ടു വന്നത്. സ്റ്റേൻജർസൺ ശാന്തപ്രകൃതക്കാരനായിരുന്നു. എന്നാൽ അയാളുടെ യജമാനൻ നേരെ മറിച്ചും. അയാളുടെ സ്വഭാവം പരുക്കനും ചെയ്തികൾ മൃഗീയവുമായിരുന്നു. വന്ന ആദ്യരാത്രിയിൽ തന്നെ അയാൾ കണക്കിലേറെ മദ്യപിച്ചു. പിറ്റേന്ന് പകൽ പന്ത്രണ്ട് മണിയായിട്ടും അയാളുടെ കെട്ടുവിട്ടിരുന്നില്ല. പരിചാരികമാരോടൊക്കെ അയാൾ ആവശ്യമില്ലാത്ത സ്വാതന്ത്ര്യം കാട്ടി. വേഗംതന്നെ എന്റെ മകൾ ആലീസിനോടും അയാൾ അതേരീതിയിൽ പെരുമാറിത്തുടങ്ങി. ഒന്നിലേറെതവണ അവളോട് മോശമായരീതിയിൽ സംസാരിക്കുകയും ചെയ്തു. ഭാഗ്യത്തിന് അവൾ നിഷ്ക്കളങ്കയായ ഒരു കുട്ടിയായതുകൊണ്ട് അത് പൂർണമായും മനസ്സിലായില്ല. ഒരുതവണ അയാൾ അവളെ ബലമായി ആലിംഗനം ചെയ്യുകപോലുമുണ്ടായി. ഈ അതിക്രമം കണ്ട് സിക്രട്ടറിപോലും അയാളെ ശാസിക്കേണ്ടിവന്നു.

"പക്ഷെ, ഇതൊക്കെ നിങ്ങൾ എന്തിന് സഹിച്ചു? താമസക്കാരെ എപ്പോൾ വേണമെങ്കിലും നിങ്ങൾക്ക് ഇറക്കിവിടാമല്ലോ."

"എന്റെ പ്രസക്തമായ ചോദ്യംകേട്ടപ്പോൾ മിസിസ് ഷാർപ്പെന്റിയറുടെ മുഖം വിവർണമായി. വന്ന ദിവസംതന്നെ ഞാൻ അയാളോട് എല്ലാകാര്യങ്ങളും പറഞ്ഞതാണ്.' അവർ പറഞ്ഞു. 'എന്നാൽ ആ പ്രലോഭനം അടക്കാനായില്ല. അവർ രണ്ടുപേരും ദിവസത്തേക്ക് ഓരോ പൗണ്ട്വീതമാണ് തന്നത്. ആഴ്ചയിൽ പതിന്നാലുപൗണ്ട്. ഇതാണെങ്കിൽ ആൾക്കാർ കുറഞ്ഞ സീസണും. ഞാൻ ഒരു വിധവയാണ്. ഒരു മകനുള്ളതിനെ നേവിയിൽ ചേർക്കാൻ ഒത്തിരി കഷ്ടപ്പെടേണ്ടിവന്നതാണ്. ആ പണം കളയാൻ എനിക്ക് മനസ്സുവന്നില്ല. അതുകൊണ്ട് എന്റെ ഗുണത്തിനുള്ളത് ഞാൻ ചെയ്തു. എന്നാൽ ആ ഒടുവിലത്തെ സംഭവം അല്പം കടന്നകൈയായിരുന്നു. അതിന്റെ പേരിൽ പെട്ടെന്ന് ഒഴിയണമെന്ന് ഞാൻ ആവശ്യപ്പെട്ടു. അതാണ് അയാൾ പോകാനുള്ള കാരണം."

"അയാൾ പോകുന്നത് കണ്ടപ്പോൾ എനിക്കാശ്വാസമായി. എന്റെ മകൻ ഇപ്പോൾ അവധിക്ക് വന്നതേയുള്ളൂ. എന്നാൽ ഞാനിതൊന്നും അവനോട് പറഞ്ഞിട്ടില്ല. കാരണം അവൻ വല്ലാത്ത മുൻകോപിയാണ്. മാത്രമല്ല, സഹോദരിയെ അവന് ജീവനുമാണ്. അവർ പോയിക്കഴിഞ്ഞപ്പോൾ എന്റെ ഹൃദയത്തിൽനിന്നും ഒരു വലിയ ഭാരം ഇറക്കി

വെച്ചതുപോലെ തോന്നി. ഒരു മണിക്കൂർ ആയിരിക്കില്ല; അപ്പോൾ വാതിൽക്കൽ മണിയൊച്ചകേട്ടു. നോക്കിയപ്പോഴുണ്ട്, ഡ്രെബ്ബർ തിരിച്ചുവന്നിരിക്കുന്നു. അയാൾ വല്ലാതെ ക്ഷോഭിച്ചിരുന്നു. നന്നായി കുടിച്ചിട്ടുമുണ്ടായിരുന്നു. അയാൾ, ഞാനും ആലീസും ഇരുന്ന മുറിയിലേക്ക് ചാടിക്കയറിവന്ന് തീവണ്ടി കിട്ടാത്തതിനെക്കുറിച്ച് എന്തോ അവ്യക്തമായി സൂചിപ്പിച്ചു. പിന്നെ അയാൾ എന്റെ കൺമുന്നിൽവെച്ച് തന്നോടൊപ്പം പോകാൻ ആലീസിനെ നിർബന്ധിച്ചു. "നിനക്ക് പ്രായമായി, ഒരു നിയമവും നിന്നെ തടയില്ല. എനിക്കാണെങ്കിൽ ആവശ്യത്തിലധികം പണമുണ്ട്. ഈ കിഴവി പറയുന്നതൊന്നും കാര്യമാക്കേണ്ട. ഇപ്പോൾത്തന്നെ എന്റെ കൂടെ പോന്നോളൂ. നിനക്ക് ഒരു രാജകുമാരിയെപ്പോലെ ജീവിക്കാം." പാവം ആലീസ് വല്ലാതെ ഭയന്നിരുന്നു. അവൾ അയാളിൽനിന്നും അകന്നുമാറി. എന്നാൽ അയാൾ അവളുടെ കൈയിൽ കയറിപ്പിടിച്ച് അവളെ വാതില്ക്കലേക്ക് കൊണ്ടുപോകാൻ ശ്രമിച്ചു. ആ നിമിഷം എന്റെ മകൻ ആർതർ മുറിയിലേക്കുകടന്നുവന്നു. പിന്നെ എന്തുസംഭവിച്ചുവെന്ന് എനിക്കറിയില്ല. ശാപവാക്കുകളും തല്ലിന്റെ ശബ്ദവും കേൾക്കാമായിരുന്നു. ഞാൻ തലപൊക്കാൻ പോലുമാകാത്തത്ര ഭയന്നുപോയിരുന്നു. പിന്നെ തലയുയർത്തിയപ്പോൾ ആർതർ ഒരു വടിയുമായി വാതില്കൽ നില്ക്കുന്നതാണ് കണ്ടത്. "ആ സാധനം ഇനി നമ്മളെ ഉപദ്രവിക്കാൻ വരുമെന്ന് എനിക്ക് തോന്നുന്നില്ല. ഏതായാലും പിന്നാലെ ചെന്ന് അവന്റെ പരിപാടി എന്തണെന്ന് നോക്കട്ടെ. ഇതും പറഞ്ഞ് തൊപ്പിയുമെടുത്ത് ആർതർ അയാളുടെ പിറകെ പോയി. പിറ്റേന്ന് രാവിലെ ഞങ്ങൾ കേട്ടത് മി. ഡ്രെബ്ബറുടെ നിഗൂഢമരണത്തെക്കുറിച്ചാണ്."

"ഈ പ്രസ്താവന, കുറേയേറെ തപ്പിത്തടഞ്ഞുകൊണ്ട് മിസിസ്. ഷാർപെന്റിയർ തന്നെ പറഞ്ഞതാണ്. ചിലപ്പോൾ അവരുടെ ശബ്ദം വളരെ താഴ്ന്നതു കാരണം എനിക്ക് കേൾക്കാൻപോലും ബുദ്ധിമുട്ടായിരുന്നു. അവർ പറഞ്ഞതെല്ലാം ഞാൻ ചുരുക്കെഴുത്തിൽ കുറിച്ചെടുത്തിട്ടുണ്ട്. കാരണം പിന്നീട് വല്ല അബദ്ധവും പറ്ററുതല്ലോ."

"ഇത് ഗംഭീരംതന്നെ." കോട്ടുവായിട്ടുകൊണ്ട് ഷെർലക് ഹോംസ് പറഞ്ഞു. "പിന്നെ എന്തുണ്ടായി?"

"മിസിസ് ഷാർപെന്റിയർ ഇടയ്ക്ക് നിർത്തിയപ്പോൾ", അയാൾ തുടർന്നു. "ഈ കേസ് ആകമാനം ഒറ്റ വസ്തുതയിലാണ് നിലനില്ക്കുന്നുതെന്ന് ഞാൻ മനസ്സിലാക്കി. സാധാരണ സ്ത്രീകളുടെയടുത്ത് ചെയ്യാറുള്ളതുപോലെ, അവരുടെ കണ്ണുകളിൽനിന്ന് നോട്ടം പിൻവ

ലിക്കാതെ, മകൻ എത്രമണിക്കാണ് തിരിച്ചെത്തിയതെന്ന് ഞാൻ ചോദിച്ചു."

"എനിക്കറിയില്ല." അവർ പറഞ്ഞു.

"അറിയില്ലേ?"

"ഇല്ല. അവന്റെ കൈയിൽ ഒരു താക്കോലുണ്ട്. അതുപയോഗിച്ച് അവൻ അകത്തുപോയിരിക്കും."

"നിങ്ങൾ ഉറങ്ങാൻ തുടങ്ങിയതിനുശേഷമോ?"

"അതെ."

"നിങ്ങൾ എപ്പോഴാണ് ഉറങ്ങാൻ പോയത്?"

"പതിനൊന്നു മണിയായിക്കാണും."

അപ്പോൾ നിങ്ങളുടെ മകൻ രണ്ടുമണിക്കൂറെങ്കിലും പുറത്തായിരുന്നു?"

"അത് നാലോ അഞ്ചോ മണിക്കൂറും ആയിക്കൂടെ?"

"ആവാം."

"ആ സമയമൊക്കെ അച്ചൻ എന്തുചെയ്യുകയായിരുന്നു?"

"എനിക്കറിയില്ല." ആകെ വിളറിയ ചുണ്ടുകളോടെ അവർ പറഞ്ഞു.

"അതിനുശേഷം പിന്നെ ഒന്നും ചെയ്യാനുണ്ടായിരുന്നില്ല."

ലെഫ്റ്റനന്റെ ഷാർപെന്റിയർ എവിടെയാണെന്ന് ഞാൻ കണ്ടെത്തി; രണ്ടു പോലീസുകാരുമായിച്ചെന്ന് അയാളെ അറസ്റ്റു ചെയ്തു. ഞാൻ അയാളുടെ തോളിൽതട്ടി, മിണ്ടാതെ ഞങ്ങളോടൊപ്പം വരണമെന്നാവശ്യപ്പെട്ടപ്പോൾ, അയാൾ തികഞ്ഞ ധൈര്യത്തോടെ പറഞ്ഞു. "ഡ്രെബ്ബർ എന്ന ആ തെമ്മാടിയുടെ മരണവുമായി ബന്ധപ്പെട്ടായിരിക്കാം നിങ്ങൾ എന്നെ അറസ്റ്റ് ചെയ്യുന്നതെന്ന് ഞാൻ കരുതുന്നു." അയാൾ പറഞ്ഞു. ഞങ്ങൾ അയാളോട് ആ സംഭവത്തെക്കുറിച്ച് ഒന്നും പറഞ്ഞിരുന്നില്ല; എന്നിട്ടും അയാൾ സ്വയം അത് പരാമർശിച്ചത് വളരെ സംശയജനകമാണ്."

'വളരെ.' ഹോംസ് പറഞ്ഞു.

'പോകുമ്പോൾ അയാളുടെ കൈയിലുണ്ടായിരുന്നു എന്ന് അമ്മ പറഞ്ഞ വടി അപ്പോഴും കൈയിൽത്തന്നെയുണ്ടായിരുന്നു. നല്ലവണ്ണമുള്ള ഒരു ഓക്ക് കുറുവടി.'

'അപ്പോൾ താങ്കളുടെ നിഗമനം എന്താണ്?'

അയാൾ ബ്രിക്സ്റ്റൺ തെരുവുവരെ ഡ്രെബ്ബറെ പിൻതുടർന്നിരിക്കണം. അവിടെയെത്തിയപ്പോൾ അവർ തമ്മിൽ വീണ്ടും കശപിശ നടന്നു. അതിനിടയിൽ ഡ്രെബ്ബർക്ക് ആ കുറുവടി കൊണ്ട് അടിവയറ്റിൽ

ഒന്നു കിട്ടിയിരിക്കണം. ആ അടിയേറ്റ് അയാൾ മരിച്ചുകാണണം, ഒരു അടയാളവും അവശേഷിപ്പിക്കാതെ. രാത്രിയിൽ നല്ല മഴയായിരുന്നതുകൊണ്ട് ആളുകളാരും തെരുവിലുണ്ടായിരുന്നില്ല. അതുകൊണ്ട് ഷാർപെന്റിയർ തന്റെ ഇരയുടെ ദേഹം റോഡിലൂടെ വലിച്ചിഴച്ച് ആളൊഴിഞ്ഞ ആ വീട്ടിലെത്തിച്ചിരിക്കണം. പിന്നെ മെഴുകുതിരി, ചോര, ചുമരെഴുത്ത്, മോതിരം ഇലവയൊക്കെ പോലീസിനെ വഴിതെറ്റിക്കാനുള്ള സൂത്രങ്ങൾ മാത്രമാണ്."

''നന്നായിട്ടുണ്ട്." ഹോംസ് പ്രോത്സാഹനസ്വരത്തിൽ പറഞ്ഞു. "സത്യമായും ഗ്രെഗ്സൺ, താങ്കൾക്ക് നല്ല പുരോഗതിയുണ്ട്. താങ്കൾ ഇനിയും ഉയരത്തിലെത്തുമെന്ന് ഉറപ്പാണ്."

"ഞാനിത് ഒട്ടൊക്കെ ഭംഗിയായി കൈകാര്യം ചെയ്തിട്ടുണ്ട്." അയാൾ അഭിമാനത്തോടെ പറഞ്ഞു. "ആ ചെറുപ്പക്കാരൻ ഒരു കാര്യം സമ്മതിച്ചു. ഡ്രെബ്ബറുടെ കൂടെ ഒട്ടുദൂരം ചെന്നപ്പോൾ, താൻ പിറകെ വരുന്ന കാര്യം മനസ്സിലാക്കിയ അയാൾ രക്ഷപ്പെടാനായി ഒരു വണ്ടിയിൽ കയറിപ്പോയി. തിരിച്ചു വീട്ടിലെക്ക് നടക്കുമ്പോൾ അയാൾ പഴയ ഒരു സഹനാവികനെ കണ്ടു. അയാളോടൊപ്പം ഒരുപാട് നടന്നു. ഇപ്പറഞ്ഞ നാവികൻ എവിടെയാണ് താമസമെന്ന് ചോദിച്ചപ്പോൾ തൃപ്തികരമായ ഒരുത്തരം പറയാൻ അയാൾക്ക് കഴിഞ്ഞില്ല. ഈ കേസിലെ എല്ലാ കണ്ണികളും വളരെ സുന്ദരമായി ചേർന്നിരിക്കുന്നതായി എനിക്ക് തോന്നുന്നു. തെറ്റായ ദിശയിലേക്ക് നീങ്ങിയിട്ടുള്ള ലെസ്ട്രേഡിന്റെ കാര്യമാണ് മഹാകഷ്ടം. അയാൾ കാര്യമായി ഒന്നും കണ്ടെത്താനിടയില്ല. ദൈവമേ സാക്ഷാൽ ലെസ്ട്രേഡ് തന്നെ ഇതാ എത്തിയല്ലോ"

ഞങ്ങൾ സംസാരിക്കുന്നതിനിടയിൽ ഗോവണി കയറിവന്ന ലെസ്ട്രേഡ് തന്നെയായിരുന്നു അത്. അയാൾ മുറിയിലേക്ക് പ്രവേശിച്ചു. അയാളിൽ സാധാരണ കാണുന്ന ആത്മവിശ്വാസവും ഉല്ലാസവുമൊക്കെ അപ്രത്യക്ഷമായിരുന്നു. അയാളുടെ മുഖം അസ്വസ്ഥവും കലുഷവുമായിരുന്നു. വസ്ത്രങ്ങളൊക്കെ ഉലഞ്ഞ് വൃത്തികേടായിരുന്നു. അയാൾ ഷെർലക് ഹോംസിന്റെ ഉപദേശം തേടി വന്നതാണെന്ന് വ്യക്തം. എന്നാൽ തന്റെ സഹപ്രവർത്തകനെ കണ്ടപ്പോൾ അയാൾ വല്ലാതെ പരുങ്ങുന്നത് കണ്ടു. അനിശ്ചിതഭാവത്തിൽ തൊപ്പിയിൽ തിരിപ്പിടിച്ചുകൊണ്ട് എന്തുചെയ്യണമെന്നറിയാതെ അയാൾ മുറിയുടെ മധ്യത്തിൽനിന്നു.

"ഇത് വളരെ അസാധാരണമായ ഒരു കേസ് തന്നെ." ഒടുവിൽ അയാൾ പറഞ്ഞൊപ്പിച്ചു. "അങ്ങേയറ്റം ദുർഗ്രഹമായ ഒരു സംഭവം.'

“ഓ, താങ്കൾക്ക് അങ്ങിനെയാണോ തോന്നുന്നത് മി. ലെസ്ട്രേഡ്?” ഗ്രെഗ്സൺ വിജയഭാവത്തിൽ ഉറക്കെ പറഞ്ഞു. “താങ്കൾ അത്തരം തീരുമാനത്തിലെത്തുമെന്ന് എനിക്കുറപ്പുണ്ടായിരുന്നു. ആ സെക്രട്ടറി ജോസഫ് സ്ട്രേൻജർസണിനെ താങ്കൾ കണ്ടുപിടിച്ചോ?”

“സെക്രട്ടറി മി. ജോസഫ് സ്ട്രേൻജർസൺ, ലെസ്ട്രേഡ് ഗൗരവത്തിൽ പറഞ്ഞു. ഹാളിഡെയ്സ് പ്രൈവറ്റ് ഹോട്ടലിൽവെച്ച് ഇന്നു രാവിലെ ആറുമണിക്ക് കൊല്ലപ്പെട്ടു.”

ഇരുളിലെ വെട്ടം

ലെസ്ട്രേഡ് കൊണ്ടുവന്ന വിവരം വളരെയേറെ അപ്രതീക്ഷിതവും ഗുരുതരവുമായിരുന്നു. അതുകേട്ട് ഞങ്ങൾ മൂന്നുപേരും സ്തബ്ധരായി ഇരുന്നുപോയി. ഗ്രെഗ്സൺ കസാലയിൽനിന്ന് ചാടിയെഴുന്നേറ്റപ്പോൾ അയാളുടെ ബാക്കി വിസ്കി തറയിൽപോയി. ഞാൻ നിശ്ശബ്ദനായി ഷെർലക് ഹോംസിനെ നോക്കി. അദ്ദേഹം ചിന്തയിൽ മുഴുകി ഇരിപ്പായിരുന്നു. "സ്റ്റേൻജർസൺ കൂടി." അദ്ദേഹം പിറുപിറുത്തു. 'കാര്യം കൂടുതൽ കുഴയുകയാണല്ലോ!'

'അല്ലെങ്കിൽത്തന്നെ അത് വേണ്ടത്ര കുഴഞ്ഞിരിക്കുകയായിരുന്നു' എന്ന് പറഞ്ഞ് ലെസ്ട്രേഡ് ഒരു കസാലയിലിരുന്നു.

"ഇപ്പോൾ ഒരുതരം യുദ്ധകാര്യാലോചനാസഭയിൽ എത്തിപ്പെട്ട മട്ടുണ്ട്."

"താങ്കൾ... താങ്കൾ പറഞ്ഞത് നേരുതന്നെയാണോ?" ഗ്രെഗ്സൺ വിക്കി.

"ഞാൻ ഇപ്പോൾ അയാളുടെ മുറിയിൽനിന്നാണ് വരുന്നത്." ലെസ്ട്രേഡ് പറഞ്ഞു. ''നടന്നതെന്താണെന്ന് ആദ്യം കണ്ടത് ഞാനാ

യിരുന്നു."

"ഞങ്ങൾ ഗ്രെഗ്സണിന് പറയാനുള്ളത് കേൾക്കുകയായിരുന്നു." ഹോംസ് സൂചിപ്പിച്ചു. "താങ്കൾ കണ്ടതും ചെയ്തതുമൊക്കെ ഒന്ന് വിവരിക്കാമോ?"

"തീർച്ചയായും" ഒരു കസാലയിലിരുന്നുകൊണ്ട് ലെസ്ട്രേഡ് പ്രതിവചിച്ചു. ഡ്രെബ്ബറുടെ കൊലപാതകത്തിനുത്തരവാദി സ്റ്റേൻജർസണായിരുന്നു എന്നാണ് ഞാൻ കരുതിയിരുന്നതെന്ന് തുറന്നു സമ്മതിക്കുന്നു. അത് തീർത്തും തെറ്റായിരുന്നു എന്ന് ഇപ്പഴത്തെ സംഭവം വ്യക്തമാക്കുന്നു. മനസ്സുനിറയെ മുൻപറഞ്ഞ ധാരണയുമായാണ്, സെക്രട്ടറിക്ക് എന്തുപറ്റിയെന്ന് കണ്ടെത്താൻ ഞാൻ ശ്രമിച്ചത്. മൂന്നാം തീയതി രാത്രി എട്ടരമണിക്ക് യൂസ്റ്റൺ സ്റ്റേഷനിൽ അവരെ ഒരുമിച്ച് കണ്ടവരുണ്ട്. പുലർച്ചെ രണ്ടുമണിക്കാണ് ബ്രിക്സ്റ്റൺ റോഡിൽ ഡ്രെബ്ബറുടെ ദേഹം കാണുന്നത്. 8.30നും കൃത്യം നടന്ന സമയത്തിനുമിടയിൽ സ്ട്രേൻജർസൺ എന്തുചെയ്യുകയായിരുന്നു എന്നും, പിന്നീടയാൾക്ക് എന്തു സംഭവിച്ചു എന്നും കണ്ടെത്താനായിരുന്നു എന്റെ ശ്രമം. ആ മനുഷ്യന്റെ രൂപം വിവരിച്ചും, അമേരിക്കൻ കപ്പലുകളെ പ്രത്യേകം ശ്രദ്ധിക്കണമെന്ന് മുന്നറിയിപ്പ് നല്കിയും ഞാൻ ലിവർപൂളിലേക്ക് ഒരു കമ്പി അയച്ചു. അതിനുശേഷം യൂസ്റ്റണിന്റെ പരിസരത്തിലുള്ള എല്ലാ ഹോട്ടലുകളിലും ലോഡ്ജുകളിലും ഞാൻ അന്വേഷിച്ചു. ഡ്രെബ്ബറും സെക്രട്ടറിയും തമ്മിൽ പിരിഞ്ഞെങ്കിൽ, രണ്ടാമൻ സ്വാഭാവികമായും ചെയ്യുക പരിസരത്തെ ഏതെങ്കിലും വസതിയിൽ രാത്രി കഴിച്ചുകൂട്ടി രാവിലെ സ്റ്റേഷനിൽ ചെല്ലുകയായിരിക്കുമെന്നാണ് ഞാൻ കണക്കുകൂട്ടിയത്."

"അവർക്ക് ഏതെങ്കിലും ഒരു സങ്കേതം നേരത്തെ തന്നെ തീരുമാനിക്കാമല്ലോ' ഹോംസ് പറഞ്ഞു.

"അതുതന്നെയാണ് സത്യം. ഇന്നലെ വൈകിട്ട് മുഴുവൻ ഞാൻ അന്വേഷിച്ച നടക്കുകയായിരുന്നു. ഇന്ന് കാലത്ത് വളരെ നേരത്തെ തുടങ്ങി. ഏതാണ്ട് 8 മണിയോടെ ലിറ്റിൽ ജോർജ് തെരുവിലുള്ള ഹാളിഡെയ്സ് പ്രൈവറ്റ് ഹോട്ടലിലെത്തി. ഒരു മി. സ്ട്രേൻജർസൺ അവിടെ താമസമുണ്ടോ എന്നന്വേഷിച്ചപ്പോൾ, ഉണ്ടെന്നായിരുന്നു അവരുടെ മറുപടി.

"അദ്ദേഹം കാത്തുനില്ക്കുന്ന മാന്യൻ താങ്കൾ തന്നെയായിരിക്കണം!" അവർ പറഞ്ഞു. 'രണ്ടുദിവസമായി അയാൾ കാത്തിരിപ്പി തുടങ്ങിയിട്ട്.'

"അയാൾ ഇപ്പോൾ എവിടെയുണ്ട്?" ഞാൻ അന്വേഷിച്ചു. "മുകളിൽ ഉറക്കമാണ്. ഒൻപതുമണിക്ക് ഉണർത്തണമെന്നേല്പിച്ചിരുന്നു."

"ഞാൻ ഉടൻതന്നെ മുകളിലേക്ക് ചെന്ന് അയാളെ കാണാം." ഞാൻ പറഞ്ഞു.

"ഞാൻ പെട്ടെന്ന് മുന്നിൽച്ചെന്ന് ചാടുന്നത് അയാളെ ചകിതനാക്കുമെന്നും, ഓർക്കാതെ വല്ലതും തുറന്നുപറഞ്ഞുപോകുമെന്നും എനിക്ക് തോന്നി. വേലക്കാരൻ മുറികാണിച്ചുതരാൻ എന്നോടൊപ്പം വന്നു. രണ്ടാം നിലയിലുള്ള ആ മുറിയിലേക്ക് ഇടുങ്ങിയ ഒരു ഇടനാഴിയുണ്ടായിരുന്നു. അത് ചൂണ്ടിക്കാട്ടി അയാൾ പോകാൻ തിരിഞ്ഞു. അപ്പോഴാണ്, 20 വർഷത്തെ അനുഭവമുണ്ടായിരുന്നിട്ടും ഓക്കാനം വരുന്ന ഒരു കാഴ്ച ഞാൻ കണ്ടത്. വാതിലിനടിയിലൂടെ ഒരു ചോരച്ചാൽ ഒഴുകി ഇടനാഴിയുടെ മറുവശത്ത് രക്തം തളംകെട്ടി നില്പുണ്ടായിരുന്നു. ഞാൻ അറിയാതെ നിലവിളിച്ചുപോയി. അതുകേട്ട് വേലക്കാരൻ തിരിച്ചുവന്നു. ആ ചോരച്ചാൽ കണ്ടപ്പോൾ അവൻ ബോധം കെട്ടില്ലെന്നേയുള്ളൂ. വാതിൽ അകത്തുനിന്ന് പൂട്ടിയിരിക്കുകയായിരുന്നു. ഞങ്ങൾ ബലം പ്രയോഗിച്ച് അത് തുറന്ന് അകത്തുകടന്നു. മുറിയിലെ തുറന്നുകിടന്ന ജനലിനടുത്ത് നിശാവസ്ത്രമണിഞ്ഞ ഒരു മനുഷ്യന്റെ ദേഹം ചുരുണ്ടുകൂടി കിടപ്പുണ്ടായിരുന്നു. അയാൾ മരിച്ചിട്ട് ഏറെ നേരമായെന്നു തോന്നി. കാരണം അയാളുടെ ദേഹം മരവിച്ചിരുന്നു. ഞങ്ങൾ ദേഹം തിരിച്ചിട്ടപ്പോൾ, സ്റ്റേൻജർസൺ എന്ന പേരിൽ മുറിയെടുത്തയാൾ തന്നെയാണതെന്ന് പരിചാരകൻ തിരിച്ചറിഞ്ഞു. ഇടതുഭാഗത്തേറ്റ ആഴത്തിലുള്ള മുറിവായിരുന്നു മരണകാരണം. അത് അയാളുടെ ഹൃദയത്തെ ഭേദിച്ചിരിക്കണം. ഇനിയാണ് അതിവിചിത്രമായ സംഗതി. കൊല്ലപ്പെട്ട മനുഷ്യന്റെ മുകളിൽ എന്താണുണ്ടായിരുന്നത് എന്നാണ് നിങ്ങൾ വിചാരിക്കുന്നത്?"

ഷെർലക് ഹോംസ് ഉത്തരം പറയുന്നതിനുമുമ്പുതന്നെ എന്റെ ദേഹമാകെ ഉളുത്തുകയറി. അതിഭീകരമായ എന്തോ വരാനിരിക്കുന്നതുപോലെ എനിക്കുതോന്നി.

"രക്തത്തിലെഴുതിയ 'RACHE' എന്ന വാക്ക്." അദ്ദേഹം പറഞ്ഞു.

"അതുതന്നെ." അത്ഭുതസ്തിമിതനായി ലെസ്ട്രേഡ് പറഞ്ഞു. ഒട്ടുനേരം ആരും ഒന്നും മിണ്ടിയില്ല.

ഈ കൊലയാളിയുടെ പ്രവൃത്തികളിൽ ഒരു ചിട്ടയും നിറഞ്ഞ ദുരൂഹതയുമുണ്ടായിരുന്നു. അതൊക്കെ ചേർന്ന് അയാളുടെ കുറ്റകൃത്യങ്ങൾക്ക് നവമായ ഒരു ഭീകരത നല്കി. യുദ്ധക്കളത്തിൽപോലും ചകി

തനാകാത്ത എന്റെ മനസ്സിൽ അതേക്കുറിച്ചോർക്കുന്തോറും വല്ലാത്ത ഭീതി നിറഞ്ഞു.

“അയാളെ കണ്ടവരുണ്ട്.” ലെസ്ട്രേഡ് തുടർന്നു. ഡയറിയിലേക്ക് പോകുന്ന ഒരു പാൽക്കാരൻ ഹോട്ടലിന് പിന്നിലുള്ള വഴിയിലൂടെയാണ് കടന്നുപോയത്. അവിടെ എപ്പോഴും കിടപ്പുണ്ടായിരുന്ന ഒരു ഏണി, രണ്ടാംനിലയിലെ തുറന്നിട്ട ഒരു ജനലിനു നേരെ ഉയർത്തിവെച്ചിരിക്കുന്നത് അവൻ കണ്ടു. ഒട്ടുദൂരം ചെന്ന് അവൻ തിരിഞ്ഞുനോക്കിയപ്പോൾ ഒരുത്തൻ താഴോട്ടിറങ്ങിവരുന്നുണ്ടായിരുന്നു. അയാൾ ഒട്ടും ഒളിക്കാതെയാണ് ഇറങ്ങിയത്. അതുകണ്ടപ്പോൾ അയാൾ കാലത്തേ തന്നെ ഹോട്ടലിൽ ജോലിക്കെത്തിയ ആശാരിയോ മറ്റോ ആയിരിക്കുമെന്നാണ് അവൻ കരുതി. അയാൾ ജോലിയിൽനിന്നിറങ്ങിയത് വളരെനേരത്തെയാണെന്ന് ചിന്തിച്ചതല്ലാതെ അവൻ കൂടുതലൊന്നും ശ്രദ്ധിച്ചില്ല. അത് തുടുത്ത മുഖമുള്ള ഒരു ദീർഘകായനായിരുന്നു എന്നും അയാൾ തവിട്ട് നിറമുള്ള നീളൻ കോട്ടാണ് ധരിച്ചിരുന്നതെന്നും അവനോർമയുണ്ട്. കൊലനടന്നിട്ട് പിന്നെയും കുറച്ചുനേരം അവൻ ആ മുറിയിൽത്തന്നെ തങ്ങിയിരിക്കണം. കാരണം, അവൻ കൈകഴുകിയ വാഷ്ബേസിനിൽ രക്തം കലർന്ന വെള്ളവും അവൻ കത്തിതുടച്ച ഷീറ്റിൽ ചോരപ്പാടുകളും ഞങ്ങൾ കണ്ടു.”

കൊലയാളിയെക്കുറിച്ചുള്ള വിവരണം കേട്ടപ്പോൾ ഞാൻ ഹോംസിനെ നോക്കി. കാരണം, ആ വിവരണം അദ്ദേഹത്തിനും പൂർണമായും യോജിക്കുമായിരുന്നു. എങ്കിലും അദ്ദേഹത്തിന്റെ മുഖത്ത് സന്തോഷമോ സംതൃപ്തിയോ ഒന്നും കണ്ടില്ല.

“കൊലയാളി ആരായിരിക്കുമെന്നതിനെക്കുറിച്ച് ഒരു സൂചനയും ആ മുറിയിൽ നിന്ന് കിട്ടിയില്ലേ?” അദ്ദേഹം ചോദിച്ചു.

“ഒന്നുമില്ല. ഡ്രെബ്ബറുടെ പഴ്സ് സ്റ്റേൻജർസണിന്റെ കീശയിൽ കണ്ടു. പക്ഷെ, അതിൽ അസാധാരണമായി ഒന്നുമില്ല. കാരണം, പണമെല്ലാം കൈകാര്യം ചെയ്തത് അയാളായിരിന്നു. അതിൽനിന്ന് ഒന്നും പോയിട്ടില്ല. ഈ കൊലപാതകങ്ങളുടെ ഉദ്ദേശ്യം എന്തായിരുന്നാലും മോഷണമല്ലെന്നത് വ്യക്തമാണ്. ഒരു മാസംമുമ്പ് ക്ലീവ്ലാന്റിൽ നിന്നയച്ച, ‘ജെ.എച്ച്. യൂറോപ്പിലുണ്ട്’ എന്നെഴുതിയ ഒരു കമ്പി സന്ദേശമല്ലാതെ മറ്റൊന്നും മരിച്ചയാളുടെ കീശയിലില്ലായിരുന്നു. ആ സന്ദേശത്തിനടിയിലും പേരൊന്നുമുണ്ടായിരുന്നില്ല.”

“അവിടെ വേറെ ഒന്നുമുണ്ടായിരുന്നില്ലേ?”

“പ്രാധാന്യമുള്ള ഒന്നുമില്ല. ഉറങ്ങുന്നതുവരെ അയാൾ വായിച്ച

നോവൽ കിടക്കയിൽ തന്നെയുണ്ടായിരുന്നു; അയാളുടെ പൈപ്പ് തൊട്ടടുത്തുള്ള കസാലയിലും. മേശപ്പുറത്ത് ഒരു ഗ്ലാസ് വെള്ളം, പിന്നെ ജനാലപ്പടിയിൽ രണ്ടു ഗുളികകളുള്ള ഒരു കൊച്ചുപെട്ടിയും." ഷെർലക് ഹോംസ് ആഹ്ലാദശബ്ദം പുറപ്പെടുവിച്ചുകൊണ്ട് ഇരിപ്പിടത്തിൽനിന്നും ചാടിയെഴുന്നേറ്റു.

"അവസാനകണ്ണി!" അദ്ദേഹം നിലവിളിച്ചു. "എന്റെ അന്വേഷണം പൂർത്തിയായി."

രണ്ടു പോലീസുകാരും വിസ്മയത്തോടെ അദ്ദേഹത്തെ നോക്കി.

"ഇപ്പോൾ എന്റെ കൈയിൽ ഈ കുടുക്കിന്റെ എല്ലാ ചരടുകളുമുണ്ട്." എന്റെ സുഹൃത്ത് നിറഞ്ഞ വിശ്വാസത്തോടെ പറഞ്ഞു. "ചില വിശദാംശങ്ങൾ ഇനിയും ലഭ്യമാകാനുണ്ട്; പക്ഷെ, ഡ്രെബ്ബർ സ്റ്റേഷനിൽ വെച്ച് സ്റ്റേൻജർസണുമായി പിരിഞ്ഞശേഷം രണ്ടാമന്റെ ദേഹം കണ്ടെത്തിയതുവരെയുള്ള സംഭവങ്ങളിലെ പ്രധാന വസ്തുതകളെല്ലാം ഞാൻ കണ്ണുകൊണ്ട് കണ്ടതുപോലെ ഇപ്പോൾ എനിക്ക് ഉറപ്പായിരിക്കുന്നു. അതിന് ഞാൻ തെളിവുതരാം. ആ ഗുളികകൾ കിട്ടുമോ?"

"അവ എന്റെ കൈയിലുണ്ട്." ഒരു കൊച്ചുവെള്ളപ്പെട്ടി പുറത്തെടുത്തുകൊണ്ട് ലെസ്ട്രേഡ് പറഞ്ഞു. "പോലീസ് സ്റ്റേഷനിൽ സുരക്ഷിതമായി വെക്കാമെന്നുവെച്ച് ഞാൻ അതും, ആ പഴ്സും, കമ്പിസന്ദേശവുമൊക്കെ കൈയിലെടുത്തിരുന്നു. ഈ ഗുളികകൾ വെറുതെ എടുത്തെന്നേയുള്ളൂ. അവയ്ക്ക് ഞാൻ ഒരു പ്രാധാന്യംവും കാണുന്നില്ല."

"അതിങ്ങോട്ട് തരൂ." ഹോംസ് പറഞ്ഞു. "ആട്ടെ ഡോക്ടർ', എന്റെ നേരെ തിരിഞ്ഞ് "ഇവ സാധാരണ ഗുളികകളാണോ?"

അല്ലായിരുന്നു. ചാരനിറത്തിലുള്ള, ഉരുണ്ട, ചെറിയ ഗുളികകൾ. പ്രകാശത്തിനുനേരെ പിടിക്കുമ്പോൾ അവ മിക്കവാറും സുതാര്യമായിരുന്നു. "ഭാരക്കുറവും സുതാര്യതയും കാണുമ്പോൾ, അവ വെള്ളത്തിലലിയുന്നതാണെന്ന് കരുതേണ്ടിവരും." ഞാൻ പറഞ്ഞു.

"വളരെ ശരിയാണ്." ഹോംസിന്റെ ഉത്തരം. "ഇനി താഴെച്ചെന്ന്, ഏറെ നാളായി വയ്യാതെ കിടക്കുന്ന ആ പട്ടിയെ ഇങ്ങോട്ടു കൊണ്ടുവരുന്നതിൽ വിരോധമുണ്ടോ? അതിന്റെ വേദനകണ്ട് അതിനെ ഒന്നവസാനിപ്പിച്ചുകൊടുക്കാൻ വീട്ടുടമ ഇന്നലെയും താങ്കളോട് പറഞ്ഞതാണല്ലോ."

ഞാൻ താഴെച്ചെന്ന് നായയെ മുകളിലേക്കെടുത്തുകൊണ്ടുവന്നു. ബുദ്ധിമുട്ടിയുള്ള ശ്വാസംവലിയും തിളങ്ങുന്ന കണ്ണുകളും കണ്ടാൽ തന്നെ അതിന്റെ അന്ത്യം അടുത്തുകഴിഞ്ഞെന്ന് മനസ്സിലാകുമായിരു

ന്നു. ഞാൻ അതിനെ തറയിലുള്ള ഒരു കുഷ്യനിൽ വെച്ചു.

"ഇനി ഞാൻ ഈ ഗുളികകളിലൊന്ന് രണ്ടായി മുറിക്കുകയാണ്." തന്റെ പേനക്കത്തി പുറത്തെടുത്തുകൊണ്ട് ഹോംസ് പറഞ്ഞു. ഒരു പകുതി ആ പെട്ടിയിൽത്തന്നെ തിരികെ വെക്കാം. മറ്റേ പകുതി ഞാൻ ഈ വൈൻഗ്ലാസിൽ ഇടുന്നു. അതിൽ അല്പം വെള്ളമുണ്ടെന്ന് കാണാമല്ലോ. എന്റെ സുഹൃത്ത് ഡോക്ടർ പറഞ്ഞത് ശരിയാണെന്ന് കണ്ടില്ലേ? അത് പൂർണമായും വെള്ളത്തിൽ അലിഞ്ഞിരിക്കുന്നു."

താൻ പരിഹസിക്കപ്പെടുകയാണെന്ന് മനസ്സിലായ ഒരാളുടെ ഭാവത്തിൽ ലെസ്ട്രേഡ് പറഞ്ഞു. "സംഗതിയൊക്കെ കൊള്ളാം. പക്ഷെ, മി. ജോസഫ് സ്റ്റേൻജർസണിന്റെ മരണവും ഇതുമായി എന്താണ് ബന്ധമെന്ന് എനിക്ക് മനസ്സിലാകുന്നേയില്ല."

"ക്ഷമിക്കൂ സുഹൃത്തേ, അല്പം ക്ഷമിക്കൂ. ഇതും കൊലപാതകവുമായുള്ള ബന്ധം വെക്കാതെ താങ്കൾക്ക് മനസ്സിലാകും. ഇനി ഞാൻ ഈ മിശ്രിതത്തിൽ അല്പം പാല് കൂടി ചേർത്ത് അതിനെ സ്വാദുള്ളതാക്കട്ടെ. അത് കൊടുത്താൽ പട്ടി ഒരു മടിയും കൂടാതെ അത് നക്കിക്കുടിക്കുമെന്ന് നമുക്ക് മനസ്സിലാകും." പറയുന്നതിനിടയിൽ അദ്ദേഹം വൈൻഗ്ലാസിലെ മിശ്രിതം ഒരു പരന്ന പാത്രത്തിലൊഴിച്ച് അത് പട്ടിയുടെ മുൻപിലേക്ക് നീക്കിവെച്ചു. അത് പെട്ടെന്നുതന്നെ പാത്രം നക്കി വൃത്തിയാക്കി. ഷെർലക് ഹോംസിന്റെ ഉറച്ച നടപടികൾ അത്രമാത്രം വിശ്വാസം ജനിപ്പിച്ചിരുന്നതുകൊണ്ട്, ഞങ്ങളെല്ലാം പട്ടിയെ ശ്രദ്ധാപൂർവം വീക്ഷിച്ചുകൊണ്ട്, നിശ്ശബ്ദരായിരുന്നു. ഞെട്ടിക്കുന്ന എന്തോ സംഭവിക്കുമെന്നായിരുന്നു ഞങ്ങൾ കരുതിയിരുന്നത്. എന്നാൽ അത്തരത്തിൽ ഒന്നുമുണ്ടായില്ല. പട്ടി പിന്നെയും ക്ലേശിച്ച് ശ്വാസമെടുത്തുകൊണ്ട് കുഷ്യന്റെമേൽ നിവർന്നുകിടന്നു. പക്ഷെ, ആ ഒരിറക്ക് കുടിച്ചതിന്റെ ഒരു ഫലവും അതിൽ കണ്ടില്ല.

ഹോംസ് വാച്ച് പുറത്തെടുത്ത് സമയം ശ്രദ്ധിച്ചു. പല മിനുട്ടുകൾ കഴിഞ്ഞിട്ടും ഒരു മാറ്റവും കാണാത്തപ്പോൾ അദ്ദേഹത്തിന്റെ ഭാവത്തിൽ കടുത്ത മനോവ്യഥയും നിരാശയും തെളിഞ്ഞു. അദ്ദേഹം ചുണ്ട് കടിക്കുകയും വിരലുകൾകൊണ്ട് മേശപ്പുറത്ത് താളം കൊട്ടുകയും കടുത്ത അക്ഷമയുടെ മറ്റു പല ലക്ഷണങ്ങളും പ്രകടിപ്പിക്കുകയും ചെയ്തു. അദ്ദേഹം അത്രയേറെ വികാരാധീനനായതുകൊണ്ട് എനിക്ക് ദുഃഖം തോന്നി. എന്നാൽ ആ പോലീസുകാർ രണ്ടുപേരും പരിഹാസഭാവത്തിൽ മന്ദഹസിച്ചു. ഹോംസിന് നേരിട്ട ഈ പരാജയം അവരെ സന്തോഷിപ്പിച്ചു എന്ന് വ്യക്തം.

"അത് യാദൃച്ഛികമാകാനിടയില്ല." എന്ന് നിലവിളിച്ചുകൊണ്ട് അദ്ദേഹം കസാലയിൽനിന്ന് ചാടിയെഴുന്നേറ്റ് കനത്ത കാൽവെപ്പുകളോടെ മുറിയിൽ അങ്ങോട്ടുമിങ്ങോട്ടും നടക്കാൻ തുടങ്ങി. അത് വെറുമൊരു യാദൃച്ഛികതയാകുന്നത് അസാധ്യമാണ്. ഡ്രെബ്ബറുടെ മരണശേഷം ഞാൻ സംശയിച്ച അതേ ഗുളികകൾ സ്റ്റേൻജർസണിന്റെ മരണശേഷം കണ്ടുകിട്ടുന്നു. എങ്കിലും അത് പ്രവർത്തിക്കുന്നില്ല. എന്താണതിന്റെയർഥം? എന്തായാലും എന്റെ ചിന്ത മുഴുവൻ തെറ്റാകാനിടയില്ല. അത് അസാധ്യമാണ്. എന്നിട്ടും ഈ പട്ടിയെ നോക്കൂ. ഓ! അതു കിട്ടി. എനിക്കതു കിട്ടി." നിറഞ്ഞ സന്തോഷത്തോടെ ആർത്തുവിളിച്ചുകൊണ്ട് അദ്ദേഹം ഓടിച്ചെന്ന് ആ പെട്ടിയെടുത്ത്, രണ്ടാമത്തെ ഗുളിക രണ്ടായി മുറിച്ച് അത് വെള്ളത്തിലലിയിച്ച് പാലും ചേർത്ത് പട്ടിക്ക് നീട്ടി. നാവുകൊണ്ട് അത് തൊട്ടതേയുള്ളൂ; ആ പാവം പട്ടിയുടെ ദേഹമാകെ വിറകൊണ്ടു; നിമിഷംകൊണ്ട് ഇടിമിന്നലേറ്റിട്ടെന്ന പോലെ അതിന്റെ ദേഹം നിശ്ചലമായി.

ഷെർലക്ഹോംസ് ഒരു ദീർഘനിശ്വാസം പൊഴിച്ചു. നെറ്റിയിലെ വിയർപ്പുതുള്ളികൾ തുടച്ചു. "എനിക്ക് കൂടുതൽ വിശ്വാസം വേണ്ടതായിരുന്നു." അദ്ദേഹം പറഞ്ഞു. "ഒരു പ്രത്യേകവസ്തുത, നിഗമനങ്ങളുടെ നീണ്ട ശൃംഖലാബന്ധത്തിന് എതിരായി വരുമ്പോൾ അതിന് മറ്റൊരു വ്യാഖ്യാനം ആവശ്യമാണെന്ന് ഞാൻ ഇതിനകം അറിയേണ്ടതായിരുന്നു. പെട്ടിയിലുള്ള രണ്ടു ഗുളികകളിൽ ഒന്ന് നിരുപദ്രവമായിരുന്നു; മറ്റേത് മാരകമായ വിഷവും. ആ പെട്ടി കാണുന്നതിനു മുൻപു തന്നെ ഞാൻ അതറിയേണ്ടതായിരുന്നു."

ഈ അവസാനത്തെ പ്രസ്താവം എന്നെ വല്ലാതെ ഞെട്ടിച്ചു. ഹോംസ് സ്ഥിരബുദ്ധിയോടെയാണോ സംസാരിക്കുന്നത് എന്നുപോലും ഞാൻ സംശയിച്ചു. എന്നാലും അദ്ദേഹത്തിന്റെ അനുമാനങ്ങളുടെ സാധ്യതക്ക് തെളിവായി ആ ചത്തപട്ടി ഞങ്ങളുടെ മുൻപിൽതന്നെ കിടപ്പുണ്ടായിരുന്നുതാനും. മനസ്സിനകത്തെ മൂടൽ ക്രമേണ തെളിഞ്ഞ് സത്യത്തിന്റെ അവ്യക്തമായ മുഖം അതിൽ തെളിയുകയാണെന്ന് എനിക്ക് തോന്നി.

"നിങ്ങൾക്കിതെല്ലാം വിചിത്രമായി തോന്നുന്നുണ്ടാവാം" ഹോംസ് തുടർന്നു. "കാരണം അന്വേഷണമാരംഭിച്ചപ്പോൾ നിങ്ങളുടെ മുൻപിൽത്തന്നെയുണ്ടായിരുന്ന ഒറ്റപ്പെട്ട യഥാർഥ സൂചനയുടെ പ്രാധാന്യം ഗ്രഹിക്കാൻ നിങ്ങൾക്ക് കഴിയാതെപോയി. എന്നാൽ ഞാൻ അതിൽത്തന്നെ കടന്നുപിടിച്ചു. അതിനുശേഷം നടന്ന എല്ലാ കാര്യ

ങ്ങളും എന്റെ ആദ്യധാരണയെ ശരിവെക്കുന്നതായിരന്നു. അതുകൊണ്ട്, നിങ്ങളിൽ ചിന്താക്കുഴപ്പമുണ്ടാക്കുകയും കേസിനെ കൂടുതൽ ദുർഗ്രഹമാക്കുകയും ചെയ്തതെല്ലാം എനിക്ക് കൂടുതൽ വെളിച്ചം പകരുകയും എന്റെ നിഗമനങ്ങളെ ശക്തിപ്പെടുത്തുകയുമാണുണ്ടായത്. അസാധാരണത്വത്തെ നിഗൂഢമായി കണക്കാക്കുന്നത് ഒരു തെറ്റു തന്നെയാണ്. ഏറ്റവും സാധാരണമായ ഒരു കുറ്റകൃത്യത്തിൽനിന്ന് നിഗമനങ്ങൾ രൂപപ്പെടുത്താൻപറ്റിയ ഒന്നും കിട്ടുന്നില്ലെങ്കിൽ അത് ഏറ്റവും നിഗൂഢമായി തോന്നാം. ഈ കൊലപാതകത്തിൽത്തന്നെ, സ്തോഭജനകമായ ഘടകങ്ങളൊന്നുമില്ലാതെ മൃതദേഹം റോഡരികിൽ കിടക്കുകയായിരുന്നെങ്കിൽ അത് തെളിയിക്കുക ഏറെ പ്രയാസകരമായേനെ. എന്നാൽ ഇതിലെ വിശദാംശങ്ങൾ കേസിനെ കൂടുതൽ ബുദ്ധിമുട്ടുള്ളതാക്കുന്നതിന് പകരം വളരെ എളുപ്പമാക്കുകയാണ് ചെയ്തത്.”

ഈ പ്രസംഗമെല്ലാം തികഞ്ഞ അക്ഷമയോടെ കേട്ടിരിക്കുകയായിരുന്നു ഗ്രെഗ്സൺ. അയാൾക്ക് ഇനിയും സ്വയം നിയന്ത്രിക്കാൻ കഴിഞ്ഞില്ല. “നോക്കൂ, മി. ഷെർലക്ഹോംസ്” അയാൾ പറഞ്ഞു. “താങ്കൾ കുശാഗ്രബുദ്ധിയാണെന്നും, താങ്കൾക്ക് സ്വന്തമായ പ്രവർത്തനശൈലിയുണ്ടെന്നും ഞങ്ങളൊക്കെ സമ്മതിക്കുന്നു. എങ്കിലും ഇപ്പോൾ ഞങ്ങൾക്ക് വെറും സിദ്ധാന്തവും പ്രഭാഷണവും മാത്രം പോര. ആ മനുഷ്യനെ പിടികൂടലാണ് മുഖ്യം. ഞാൻ എന്റെ നിലയിൽ ശ്രമിച്ചു, അത് തെറ്റാണെന്ന് ബോധ്യപ്പെട്ടു. ഈ രണ്ടാമത്തെ സംഭവവുമായി ഷാർപെന്റിയർക്ക് ബന്ധമുണ്ടാകാനിടയില്ല. ലെസ്ട്രേഡാകട്ടെ, സ്റ്റേൻജർസണിന്റെ പിന്നാലെയാണ് കൂടിയത്. അയാൾക്കും തെറ്റുപറ്റിയെന്ന് വ്യക്തമാണ്. താങ്കൾ അവിടെയുമിവിടെയുമൊക്കെ ചില സൂചനകൾ തന്നു; ഞങ്ങൾ അറിയാവുന്നതിലും ഒരുപാട് കാര്യങ്ങൾ താങ്കൾക്കറിയാമെന്നും തോന്നുന്നു. പക്ഷെ, ഈ സംഭവത്തെക്കുറിച്ച് താങ്കൾക്ക് എന്തൊക്കെ അറിയാമെന്ന് വളച്ചുകെട്ടില്ലാതെ ചോദിക്കാനുള്ള സമയമായിരിക്കുന്നു. ഇതു ചെയ്തതാരാണെന്ന് പറയാൻ താങ്കൾക്ക് കഴിയുമോ?”

“ഗ്രെഗ്സൺ പറയുന്നത് ശരിയാണെന്ന് സമ്മതിക്കാതെ നിവൃത്തിയില്ല സർ.” ലെസ്ട്രേഡ് പറഞ്ഞു. “നമ്മൾ രണ്ടുപേരും പരിശ്രമിച്ചു; രണ്ടുപേരും പരാജയപ്പെട്ടു. വേണ്ട തെളിവുകളെല്ലാം താങ്കളുടെ പക്കലുണ്ടെന്ന് താങ്കൾ പലവട്ടം പറഞ്ഞുകഴിഞ്ഞു. ഇനിയും അത് വെളിപ്പെടുത്താതിരിക്കുന്നത് ശരിയല്ല.”

"കൊലയാളിയെ അറസ്റ്റ് ചെയ്യാൻ വൈകിയാൽ അയാൾ ഇനിയും നല്ല അതിക്രമവും കാണിച്ചെന്നിരിക്കും.' ഞാൻ അഭിപ്രായപ്പെട്ടു.

ഞങ്ങളെല്ലാം നിർബന്ധിച്ചപ്പോൾ ഹോംസിൽ മനശ്ചാഞ്ചല്യം പ്രകടമായി. ചിന്താമഗ്നനായിരിക്കുമ്പോൾ എന്നും ചെയ്യാറുള്ളതുപോലെ അദ്ദേഹം തലയും താഴ്ത്തി മുറിയിൽ അങ്ങോട്ടുമിങ്ങോട്ടും നടന്നു.

"ഇനി കൂടുതൽ കൊലപാതകങ്ങളുണ്ടാകില്ല." ഒടുവിൽ പെട്ടെന്ന് നിന്ന് ഞങ്ങളെ നോക്കി നദ്ദേഹം പറഞ്ഞു: "ആ ചിന്ത കളഞ്ഞേക്കൂ. കൊലപാതകിയുടെ പേര് എനിക്കറിയാമോ എന്ന് നിങ്ങൾ ചോദിച്ചല്ലോ. അറിയാം. എന്നാൽ കേവലം പേരറിയുന്നത് വെറും നിസ്സാരമാണ്. അയാളെ പിടികൂടലാണ് പ്രധാന കാര്യം. അത് വേഗംതന്നെ സാധിക്കുമെന്ന് എനിക്ക് പ്രതീക്ഷയുണ്ട്. എന്റെ തന്നെ ക്രമീകരണങ്ങളിലൂടെ അത് സാധ്യമാകുമെന്ന് എനിക്കുറപ്പുണ്ട്. എന്നാൽ അത്, വളരെ സൂക്ഷിച്ച് കൈകാര്യം ചെയ്യേണ്ട ഒന്നാണ്. കാരണം, വളരെ സമർഥനായ, എന്തിനും മടിക്കാത്ത ഒരുവനെയാണ് നമുക്ക് നേരിടാനുള്ളത്. അയാളെ സഹായിക്കാൻ അയാളോളംതന്നെ സൂത്രശാലിയായ മറ്റൊരാളുണ്ട്. ആർക്കെങ്കിലും വല്ല സൂചനയും ലഭിച്ചിട്ടുണ്ടെന്ന് അയാൾ കരുതാത്തിടത്തോളം നമുക്ക് അയാള പിടികൂടാൻ പറ്റും. എന്നാൽ ചെറിയ സംശയം തോന്നിയാൽ അയാൾ സ്വന്തംപേര് മാറ്റി ഈ വൻനഗരത്തിലെ ലക്ഷങ്ങൾക്കിടയിൽ അപ്രത്യക്ഷനാകും. ഔദ്യോഗികസേനയ്ക്ക് നേരിടാൻ പറ്റിയവരല്ല അവരെന്ന് ഞാൻ പറയുമ്പോൾ ഞാൻ നിങ്ങളുടെ വികാരത്തെ മുറിപ്പെടുത്തുകയാണെന്ന് ധരിക്കരുത്. ആ കാരണം കൊണ്ടാണ് ഞാൻ നിങ്ങളുടെ സഹായം ആവശ്യപ്പെടാതിരുന്നത്. എന്റെ ശ്രമം പരാജയപ്പെടുകയാണെങ്കിൽ, ആ ഒഴിവാക്കലിന്റെ മുഴുവൻ ഉത്തരവാദിത്തവും ഞാൻ ചുമക്കാം. എന്റെതന്നെ കണക്കുകൂട്ടലുകളെ അപകടത്തിലാക്കാതെ നിങ്ങളോട് കാര്യങ്ങളെല്ലാം പറയാൻപറ്റുന്ന ആദ്യസന്ദർഭത്തിൽതന്നെ ഞാൻ അങ്ങിനെ ചെയ്യുമെന്ന് ഇപ്പോൾ വാക്കുതരുന്നു."

ഈ ഉറപ്പൊന്നും ലെസ്‌ട്രേഡിനെയും ഗ്രെഗ്സണെയും ഒട്ടും സന്തോഷിപ്പിച്ചതായി തോന്നിയില്ല. പ്രത്യേകിച്ച് പോലീസ് സേനയുടെ വില കുറച്ചുകൊണ്ടുള്ള പരാമർശം. ഒന്നാമന്റെ കണ്ണുകൾ ജിജ്ഞാസയും നീരസവും കൊണ്ട് തിളങ്ങി. രണ്ടാമൻ ആകെ വിവർണനായി. രണ്ടുപേർക്കും എന്തെങ്കിലും പറയാൻ സമയം കിട്ടുന്നതിനുമുമ്പ് തെരുവ്പയ്യന്മാരുടെ വക്താവായ വിഗ്ഗിൻസ് അങ്ങോട്ട് കയറിവന്നു.

"സർ, ആ വണ്ടി താഴെ നിർത്തിയിട്ടുണ്ട്." അവർ പറഞ്ഞു.

“നല്ല കുട്ടി.’ ഹോംസ് സൗമ്യമായി പറഞ്ഞു. “ഈ മാതൃക നിങ്ങൾക്ക് സ്കോട്ലാന്റ് യാർഡിൽ എന്തുകൊണ്ട് പരീക്ഷിച്ചുകൂടാ?” മേശവലിപ്പിൽനിന്നും ഒരുജോഡി സ്റ്റീൽ കൈയാമം പുറത്തെടുത്തു കൊണ്ട് അദ്ദേഹം തുടർന്നു.

“ഈ സ്പ്രിങ്ങ് എത്ര ഭംഗിയായി പ്രവർത്തിക്കുന്നു എന്ന് നോക്കൂ. ഒറ്റനിമിഷത്തിൽ അത് ഉറപ്പിക്കാം.”

“പഴയ മാതൃകയ്ക്ക് ഒരു കുഴപ്പവുമില്ല.” ലെസ്ട്രേഡ് സൂചിപ്പിച്ചു. “അത് ധരിപ്പിക്കാനുള്ള ആളെ കിട്ടുമെങ്കിൽ!”

“നല്ലത്, വളരെ നല്ലത്.”ചിരിച്ചുകൊണ്ട് ഹോംസ് പറഞ്ഞു. “എന്റെ പെട്ടികളൊക്കെ എടുക്കാൻ വണ്ടിക്കാരൻ സഹായിക്കും. അയാളോട് മുകളിലേക്ക് വരാൻ പറയൂ വിഗ്ഗിൻസ്.”

ഏതോ യാത്രയ്ക്ക് പുറപ്പെടുന്നതിനെക്കുറിച്ച് എന്റെ സുഹൃത്ത് സംസാരിക്കുന്നത് കേട്ടപ്പോൾ എനിക്ക് ആശ്ചര്യം തോന്നി. കാരണം, അങ്ങിനെയൊരു കാര്യം അദ്ദേഹത്തെ നേരത്തെ സൂചിപ്പിച്ചിട്ടുപോലുമില്ല. അദ്ദേഹം മുറിയിലുണ്ടായിരുന്ന ഒരു തുകൽപ്പെട്ടി വലിച്ചെടുത്ത് അതിന്റെ പട്ടകൾ ഉറപ്പിക്കാൻ ശ്രമിച്ചു. അപ്പോഴാണ് വണ്ടിക്കാരൻ മുറിയിലെത്തിയത്.

“ഡ്രൈവറേ, ഈ പട്ട മുറുക്കാൻ എന്നെ ഒന്ന് സഹായിക്കാമോ?” മുഖമുയർത്തുകപോലും ചെയ്യാതെ അദ്ദേഹം ചോദിച്ചു.

ആ ചങ്ങാതി ഇരുണ്ടമുഖത്തോടെ ഒട്ടൊരു ധിക്കാരഭാവത്തിൽ ഹോംസിന്റെ അടുത്ത് ചെന്ന് സഹായിക്കാനായി കൈകൾ താഴ്ത്തി. ആ നിമിഷം ഒരു ക്ലിക് ശബ്ദവും ലോഹത്തിന്റെ കിലുക്കവും കേൾക്കായി. ഷെർലക് ഹോംസ് ചാടിയെഴുന്നേറ്റു.

“മാന്യരേ, ഇനോക് ഡ്രെബ്ബറെയും ജോസഫ് സ്ട്രേൻജാർസണിനെയും കൊലപ്പെടുത്തിയ മി. ജെഫേർസൺ ഹോപ്പ് ഇതാ നിങ്ങളുടെ മുൻപിൽ!” തിളങ്ങുന്ന കണ്ണുകളോടെ അദ്ദേഹം ഉറക്കെ പറഞ്ഞു.

ഇതെല്ലാം ഒരു നിമിഷാർധംകൊണ്ടാണ് നടന്നത്. അത് നേരെ ഗ്രഹിക്കാൻപോലും എനിക്ക് സമയം കിട്ടിയിരുന്നില്ല. ആ നിമിഷത്തിന്റെ സ്പഷ്ടമായ ഓർമ എന്റെ മനസ്സിലുണ്ട്. ഹോംസിന്റെ മുഖത്തെ ജേതാവിന്റെ ഭാവം, തന്റെ കൈയിൽ മാന്ത്രികവിദ്യകൊണ്ടെന്നപോലെ പ്രത്യക്ഷപ്പെട്ട തിളങ്ങുന്ന കൈയാമത്തിലേക്ക് തുറിച്ചുനോക്കുന്ന വണ്ടിക്കാരന്റെ സ്തബ്ധമായ പൈശാചികമുഖം, എല്ലാം. ഒന്നോ രണ്ടോ നിമിഷനേരം ഞങ്ങളൊക്കെ പ്രതിമകളെ

പ്പോലെ നിന്നുപോയിരിക്കണം. പിന്നെ കോപം കലർന്ന ഒരലർച്ച യോടെ തടവുകാരൻ ഹോംസിന്റെ പിടി വിടുവിച്ച് ജനലിലൂടെ ചാടി. ആ ആഘാതത്തിൽ ജനലിന്റെ മരവും ചില്ലുകളുമൊക്കെ ചിതറി. എന്നാൽ അവൻ പൂർണമായും പുറത്തുകടക്കുന്നതിനുമുമ്പ് ഗ്രെഗ്സ ണും, ലെസ്ട്രേഡും ഹോംസും ചേർന്ന് വേട്ടപ്പട്ടികളെപ്പോലെ അവനെ പിടികൂടി. അവർ അവനെ വീണ്ടും മുറിയിലേക്ക് വലിച്ചിഴച്ചു. പിന്നീട് നടന്നത് ഒരു ഘോരയുദ്ധമായിരുന്നു. അതിശക്തനും ക്രൂരനുമായ അവൻ ഞങ്ങളെ നാലുപേരെയും പലതവണ കുടഞ്ഞെറിഞ്ഞു. അവന് ഒരു അപസ്മാരരോഗിയുടെ കരുത്തുള്ളതുപോലെ തോന്നി. ജനലിലൂടെ ചാടിയപ്പോൾ അവന്റെ മുഖത്തും കൈകളിലുമെല്ലാം വല്ലാതെ മുറിവേറ്റിരുന്നു. പക്ഷെ, രക്തവാർച്ചയൊന്നും അവന്റെ ശക്തി തളർത്തിയില്ല. ലെസ്ട്രേഡ് അവന്റെ കണ്ഠവസ്ത്രം മുറുക്കി അവനെ ശ്വാസംമുട്ടിച്ചപ്പോൾ മാത്രമാണ് തന്റെ പരാക്രമം കൊണ്ടൊന്നും ഒരു കാര്യവുമില്ലെന്ന് അവന് ബോധ്യമായത്. എങ്കിലും, അവന്റെ കാലു കൾ കൂടി കൂട്ടിക്കെട്ടിയപ്പോഴേ ഞങ്ങൾക്ക് ആശ്വാസമായുള്ളൂ. അതും കഴിഞ്ഞപ്പോൾ ഞങ്ങൾ കിതച്ചുകൊണ്ട് എഴുന്നേറ്റുനിന്നു.

"സ്വന്തം വണ്ടിയിൽത്തന്നെ അവനെ സ്കോട്ലന്റ്യാർഡിലേക്ക് കൊണ്ടുപോകാം." ഷെർലക് ഹോംസ് പറഞ്ഞു. ഇനി മാന്യരേ, നിറഞ്ഞ ചിരിയോടെ അദ്ദേഹം തുടർന്നു. "നമ്മുടെ കൊച്ചു നിഗൂഢ തയുടെ അന്ത്യമായിരിക്കുന്നു. ഇനി നിങ്ങൾക്ക് എന്നോട് എന്തും ചോദിക്കാം. ഞാൻ ഉത്തരം പറയില്ലെന്ന് പേടിക്കുകയേ വേണ്ട.

ഭാഗം 2

പുണ്യവാളന്മാരുടെ നാട്

ക്ഷാരസമതലത്തിൽ

വടക്കേ അമേരിക്കൻ വൻകരയുടെ മധ്യഭാഗത്ത് വരണ്ട് ബീഭത്സമായ ഒരു മരുപ്രദേശമുണ്ട്. ഏറെക്കാലം അത് സംസ്കാരത്തിന്റെ കടന്നുകയറ്റത്തിന് തടയിട്ടു. സിയെറ നെവാദ മുതൽ നെബ്രാസ്കവരെയും, വടക്ക് യെലോ സ്റ്റോൺ നദിമുതൽ തെക്ക് കൊളറാഡോ വരെയും നിശ്ശബ്ദവും വിജനവുമായ ഈ പ്രദേശം പരന്നുകിടക്കുന്നു. ഈ കഠിനമായ പ്രദേശത്തെ പ്രകൃതിയും ഒരേപോലെയല്ല. മഞ്ഞുതൊപ്പിയിട്ട ഉത്തുംഗമായ മലകളും ഇരുണ്ട താഴ്വാരങ്ങളുമൊക്കെ അവിടെയുണ്ട്. ഒപ്പം പാറയിടുക്കുകളിലൂടെ കുത്തിയൊഴുകുന്ന നദികളും ശിശിരത്തിൽ മഞ്ഞുമൂടി വെളുത്തും വസന്തത്തിൽ ക്ഷാരധൂളികളാൽ ചാരനിറമാർന്നും കിടക്കുന്ന വിശാല സമതലങ്ങളും. എന്നാൽ ഇതെല്ലാം ഒരു പൊതുസ്വഭാവം നിലനിർത്തുന്ന വാസയോഗ്യമല്ലാത്ത വന്ധ്യതയും ദുരിതവും.

ആശാരഹിതമായ ഈ ദേശത്ത് കാര്യമായ താമസക്കാരാരുമില്ല. വല്ലപ്പോഴും ചില ജീവികൾ നല്ല മേച്ചിൽപ്പുറങ്ങൾ തേടി ഇതിലൂടെ കടന്നുപോയെന്നുവരാം. എങ്കിലും ഏറ്റവും ധൈര്യശാലികളായവ

പോലും ഭയാവഹമായ ഈ ദേശത്തുനിന്നും വേഗം തങ്ങളുടെ പുൽമൈതാനത്തിലെത്താനാണ് കൊതിക്കുക, കുറ്റിച്ചെടികൾക്കിടയിൽ കഴുതപ്പുലികൾ പമ്മിനടക്കും; പ്രാപ്പിടിയന്മാർ ആകാശത്തുകൂടെ ചിറകടിക്കും, വിലക്ഷണമായ കരടികൾ ഇരുണ്ടമലയിടുക്കുകളിലൂടെ മണ്ടിനടന്ന് പാറയിടുക്കുകളിൽനിന്നും കിട്ടാവുന്നത് ഉള്ളിലാക്കും. ആ വിജനതയിലെ താമസക്കാർ ഇവർ മാത്രം.

സിയെറ ബ്ലാങ്കോയുടെ വടക്കേ ചെരുവിൽനിന്നാൽ കാണുന്നതുപോലെയുള്ള അത്രയും വിരസമായ കാഴ്ച ഈ ലോകത്തിൽ വേറെ എവിടെയുമുണ്ടാകില്ല. കണ്ണെത്തുന്ന ദൂരത്തോളം പരന്നുകിടക്കുന്ന വിശാലമായ സമതലം, അതിൽ നിറയെ ക്ഷാരധൂളികൾ, ഇടയ്ക്ക് കുറ്റിച്ചെടികളും.

ചക്രവാളത്തിന്റെ അങ്ങേ ചെരുവിൽ, മഞ്ഞുതൊപ്പിയണിഞ്ഞ നീണ്ട മലനിരകൾ. ഈ വിശാലഭൂമികയിൽ എവിടെയും ജീവനോ ജീവന്റെ ലക്ഷണമോ ഇല്ല. നീല നിറമുള്ള ആകാശത്തിൽ പക്ഷികളോ ചാരനിറമാർന്ന ഭൂമിയിൽ ജീവന്റെ ചലനമോ ഇല്ല. ഇതിനെല്ലാം പുറമെ നിതാന്തനിശ്ശബ്ദതയും. എത്ര ശ്രദ്ധിച്ചാലും ശബ്ദത്തിന്റെ ഒരു തരിപോലും കേൾക്കാനില്ല. എങ്ങും മൗനം മാത്രം. പൂർണമായ, ഹൃദയം കീഴടക്കുന്ന മൗനം.

ആ വിശാലമായ സമതലത്തിൽ ജീവന്റെ ഒരു ലക്ഷണവുമില്ലെന്ന് പറഞ്ഞുവെങ്കിലും അത് പൂർണമായും ശരിയല്ല. സിയെറ ബ്ലാങ്കോയിൽനിന്ന് നോക്കുമ്പോൾ, മരുഭൂമിക്കു കുറുകെ നീണ്ടുപോകുന്ന ഒരു വഴി അനന്തതയിൽ അപ്രത്യക്ഷമാകുന്നത് കാണാം. അതിൽ നിറയെ ചക്രപ്പാടുകളും സാഹസികരുടെ പതിഞ്ഞുകിടക്കുന്ന കാല്പാടുകളും കാണാം. അവിടെയുമിവിടെയും സൂര്യവെളിച്ചത്തിൽ തിളങ്ങുന്ന വെളുത്ത വസ്തുക്കൾ ചിതറിക്കിടക്കുന്നു. അതൊക്കെ അസ്ഥികളാണ്. ചിലത് വലുതും പരുക്കനും. മറ്റുചിലത്, ചെറുതും കൂടുതൽ മയമുള്ളതും. ആദ്യത്തേത് കാളകളുടേതാണ്, രണ്ടാമത്തേത് മനുഷ്യരുടേതും. യാത്രക്കിടയിൽ വഴിയിൽവീണുപോയവരുടെ ഈ അസ്ഥിശകലങ്ങൾ വെച്ച്. ആയിരത്തിയഞ്ഞൂറ് മൈലുകൾ നീളമുള്ള ഈ വഴിത്താരയെ ആർക്കും എളുപ്പം കണ്ടുപിടിക്കാം.

1847 മെയ 4ന്, ഈ അനാസക്തമായ ദൃശ്യം നോക്കി ഏകാകിയായ ഒരു യാത്രക്കാരൻ നില്പുണ്ടായിരുന്നു. കാഴ്ചയിൽ അയാൾ പ്രദേശത്തെ പ്രതിഭയോ, പിശാചോ ആകാം. അയാളുടെ പ്രായം നാല്പതിനടുത്തോ അറുപതിനടുത്തോ എന്ന് നിശ്ചയിക്കുക പ്രയാ

സമായിരുന്നു. മെലിഞ്ഞ് ക്ഷീണം ബാധിച്ച മുഖം, ഉന്തിനില്ക്കുന്ന എല്ലുകളിൽ മുറുകി നില്ക്കുന്ന തൊലി. വെള്ളിക്കമ്പികൾ പടർന്നു തുടങ്ങിയ നീണ്ട മുടിയും താടിയും, കുഴിയിലാണ്ട കണ്ണുകളിൽ അസ്വാഭാവികമായ തിളക്കം. തോക്കിൽ മുറുകെപ്പിടിച്ച കൈയിൽ എല്ലല്ലാതെ മാംസം അധികമുണ്ടായിരുന്നില്ല. തന്റെ ആയുധം നിലത്തൂന്നിയാണ് അയാൾ നിവർന്നുനിന്നത്. എങ്കിലും അയാളുടെ നീണ്ട ദേഹവും അസാധാരണ വലിപ്പമുള്ള അസ്ഥിഘടനയും ബലിഷ്ഠവും ശക്തവുമായ ശരീരഘടനയുടെ ഉടമയാണെന്ന് വിളിച്ചുപറഞ്ഞു. ശോഷിച്ച മുഖവും ദുർബലമായ ദേഹത്തിൽ അയഞ്ഞുതൂങ്ങിക്കിടന്ന വസ്ത്രവുമാണ് അയാൾക്ക് ഒരു പടുകിഴവന്റെ ഭാവം നല്കിയത്. അയാൾ മരിക്കുകയായിരുന്നു, വിശപ്പും ദാഹവും കൊണ്ടുള്ള മരണം.

അയാൾ മലയിടുക്കിലൂടെ കഷ്ടപ്പെട്ട് ഇറങ്ങിവന്ന് ഇപ്പോൾ അല്പം ഉയർന്ന ഈ സ്ഥലത്ത് നില്ക്കുകയാണ്; വെള്ളത്തിന്റെ വല്ല ലക്ഷണവും കാണുമെന്ന വിഫലമോഹവുമായി. എന്നാൽ അയാളുടെ മുമ്പിൽ പരന്നുകിടക്കുന്നത് വിശാലമായ ലവണഭൂമിയും ദൂരെ ക്രൂരമായ മലനിരകളും. നനവിന്റെ സാന്നിധ്യം വിളിച്ചോതുന്ന ചെടികളോ മരങ്ങളോ മാത്രം എങ്ങുമില്ല. പരന്നുകിടക്കുന്ന ആ ഭൂമിയിലെങ്ങും പ്രതീക്ഷയുടെ ഒരു നാളംപോലുമില്ല. വന്യവും ചോദ്യംനിറഞ്ഞതുമായ കണ്ണുകളോടെ അവൾ വടക്കും കിഴക്കും പടിഞ്ഞാറുമൊക്കെ നോക്കി. അപ്പോൾ തന്റെ യാത്ര അവസാനിച്ചിരിക്കുന്നുവെന്നും, അവിടെ, വന്യമായ ആ പാറക്കെട്ടിൽ താൻ മരിക്കാൻ പോകുകയാണെന്നും അയാൾ തിരിച്ചറിഞ്ഞു. ഇനിയും ഇരുപതുകൊല്ലം കഴിഞ്ഞ് നല്ല തൂവൽ കിടക്കയിൽ കിടന്നു മരിക്കുന്നതും ഇപ്പോൾ ഇവിടെ മരിക്കുന്നതും തമ്മിൽ എന്തു വ്യത്യാസം." ഒരു പാറയുടെ നിഴലിൽ ഇരുന്നുകൊണ്ട് അയാൾ പിറുപിറുത്തു.

ഇരിക്കുന്നതിനുമുമ്പ് അയാൾ തന്റെ ഉപയോഗശൂന്യമായ തോക്ക് താഴെവച്ചു. തോളിൽ താൻ ഇതുവരെ ചുമന്ന ചാരനിറത്തിലുള്ള കമ്പിളിയിൽ പൊതിഞ്ഞ ഭാരവും ഇറക്കിവെച്ചു. അതിന് അയാൾക്ക് താങ്ങാനാവാത്ത ഭാരമുണ്ടെന്ന് തോന്നി. കാരണം, താഴെ വെക്കുമ്പോൾ ആ ഭാണ്ഡം ഊർന്ന് തറയിൽവീണു. പെട്ടെന്ന് ആ ഭാണ്ഡത്തിനകത്തുനിന്ന് ഒരു കരച്ചിൽ ഉയർന്നു. തിളങ്ങുന്ന കണ്ണുകളും ചുരുട്ടിപ്പിടിച്ച രണ്ടു മുഷ്ടികളുമായി, ഭയന്നുപോയ ഒരു കൊച്ചുമുഖം അതിൽനിന്നും വെളിയിലേക്ക് നീണ്ടു.

"എനിക്ക് വേദനിച്ചു." ഒരു കുഞ്ഞിന്റെ ശകാരം.

“അതെയോ?” ആ മനുഷ്യൻ പാശ്ചാത്താപത്തോടെ പറഞ്ഞു.

‘ഞാൻ മനഃപൂർവം ചെയ്തതല്ല’ എന്നും പറഞ്ഞ് അയാൾ ഭാണ്ഡമഴിച്ച് ഏതാണ്ട് അഞ്ചുവയസ്സുള്ള ഒരു സുന്ദരി പെൺകുഞ്ഞിനെ പുറത്തേക്കെടുത്തു. അവളുടെ മനോഹരമായ ഷൂസും പിങ്ക് നിറത്തിലുള്ള ഫ്രോക്കും അമ്മയുടെ സ്നേഹം വിളിച്ചോതി. അവൾ ആകെ വിളറിവെളുത്തിരുന്നു; എങ്കിലും അവളുടെ കരുത്തുള്ള കൈകാലുകൾ കണ്ടാൽ തന്റെ സഹയാത്രികനോളം കഷ്ടം അവൾ സഹിച്ചില്ലെന്നത് വ്യക്തമായിരുന്നു.

കുഞ്ഞ് അപ്പോഴും തന്റെ തലയുടെ പിൻഭാഗത്തെ മനോഹരമായ മുടിയിഴകൾ തടവുകയായിരുന്നു. “ഇപ്പോൾ എങ്ങിനെയുണ്ട്?” അയാൾ ഉത്ക്കണ്ഠയോടെ ചോദിച്ചു.

“അതിനെ ഉമ്മവച്ച് ശരിയാക്കൂ” തന്റെ തല അയാളുടെ നേർക്ക് നീട്ടിക്കൊണ്ട് അവൾ പറഞ്ഞു. “അമ്മ അങ്ങനെയാണ് ചെയ്യാറ്? അമ്മ എവിടെ?”

“അമ്മ പോയി. വൈകാതെ നിനക്ക് അമ്മയെ കാണാൻ കഴിയുമെന്നാണ് എനിക്ക് തോന്നുന്നത്.

“പോയോ?” ആ കുഞ്ഞ് പറഞ്ഞു. “നല്ല തമാശ തന്നെ. ഒന്നും പറയാതെയാണല്ലോ അമ്മ പോയത്. അമ്മായിയുടെ വീട്ടിൽ ചായ കുടിക്കാൻ പോകുമ്പോൾ പോലും അമ്മ എന്നോട് യാത്ര പറയാറുള്ളതാണല്ലോ. ഇപ്പോഴാണെങ്കിൽ പോയിട്ട് മൂന്നുദിവസമാകുന്നു. അല്ല, വല്ലാത്ത വരൾച്ചയാണല്ലോ! വെള്ളമൊന്നുമില്ലേ? തിന്നാനൊന്നുമില്ലേ?”

“ഒന്നുമില്ല മോളേ. ഒട്ടുനേരം ക്ഷമിച്ചിരുന്നാൽ എല്ലാം നേരെയാകും. മോളുടെ തല എന്റെ ദേഹത്തിൽ ചായ്ച്ച് വെച്ചോളൂ. അപ്പോൾ നല്ല ശക്തി തോന്നും. ചുണ്ടുകൾ വരണ്ടിരിക്കുമ്പോൾ സംസാരിക്കുന്നത് അത്ര എളുപ്പമല്ല. കാര്യങ്ങളുടെ കിടപ്പിനെക്കുറിച്ച് ഞാൻ പറയാം. അതെന്താണ് നിന്റെ കൈയിൽ?”

“നല്ല സാധനം. എന്തൊരു ഭംഗി!” ആ കുഞ്ഞ് തിളങ്ങുന്ന രണ്ട് അഭ്രശകലങ്ങൾ ഉയർത്തിക്കാട്ടി ആവേശത്തോടെ പറഞ്ഞു. “വീട്ടിലെത്തിയാൽ ഞാനിത് ബോബിന് കൊടുക്കും.

“ഇതിലും ഭംഗിയുള്ള പലതും നീ വൈകാതെ കാണും.” ആ മനുഷ്യൻ ഉറപ്പിച്ചുപറഞ്ഞു. “നീ അല്പം കാത്തിരിക്കൂ. അല്ലെങ്കിലും ഞാൻ നിന്നോട് പറയാനിരിക്കുകയായിരുന്നു. നാം നദിയുടെ അടുത്തുനിന്ന് പോന്നത് എപ്പോഴാണെന്നോർമയുണ്ടോ?”

"ഓ!"

"വേഗംതന്നെ മറ്റൊരു നദി കാണുമെന്നായിരുന്നു നമ്മുടെ കണക്കുകൂട്ടൽ. പക്ഷെ, എന്തോ പിഴവുപറ്റി. വടക്കുനോക്കിയോ മാപ്പോ എന്തോ. അതുകൊണ്ട് അങ്ങിനെ സംഭവിച്ചില്ല. വെള്ളമാണെങ്കിൽ തീർന്നു. ഇനി നിനക്കും എനിക്കുംകൂടി ഏതാനും തുള്ളികൾ മാത്രമാണുള്ളത്.

"നിങ്ങൾക്ക് ദേഹം വൃത്തിയാക്കാനും പറ്റിയില്ലല്ലോ" അയാളുടെ അഴുക്കുപുരണ്ട കോലം നോക്കി അവൾ പറഞ്ഞു.

"ഇല്ല, കുടിച്ചതുപോലുമില്ല. മി. ബെൻഡറാണ് ആദ്യം പോയത്. പിന്നെ ആ ഇന്ത്യൻ പീറ്റ്. പിന്നെ ശ്രീമതി മെക് ഗ്രിഗർ, ജോണിഹോംസ്, പിന്നെ മോളേ, നിന്റെ അമ്മയും."

"അപ്പോൾ അമ്മ മരിച്ചുവല്ലേ?"മുഖം മിന്നാരത്തുണിയിലേക്ക് പൂഴ്ത്തി തേങ്ങിക്കൊണ്ട് കുഞ്ഞ് ചോദിച്ചു.

"അതെ, നീയും ഞാനുമൊഴികെ എല്ലാവരും പോയി. ഈ ദിശയിൽ വെള്ളമുണ്ടാകുമെന്ന് തോന്നിയതുകൊണ്ടാണ് ഞാൻ നിന്നെയും ചുമലിലേറ്റി ഈ ദൂരമെല്ലാം നടന്നത്. പക്ഷെ, എന്നെങ്കിലും ഗുണമുണ്ടെന്ന് തോന്നുന്നില്ല. ഇനി നമുക്ക് ഒരു രക്ഷയുമില്ല."

"നമ്മളും മരിക്കാൻ പോവുകയാണോ?" തേങ്ങലടക്കി കണ്ണീരണിഞ്ഞ മുഖമുയർത്തി കുഞ്ഞ് ചോദിച്ചു.

"അങ്ങിനെയാണ് കാര്യങ്ങളുടെ കിടപ്പ് എന്നാണ് എനിക്ക് തോന്നുന്നത്."

"ഇതെന്താ നേരത്തെ പറയാതിരുന്നത്?" സന്തോഷത്തോടെ ചിരിച്ചുകൊണ്ട് കുട്ടി പറഞ്ഞു. "നിങ്ങൾ എന്നെ പേടിപ്പിച്ചുകളഞ്ഞു. മരിച്ചാൽ വേഗംതന്നെ അമ്മയുടെ അടുത്തെത്താമല്ലോ."

"അതെ മോളേ."

"നിങ്ങളുമുണ്ടാകുമല്ലോ. നിങ്ങൾ എനിക്ക് എന്തൊരു സഹായമായിരുന്നു എന്ന് ഞാൻ അമ്മയോട് പറയും. ഒരു വലിയ പാത്രം വെള്ളവുമായി അമ്മ സ്വർഗവാതിലിൽ നമ്മെ സ്വീകരിക്കുമെന്ന് എനിക്കുറപ്പുണ്ട്. പിന്നെ, രണ്ടുവശവും മൊരിച്ച ഒരുപാട് ഗോതമ്പ് റൊട്ടിയും. എനിക്കും ബോബിനും അത് എന്തൊരിഷ്ടമാണെന്നോ? ഇനിയും ഏറെ സമയം വേണോ?"

''എനിക്കറിയില്ല – എങ്കിലും അധികം സമയം വേണ്ടിവരില്ല." അയാളുടെ കണ്ണുകൾ വടക്കൻ ചക്രവാളത്തിൽ ഊന്നിയിരിക്കുകയായിരുന്നു. ചക്രവാളച്ചെരുവിൽ മൂന്നു ചെറിയ പൊട്ടുകൾ പ്രത്യക്ഷപ്പെട്ട്

വളരെ വേഗം വലുതായി. അടുത്തെത്തിയപ്പോൾ അത് മൂന്നു പക്ഷികളായിരുന്നു. അവ അവരുടെ തലയ്ക്കുമേലെയുള്ള പാറകളിൽ ഇരുന്നു. അത് കഴുകന്മാരായിരുന്നു. മരണത്തിന്റെ സന്ദേശവാഹകർ.

"പൂവനും പിടയുമുണ്ട്." കുഞ്ഞ് സന്തോഷത്തോടെ ഉറക്കെപ്പറഞ്ഞ് അവയുടെ ദുശ്ശകുനം പിടിച്ച രൂപത്തിലേക്ക് ചൂണ്ടി. പിന്നെ അവയെ പേടിപ്പിക്കാനായി കൈകൾ കൊട്ടി. "നോക്കൂ, ഈ സ്ഥലവും ദൈവം സൃഷ്ടിച്ചതാണോ?"

"തീർച്ചയായും" അപ്രതീക്ഷിതമായ ഈ ചോദ്യം കേട്ട് ഞെട്ടിയ അയാൾ പറഞ്ഞു.

"അങ്ങ് ഇല്ലിനോയിസിലുള്ള സ്ഥലവും, മിസോറിയുമൊക്കെ സൃഷ്ടിച്ചത് അവൻ തന്നെ." അവൾ തുടർന്നു. "എനിക്ക് തോന്നുന്നത് ഈ ഭാഗമൊക്കെ സൃഷ്ടിച്ചത് വേറെ ആരോ ആണെന്നാണ്. ഇത് ഒട്ടും ഭംഗിയില്ല; വെള്ളമോ മരങ്ങളോ ഇല്ല."

"പ്രാർഥിക്കുന്നതിനെക്കുറിച്ച് നീയെന്തു പറയുന്നു?" അയാൾ ശങ്കയോടെ ചോദിച്ചു.

"ഇനിയും രാത്രിയായില്ലല്ലോ." അവളുടെ മറുപടി.

"അത് സാരമില്ല. ഇത് പതിവ് പ്രാർഥനയല്ല. അതുകൊണ്ട് അദ്ദേഹം കാര്യമാക്കില്ല. ഞങ്ങൾ സമതലത്തിലായിരുന്നപ്പോൾ എന്നും രാത്രി നീ പറയാറുള്ള ആ പ്രാർഥന ഒന്ന് പറഞ്ഞാൽ മതി."

"അതെന്താ നിങ്ങൾക്കുതന്നെ പ്രാർഥന പറഞ്ഞുകൂടേ?" കുട്ടി അത്ഭുതം കൂറി.

"എനിക്കൊന്നും ഓർമയില്ല." അയാൾ പറഞ്ഞു. "ഞാൻ ആ തോക്കിന്റെ പകുതി ഉയരമുള്ളപ്പോൾ പറഞ്ഞതാണ്. എങ്കിലും ഇപ്പോഴും പഠിക്കാൻ സമയമുണ്ട്. നീ പറഞ്ഞാൽ ഞാൻ ഏറ്റുപറയാം."

"അങ്ങിനെയെങ്കിൽ നാം മുട്ടുകുത്തണം." ഷാൾ താഴെ വിരിച്ചുകൊണ്ട് അവൾ പറഞ്ഞു. "ഇനി കൈകൾ ഇങ്ങനെ ഉയർത്തിപ്പിടിക്കണം. അത് വളരെ നല്ലതാണ്."

കാണാൻ ആ കഴുകന്മാരല്ലാതെ വേറെ വല്ലവരുമുണ്ടായിരുന്നെങ്കിൽ അതൊരു വിചിത്ര ദൃശ്യമായിരുന്നു. വീതി കുറഞ്ഞ ആ കമ്പിളിയിൽ, ചിലച്ചുകൊണ്ടിരുന്ന കുഞ്ഞും നിർഭയനായ സാഹസികനും മുട്ടുകുത്തിയിരുന്നു. അവളുടെ തുടുത്ത മുഖവും അയാളുടെ മെലിഞ്ഞൊട്ടിയ മുഖവും മേഘങ്ങളൊഴിഞ്ഞ സ്വർഗത്തിന് നേർക്ക് ഉയർന്നു, ഹൃദയം നിറഞ്ഞ പ്രാർഥനയോടെ. രണ്ടു ശബ്ദങ്ങൾ. ഒന്ന്

നേർത്ത് തെളിഞ്ഞതും മറ്റേത് പരുക്കനും കരുണയ്ക്കും മാപ്പിനുമായി ഒരുമിച്ചുയർന്നു. പ്രാർഥന കഴിഞ്ഞപ്പോൾ അവർ ആ പാറയുടെ നിഴ ലിലിരുന്നു. കുഞ്ഞ് സഹയാത്രികന്റെ വിശാലമായ മാറിൽ തലചേർത്ത് ഉറങ്ങുന്നതുവരെ, അയാൾ അവൾ ഉറങ്ങുന്നതും നോക്കിയിരുന്നു. എങ്കിലും ഏറെനേരം പിടിച്ചുനില്ക്കാനായില്ല. കഴിഞ്ഞ മൂന്നു രാത്രിയും പകലും അയാൾ ഒട്ടും വിശ്രമിച്ചിരുന്നില്ല. പതുക്കെ അയാ ളുടെ കൺപോളകൾ തുറന്ന കണ്ണുകൾക്കുമീതെ അടഞ്ഞുതുടങ്ങി. അയാളുടെ ശിരസ്സ് താണുതാണ് നെഞ്ചിൽമുട്ടി. അയാളുടെ ജട കെട്ടിയ താടി കുഞ്ഞിന്റെ സ്വർണത്തലമുടിയുമായി ചേർന്നു. രണ്ടു പേരും സ്വപ്നരഹിതമായ അഗാധമായ ഉറക്കത്തിലേക്കാണ്ടു.

ആ യാത്രയിൽ അര മണിക്കൂർ നേരമെങ്കിലും ഉണർന്നിരുന്നുവെ ങ്കിൽ വിചിത്രമായ ഒരു ദൃശ്യം അയാളുടെ കണ്ണിൽ പെടുമായിരുന്നു. അങ്ങ് ദൂരെ, ക്ഷാരസമതലത്തിന്റെ അങ്ങേയറ്റത്ത് നേർത്ത പൊടിപ ടലമുയർന്നു. ദൂരത്തിന്റെ മൂടലിൽ തിരിച്ചറിയാൻപോലും പറ്റാത്ത ത്രയും ചെറുതായിരുന്നു ആദ്യം അത്. വേഗം തന്നെ അത് വലുതാ യിത്തുടങ്ങി. പിന്നെ വളരെ വ്യക്തമായ ഒരു മേഘപടലമായി. ഈ മേഘപടലം നിമിഷം കഴിയുംതോറും കൂടുതൽ വലുതായി വന്നു. ചലിച്ചുകൊണ്ടിരിക്കുന്ന ഏതെങ്കിലും ജീവികളിൽനിന്നേ അതുണ്ടാകൂ എന്ന് ഒടുവിൽ വ്യക്തമായി. കൂറേക്കൂടി സസ്യസമൃദ്ധമായ ഒരിടമാ യിരുന്നെങ്കിൽ പച്ചപ്പുതേടിയലയുന്ന കാട്ടുപോത്തുകളുടെ വലിയ പറ്റ മായിരുന്നു അതെന്ന് കാഴ്ചക്കാരന് തോന്നിയേനേ. എന്നാൽ ഈ വരണ്ട വിജനതയിൽ അത് അസാധ്യമായിരുന്നു. ദേശാടകർ വിശ്രമി ക്കുന്ന പാറക്കെട്ടിനടുത്ത് ഈ പൊടിപടലം എത്തിയപ്പോഴുണ്ട്, വാഗ ണുകളുടെ ക്യാൻവാസിട്ട മേൽക്കൂരകളും ആയുധധാരികളായ അശ്വാ രൂഢന്മാരുടെ രൂപവുമൊക്കെ മൂടലിനിടയിലൂടെ തെളിഞ്ഞുതുടങ്ങി, പിന്നീട്, പടിഞ്ഞാട്ട് സഞ്ചരിക്കുന്ന ഒരു വലിയ യാത്രാസംഘമാ ണതെന്ന് വ്യക്തമായി. എന്തൊരു സംഘം! അതിന്റെ മുൻഭാഗം മല യുടെ പാദത്തിനടുത്തെത്തിയപ്പോഴും മറുതല ചക്രവാളച്ചെരുവിൽ ദൃശ്യമായിരുന്നില്ല. വിശാലമായ ആ സമതലമാകെ നിരചിതറിയ ആ സംഘം നിറഞ്ഞു. വാഗണുകൾ, വണ്ടികൾ, അശ്വാരൂഢർ, കാൽനട ക്കാർ, ശിരസ്സിലേറ്റിയ ഭാരവുമായി പ്രാഞ്ചിനടക്കുന്ന അസംഖ്യം സ്ത്രീകൾ. വാഗണുകളുടെ അരികുപറ്റി നടക്കുകയോ വെള്ളവിരി കൾക്കപ്പുറത്തുനിന്ന് തല പുറത്തിട്ടുനോക്കുകയോ ചെയ്യുന്ന കുട്ടി കൾ. ഇതേതായാലും സാധാരണ കുടിയേറ്റക്കാരുടെ സംഘമല്ല. സാഹ

ചര്യങ്ങളുടെ സമ്മർദം താങ്ങാനാവാതെ പുതിയ രാജ്യം തേടി നീങ്ങുന്ന ദേശാനടക്കാർ തന്നെയാവണം. ചക്രങ്ങളുടെ കരച്ചിലും കുതിരകളുടെ ചിനക്കലുമൊക്കെ ചേർന്ന്, ഈ മനുഷ്യപാരാവാരത്തിൽനിന്നും സമ്മിശ്രമായ ശബ്ദങ്ങൾ അന്തരീക്ഷത്തിലുയർന്നു. കാതടിപ്പിക്കുന്ന ഈ ശബ്ദംപോലും മുകളിൽ ഉറങ്ങുകയായിരുന്ന രണ്ടു ദേശാടകരെ ഉണർത്താൻ പര്യാപ്തമായിരുന്നില്ല.

ഈ അണിയുടെ ഏറ്റവും മുന്നിലായി വീട്ടിലുണ്ടാക്കിയ മങ്ങിയ വസ്ത്രവും കൈയിൽ തോക്കുമായി ഗൗരവക്കാരായ ഒരു സംഘം നീങ്ങി. മലഞ്ചെരിവിന് കീഴിലെത്തിയപ്പോൾ അവർ അവിടെനിന്നു, പിന്നീട് ഹ്രസ്വമായ ഒരു ചർച്ച നടത്തി.

"വെള്ളം വലതുവശത്താണ് സഹോദരന്മാരേ..." നരച്ച മുടിയും ഷേവ് ചെയ്ത മുഖവുമുള്ള ഒരാൾ പറഞ്ഞു.

"സിയെറ ബ്ലാങ്കോയുടെ വലത്ത്. അപ്പോൾ നാം റിയോ ഗ്രാന്റെയിലെത്തും." മറ്റൊരുവൻ പറഞ്ഞു.

"വെള്ളത്തിന്റെ കാര്യത്തിൽ പേടിവേണ്ട." മൂന്നാമൻ ഉറക്കെ പറഞ്ഞു. "പാറയിൽനിന്നും വെള്ളമുയർത്തിയവൻ, അവന്റെ പ്രിയപ്പെട്ടവരെ കൈവെടിയില്ല."

"ആമേൻ, ആമേൻ" സംഘാംഗങ്ങൾ മുഴുവൻ ഉറക്കെ പ്രതികരിച്ചു. അവർ വീണ്ടും യാത്ര തുടരാൻ തുടങ്ങിയപ്പോൾ, കൂട്ടത്തിലെ ഏറ്റവും ചെറുപ്പക്കാരനും സൂക്ഷ്മദൃക്കുമായ ഒരാൾ ആശ്ചര്യസൂചകമായ ഒരു ശബ്ദം പുറപ്പെടുവിച്ചുകൊണ്ട് മുകളിലുള്ള പാറക്കെട്ടിലേക്ക് ചൂണ്ടി. അവിടെ പാറയുടെ കറുത്ത പശ്ചാത്തലത്തിൽ, പിങ്ക് നിറത്തിലുള്ള എന്തോ കാറ്റിലിളകി. അതുകണ്ടപ്പോൾ സംഘാംഗങ്ങൾ കുതിരകളെ നിർത്തി, തോക്കുകൾ പുറത്തെടുത്തു. മുൻനിരസേനക്ക് ശക്തി പകരാനായി പിറകിൽ നിന്നും കൂടുതൽ അശ്വാരൂഢർ മുൻപിലേക്ക് നീങ്ങി. എല്ലാ ചുണ്ടുകളും 'ചുവപ്പന്മാർ' എന്ന് മന്ത്രിച്ചു.

"ഇവിടെ റെഡ് ഇന്ത്യക്കാരുണ്ടാകാൻ വഴയില്ല." നേതാവെന്നു തോന്നിച്ച പ്രായമുള്ളയാൾ പറഞ്ഞു. "നാം പാവ്നീസ് കടന്നു. ഇനി പർവതങ്ങൾ കടക്കുന്നതുവരെ മറ്റുള്ള ഗോത്രങ്ങളൊന്നുമില്ല."

"സ്റ്റേൻജർസൺ, ഞാൻ പോയി നോക്കട്ടെ?" സംഘത്തിൽ ഒരുവൻ ചോദിച്ചു.

"ഞാനും ഞാനും." ഒരു കൂട്ടം ശബ്ദങ്ങളുയർന്നു.

"ശരി, നിങ്ങളുടെ കുതിരകളെ താഴെ നിർത്തിക്കോളൂ... ഞങ്ങൾ ഇവിടെ കാത്തുനില്ക്കാം." നേതാവ് പറഞ്ഞു. ഒരുനിമിഷംകൊണ്ട്

ചെറുപ്പക്കാർ താഴെയിറങ്ങി, കുതിരകളെയൊക്കെ കെട്ടിയിട്ട് മുകളിലേക്ക് കയറിത്തുടങ്ങി. പരിശീലനം സിദ്ധിച്ച ചാരന്മാരെപ്പോലെ നിശ്ശബ്ദരായി, വൈദഗ്ധ്യത്തോടെ വളരെ വേഗത്തിൽ അവർ മുകളിലേക്ക് കയറി. അവർ പാറയിൽനിന്ന് പാറയിലേക്ക് ചാടിനടക്കുന്നത് താഴെയുള്ളവർക്ക് കാണാമായിരുന്നു. ആകാശത്തിനെതിരെ അവരുടെ രൂപം തെളിഞ്ഞുനിന്നു. ആദ്യം മുന്നറിയിപ്പ് നല്കിയ ചെറുപ്പക്കാരനായിരുന്നു മുന്നിൽ. പെട്ടെന്ന്, ആശ്ചര്യഭരിതനായതുപോലെ അയാൾ കൈകൾ ആകാശത്തേക്കുയർത്തുന്നത് കൂടെയുള്ളവർ കണ്ടു. അടുത്തേക്ക് ചെന്നപ്പോൾ കണ്ട കാഴ്ച അവരിലും അതേ ഭാവംതന്നെ സൃഷ്ടിച്ചു.

വന്യമായ കുന്നിനു മുകളിലെ ചെറുസമതലത്തിൽ ഒറ്റപ്പെട്ട ഒരു കൂറ്റൻ പാറയുണ്ടായിരുന്നു. ആ പാറയിൽ ചാരി നീണ്ട താടിയുള്ള വല്ലാതെ മെലിഞ്ഞ ഒരു മനുഷ്യൻ കിടക്കുന്നു. പ്രശാന്തമായ മുഖവും ക്രമമായ ശ്വസനവും കണ്ടാൽ അയാൾ അഗാധമായ ഉറക്കത്തിലാണെന്ന് വ്യക്തം. അയാളുടെ ഞരമ്പുകൾ ഉയർന്നുനില്ക്കുന്ന കഴുത്തിൽ തന്റെ തടിച്ച കൈചുറ്റി ഒരു കൊച്ചുകുട്ടി. അവളുടെ സ്വർണമുടിയുള്ള തല അയാളുടെ മാറിൽ വിശ്രമിക്കുന്നു. അവളുടെ വിടർന്ന ചുണ്ടുകൾക്കിടയിലൂടെ പാല്പോലുള്ള ദന്തനിര തെളിഞ്ഞു കാണാം. അവളുടെ മുഖത്ത് ഒരു കള്ളച്ചിരി. വെള്ള സോക്സും വൃത്തിയുള്ള ഷൂസും ധരിച്ച അവളുടെ തടിച്ച കാലുകൾ, അവളുടെ കൂട്ടുകാരന്റെ അഴുക്ക് പിടിച്ച വേഷത്തിന് ഒട്ടും ചേരുന്നതായിരുന്നില്ല. അവരുടെ മുകളിലുള്ള പാറയുടെ ശിഖരത്തിൽ ഗംഭീരഭാവത്തിൽ ഇരിപ്പായിരുന്ന മൂന്നു കഴുകന്മാർ പുതുതായി വന്ന ആളുകളെ കണ്ടതോടെ ഹതാശരായി നിലവിളിച്ചുകൊണ്ട് പതുക്കെ പറന്നുപോയി.

ഈ പക്ഷികളുടെ ശബ്ദം ഉറങ്ങിക്കിടന്നവരെ ഉണർത്തി. അവർ ഒന്നും മനസ്സിലാകാതെ ചുറ്റും നോക്കി. അയാൾ എഴുന്നേറ്റുനിന്ന്, താൻ ഉറങ്ങുമ്പോൾ വിജനമായിരുന്ന സമതലത്തിലേക്ക് നോക്കി. അത് ഇപ്പോൾ ആളുകളെയും മൃഗങ്ങളെയും കൊണ്ട് നിറഞ്ഞിരിക്കുന്നു. നോക്കുന്തോറും അയാളിൽ അവിശ്വാസം കൂടിവന്നു. നന്നായി കാണാനായി അയാൾ തന്റെ ശോഷിച്ച കൈകൾ കണ്ണുകൾക്കുമീതെ പിടിച്ചു. “ഇതാണ് ആളുകൾ പറയുന്ന മതിഭ്രമം.” അയാൾ പിറുപിറുത്തു. കുട്ടി അയാളുടെ കോട്ടിൻതുമ്പിൽ പിടിച്ച്, ചുറ്റുമുള്ള കാഴ്ച ശിശുസഹജമായ വിസ്മയത്തോടെ നോക്കുകയല്ലാതെ ഒന്നും മിണ്ടിയില്ല.

കാണുന്നത് മതിഭ്രമമല്ലെന്ന് ദേശാടകരെ വേഗം ബോധ്യപ്പെടു

ത്താൻ ദൗത്യസംഘത്തിന് കഴിഞ്ഞു. അവരിലൊരാൾ പെൺകുട്ടിയെ തന്റെ തോളിലേറ്റി, മറ്റു രണ്ടുപേർ ചേർന്ന്, മെലിഞ്ഞുണങ്ങിയ ആ മനുഷ്യനെ താങ്ങിപ്പിടിച്ച് വാഗണകളുടെ സമീപത്തേക്ക് നീങ്ങി.

"എന്റെ പേർ ജോൺ ഫെരിയർ എന്നാണ്." ദേശാടകൻ പറഞ്ഞു. "ഇരുപത്തിയൊന്ന് പേരിൽ ബാക്കിയായത് ഞാനും ഈ കൊച്ചും മാത്രമാണ്. മറ്റുള്ളവരെല്ലാം വശപ്പും ദാഹവും സഹിക്കാനാവാതെ വഴിയിൽ മരിച്ചുവീണു."

"ഇവർ താങ്കളുടെ മകളാണോ?" ആരോ ചോദിച്ചു.

"ഇപ്പോൾ അതെ." അയാൾ വെല്ലുവിളിപോലെ പറഞ്ഞു. അവളെ രക്ഷിച്ചത് ഞാനാണ്. അതുകൊണ്ട് അവൾ എന്റേതാണ്. അവളെ എന്നിൽനിന്നും വേർപെടുത്താൻ ഒരുത്തനുമാവില്ല. ഇന്നുമുതൽ അവൾ ലൂസി ഫെരിയറാണ്. അതിരിക്കട്ടെ, നിങ്ങളൊക്കെ ആരാണ്?" കരുത്തരായ തന്റെ രക്ഷകരെ സാകൂതം നോക്കിക്കൊണ്ട് അയാൾ ആരാഞ്ഞു. "നിങ്ങൾ ഒരുപാട് ആളുകളുണ്ടെന്ന് തോന്നുന്നല്ലോ."

"പത്തായിരത്തോളം വരും." ഒരു ചെറുപ്പക്കാരൻ പറഞ്ഞു. "ഞങ്ങൾ പീഡിതരായ ദൈവമക്കളാണ്. മെറോണ മാലാഖയുടെ പ്രിയപ്പെട്ടവർ."

"അങ്ങിനെയൊരാളെ ഞാനിതുവരെ കേട്ടിട്ടില്ല." ദേശാടകൻ പറഞ്ഞു. അദ്ദേഹം ഒരുപാടെണ്ണത്തിനെ തെരഞ്ഞെടുത്തിട്ടുണ്ടെന്ന് തോന്നുന്നില്ല."

"ദൈവികമായതിനെ പരിഹസിക്കരുത്." മറ്റേയാൾ കർശനമായി പറഞ്ഞു. പാൽമിറയിലെ ജോസഫ് സ്മിത്തിന് കൈമാറപ്പെട്ടതും സ്വർണത്തികിടിൽ ഈജിപ്ഷ്യൻ അക്ഷരങ്ങളിൽ രേഖപ്പെടുത്തിയതുമായ ആ വിശുദ്ധലിഖിതത്തിൽ വിശ്വസിക്കുന്നവരാണ് ഞങ്ങൾ. ഇല്ലിനോയി സംസ്ഥാനത്തിലെ നൗവൂവിൽനിന്നാണ് ഞങ്ങൾ വരുന്നത്. അവിടെയാണ് ഞങ്ങളുടെ ക്ഷേത്രം സ്ഥാപിതമായത്. അക്രമകാരികളിൽനിന്നും നിരീശ്വരന്മാരിൽനിന്നും അഭയം തേടി പുറപ്പെട്ടതാണ് ഞങ്ങൾ. ആ അഭയസ്ഥാനം മരുഭൂമിയുടെ നടുവിലായാലും കുഴപ്പമില്ല."

നൗവൂവിനെക്കുറിച്ചുള്ള പരാമർശം ജോൺ ഫെരിയറിൽ ചില ഓർമകളുണർത്തിയതുപോലെ തോന്നി.

"അതുശരി.' അയാൾ പറഞ്ഞു. "അപ്പോൾ നിങ്ങൾ മോർമണുകളാണല്ലേ?"

"അതെ. ഞങ്ങൾ മോർമണുകളാണ്." മറ്റുള്ളവരെല്ലാം ഏകസ്വര

ത്തിൽ പറഞ്ഞു.

"നിങ്ങൾ എങ്ങോട്ടാണ് പോകുന്നത്?"

"ഞങ്ങൾക്കറിയില്ല. ഞങ്ങളുടെ പ്രവാചകന്റെ കീഴിൽ ദൈവത്തിന്റെ കരങ്ങൾ ഞങ്ങളെ മുമ്പോട്ട് നയിക്കുകയാണ്. നിങ്ങൾ അദ്ദേഹത്തെ കാണണം. നിങ്ങളെ എന്തു ചെയ്യണമെന്ന് അദ്ദേഹം തീരുമാനിക്കും."

ഇതിനകം അവർ കുന്നിനുതാഴെയെത്തിയിരുന്നു. ഒരുപറ്റം തീർഥാടകർ അവരുടെ ചുറ്റിലും കൂടി. വിളറിയ മുഖത്തോടുകൂടിയ സാധു സ്ത്രീകൾ, ചിരിക്കുന്ന കുട്ടികൾ, ഉത്ക്കണ്ഠ കലർന്ന കണ്ണുകളുമായി കുറേ മനുഷ്യർ. അപരിചിതരിൽ ഒരാളുടെ ചെറുപ്പവും അപരന്റെ ദൈന്യവും കണ്ടപ്പോൾ അവരിൽനിന്നും ആശ്ചര്യവും അനുതാപവും കലർന്ന നിലവിളിയുയർന്നു. എന്നാൽ അവരുടെ കൂടെ വന്നവർ അവിടെയും നില്ക്കാതെ മുമ്പോട്ടു നടന്നു. മോർമണുകളുടെ ഒരു വൻസംഘം അവരുടെ കൂടെയും. ഒടുവിൽ അവർ ഒരു വാഗണിനടുത്ത് നിന്നു അതിന്റെ വലിപ്പവും ആർഭാടവുമൊക്കെ ആരുടെയും ശ്രദ്ധയാകർഷിക്കുന്നതായിരുന്നു. അതിൽ ആറുകുതിരകളെ ചേർത്തു കെട്ടിയിരുന്നു. മറ്റുള്ളവയിലൊക്കെ രണ്ടോ കൂടിയാൽ നാലോ മാത്രം. അതിൽ ഡ്രൈവറുടെയടുത്തുതന്നെ മുപ്പതുവയസ്സിലേറെയില്ലാത്ത ഒരാൾ ഇരിക്കുന്നു. അയാളുടെ വലിയ തലയും മുഖത്തു തെളിഞ്ഞ നിശ്ചയദാർഢ്യവുമൊക്കെ ഒരു നേതാവെന്ന് വിളിച്ചുപറഞ്ഞു. അയാൾ ഒരു ഗ്രന്ഥം വായിക്കുകയായിരുന്നു. എന്നാൽ അടുത്തുവരുന്ന ആൾക്കൂട്ടത്തെ കണ്ടപ്പോൾ അയാൾ പുസ്തകം മാറ്റിവെച്ച് അവർ പറയുന്നത് ശ്രദ്ധിച്ചു. പിന്നീട് ആ ദേശാടകരോട് പറഞ്ഞു.

"ഞങ്ങൾ നിങ്ങളെ ഒപ്പം കൊണ്ടുപോകണമെങ്കിൽ, ഞങ്ങളെപ്പോലുള്ള വിശ്വാസികളായി മാത്രമേ പറ്റുള്ളൂ. ഞങ്ങളുടെ കൂട്ടത്തിൽ കൂറുകന്മാരുണ്ടാകുന്നത് ഞങ്ങൾക്കിഷ്ടമല്ല. കാലക്രമത്തിൽ ഞങ്ങളുടെ കൂട്ടത്തെത്തന്നെ ദുഷിപ്പിക്കാൻ കാരണമാകുന്നതിലും നല്ലത് നിങ്ങളുടെ അസ്ഥികൾ ഈ വിജനതയിൽ തന്നെ കിടക്കുന്നതാണ്. ഇതൊക്കെ അംഗീകരിച്ച് ഞങ്ങളോടൊപ്പം പോരുന്നോ?"

"ഞാൻ ഏതു വ്യവസ്ഥയിലും നിങ്ങളോടൊപ്പം വരാൻ തയ്യാറാണ്' ഫെരിയർ ധൃതിയിൽ പറഞ്ഞു. അയാളുടെ ധൃതി കണ്ടപ്പോൾ ഗൗരവക്കാരായ ആ മുതിർന്നവർക്കുപോലും ചിരി അടക്കാനായില്ല. എന്നാൽ നേതാവ് മാത്രം ഗൗരവം വിട്ടില്ല.

"അയാളെ കൂടെ കൂട്ടിക്കോളൂ സ്റ്റേൻജർസൺ. എന്നിട്ട് വെള്ളവും

ഭക്ഷണവുമൊക്കെ കൊടുക്കൂ. ആ കുഞ്ഞിനും. അയാളെ നമ്മുടെ ആചാരങ്ങൾ പഠിപ്പിക്കുന്നതും നിങ്ങളുടെ ചുമതലയാണ്. നാം വളരെ വൈകി. മുന്നോട്ട് നീങ്ങൂ. സിയോണിലേക്ക്.

"നീങ്ങൂ! സിയോണിലേക്ക്" മോർമണുകളുടെ കൂട്ടം വിളിച്ചുകൂവി. ആ വാക്കുകൾ തിരയടിപോലെ അണികളിലേക്കു പടർന്നു. പിന്നെ വിദൂരതയിൽ ഒരു പതിഞ്ഞ മർമരമായി. ചമ്മട്ടികൾ ഇളകി, ചക്രങ്ങൾ ഉരുണ്ടു. വേഗംതന്നെ ആ വൻ വ്യൂഹം മുന്നോട്ട് നീങ്ങി. ദേശാടകരുടെ ചുമതല ലഭിച്ചയാൾ അവരെയും കൊണ്ട് തന്റെ വാഗണിലേക്ക് ചെന്നു. അവിടെ അവർക്കുള്ള ഭക്ഷണം കാത്തിരിപ്പുണ്ടായിരുന്നു.

"നിങ്ങൾ ഇവിടെ കഴിഞ്ഞോളൂ." അയാൾ പറഞ്ഞു. "ഏതാനും ദിവസംകൊണ്ട് നിങ്ങളുടെ ക്ഷീണമൊക്കെ മാറും. ഇന്നുമുതൽ എന്നേക്കും നിങ്ങൾ ഞങ്ങളുടെ മതത്തിലേതാണെന്ന് മറക്കരുത്. ബ്രിഹാം യങ്ങ് പറഞ്ഞത് കേട്ടല്ലോ. അദ്ദേഹം ജോസഫ് സ്മിത്തിന്റെ ശബ്ദത്തിലാണ് സംസാരിച്ചത്. അത് ദൈവത്തിന്റെ ശബ്ദം തന്നെയാണ്.

ഉത്തായിലെ പുഷ്പം

തങ്ങളുടെ അന്തിമലക്ഷ്യത്തിലെത്തിച്ചേരുന്നതിനുമുമ്പ് മോർമണുകൽ സഹിച്ച പീഢകളും ദാരിദ്ര്യവും ഓർമിക്കാനുള്ള അവസരം ഇതല്ല. മിസിസിപ്പിയുടെ തീരത്തുനിന്ന് റോക്കി പർവതങ്ങളുടെ ചെരിവ് വരെ, ചരിത്രത്തിൽ കേട്ടുകേൾവിപോലുമില്ലാത്ത ബുദ്ധിമുട്ടുകളാണ് അവർ നിരന്തരം സഹിച്ചത്. നിഷ്ഠുരരായ മനുഷ്യർ, ക്രൂരജന്തുക്കൾ, വിശപ്പ്, ദാഹം, ക്ഷീണം, രോഗപീഢകൾ എല്ലാം ഒരുതരം ബ്രിട്ടീഷ് മർക്കടമുഷ്ടിയോടെ അവർ തരണം ചെയ്തു. എങ്കിൽ തന്നെയും ആ ദീർഘയാത്രയും സഞ്ചിതമായ ഭീകരതകളും അവരിലെ ഏറ്റവും കരുത്തന്മാരുടെ പോലും മനസ്സിനെ ചകിതമാക്കിയിരുന്നു. സൂര്യവെളിച്ചത്തിൽ കുളിച്ചുനില്ക്കുന്ന ഉത്താ താഴ്വര കണ്ണിൽപ്പെട്ടപ്പോൾ ഹൃദയം നിറഞ്ഞ പ്രാർഥനയുമായി എല്ലാവരും മുട്ടുകുത്തി. വാഗ്ദത്തഭൂമി ഇതാണെന്നും കന്യകയായ ഈ ഭൂമി ഇനി എന്നേക്കും അവരുടെ സ്വന്തമാണെന്നും നേതാവിന്റെ വാക്കുകളിൽ അവർ കേട്ടു.

താൻ നിപുണനായ ഒരു ഭരണാധികാരിയും ദൃഢനിശ്ചയമുള്ള മുഖ്യനുമാണെന്ന് യങ്ങ് വേഗംതന്നെ തെളിയിച്ചു. അവർ മാപ്പുകളും

ചാർട്ടുകളുമുണ്ടാക്കി ഭാവിനഗരത്തിന്റെ രൂപരേഖ തയ്യാറാക്കി. ഓരോ വ്യക്തിയുടെയും സ്ഥാനത്തിനനുസരിച്ച് കൃഷിഭൂമികൾ വിഭജിക്കപ്പെട്ടു. കച്ചവടക്കാരും തൊഴിലാളികളും അവരവരുടെ തൊഴിലുകളിൽ നിയോഗിക്കപ്പെട്ടു. മാന്ത്രികവിദ്യകൊണ്ടെന്ന പോലെ നഗരത്തിൽ തെരുവുകളും ചത്വരങ്ങളും രൂപപ്പെട്ടു. നാട്ടിൻപുറത്ത് വെള്ളമൊഴുക്കലും വേലികെട്ടലും നടീലും വൃത്തിയാക്കലുമൊക്കെ തകൃതിയായി നടന്നു. അടുത്ത വസന്തമാകുമ്പോഴേക്ക് ദേശം മുഴുവൻ ഗോതമ്പു കൃഷികൊണ്ട് സ്വർണനിറമായി. കുടിയേറ്റഭൂമിയിൽ എല്ലാം അഭിവൃദ്ധിപ്പെട്ടു. നഗരമധ്യത്തിൽ അവർ സ്ഥാപിച്ച ക്ഷേത്രം കുടുതൽ കൂടുതൽ വിപുലമായി. ഒട്ടേറെ ആപത്തുകളിലൂടെ തങ്ങളെ അഭയസ്ഥാനത്തെത്തിച്ച രക്ഷകനായി അവർ നിർമിക്കുന്ന ക്ഷേത്രത്തിൽ ഏതു നേരവും ചുറ്റികയുടെയും ഈർച്ചവാളിന്റെയും ശബ്ദം നിറഞ്ഞുനിന്നു.

ദേശാടകനായ ജോൺ ഫെരിയറും അയാൾ തന്റെ മകളായി ദത്തുകൊണ്ട കുട്ടിയും മോർമണുകളുടെ മഹാതീർഥാടനത്തിന്റെ അന്ത്യം വരെയും അവരോടൊപ്പം നിന്നു. സ്റ്റേർജർസണിന്റെ വാഗണിൽ അയാളുടെ മൂന്ന് ഭാര്യമാരോടും പന്ത്രണ്ടുവയസ്സായ മകനോടുമൊപ്പം ലൂസി ഫെരിയർ സന്തോഷത്തോടെ കാലം കഴിച്ചു. അമ്മയുടെ മരണം സൃഷ്ടിച്ച ആഘാതത്തിൽനിന്നും ശിശുസഹജമായ വഴക്കത്തോടെ മുക്തയായ അവൾ വേഗംതന്നെ സ്ത്രീകളുടെ ഓമനയായി. ക്യാൻവാസ് മൂടിയ ചലിക്കുന്ന വീടുമായി അവൾ വേഗം ഇണങ്ങിച്ചേരുകയും ചെയ്തു. അതേസമയം നേരത്തെയുള്ള ക്ഷീണവും ആലസ്യവുമൊക്കെ മാറിയ ജോൺഫെരിയർ സമർഥനായ മാർഗദർശിയും തളരാത്ത വേട്ടക്കാരനുമായി ഉയർന്നു. തന്റെ പുതിയ കൂട്ടാളികളുടെ മുഴുവൻ പൂർണമായ വിശ്വാസം അനായാസം നേടിയെടുക്കാൻ അയാൾക്കായി. അതുകൊണ്ടാണ് യാത്ര അവസാനിച്ചപ്പോൾ യങ്ങ്, സ്റ്റേൻജർസൺ, കൊംബാൾ, ജോൺസ്റ്റൺ, ഡ്രെബ്ബർ എന്നിവരൊഴിച്ച് കൂട്ടത്തിലെ ഏതൊരാൾക്കും കൊടുക്കുന്നതുപോലെ ഫലഭൂയിഷ്ഠമായ ഭൂമി അയാൾക്കും കൊടുക്കണമെന്ന് അവരെല്ലാം ഒറ്റസ്വരത്തിൽ അഭിപ്രായപ്പെട്ടത്.

അങ്ങനെ തനിക്ക് ലഭിച്ച മണ്ണിൽ ഫെരിയർ തരക്കേടില്ലാത്ത ഒരു മരവീട് പണിതു. തുടർന്നുള്ള വർഷങ്ങളിൽ പലതവണയായി പരിഷ്ക്കരിക്കപ്പെട്ട അത് സാമാന്യം വലിപ്പമുള്ള ഒരു ഗ്രാമവസതിയായി ത്തീർന്നു. പ്രായോഗികചിന്തക്കാരനായ അയാളുടെ കരങ്ങൾ അതി

വിദഗ്ധമായിരുന്നു. രാവിലെമുതൽ സന്ധ്യവരെ പാടത്ത് ഉഴുതും മറിച്ചും ജോലിചെയ്യാൻ തന്റെ കരുത്തുറ്റ ദേഹം അയാൾക്ക് സഹായകമായി. അതുകൊണ്ടുതന്നെ അയാളുടെ കൃഷിയിടവും മറ്റെല്ലാ കാര്യങ്ങളും അസാധാരണമാംവിധം അഭിവൃദ്ധിപ്പെട്ടു. മൂന്നുവർഷം കൊണ്ട് അയാൾ അയൽക്കാരേക്കാൾ മെച്ചമായി. ആറുവർഷംകൊണ്ട് പണക്കാരനായി, ഒൻപതു വർഷംകൊണ്ട് അതിസമ്പന്നനായി; പന്ത്രണ്ടുവർഷമായപ്പോഴേക്ക് അയാളോട് കിടപിടിക്കത്തക്കതായി സാൾട്ട്ലേക്സിറ്റിയിലാകെ ആരുമില്ലെന്നായി. പാരാവാരം മുതൽ മഹാപർവതനിരകൾ വരെ ജോൺ ഫെരിയറേക്കാൾ അറിയപ്പെടുന്ന മറ്റൊരു പേരില്ലെന്നായി.

ഫെരിയർ തന്റെ സഹമതക്കാരുടെ വികാരങ്ങളെ മുറിപ്പെടുത്തിയ ഒരേ ഒരു കാര്യമേ ഉണ്ടായിരുന്നുള്ളൂ. എത്ര തർക്കിച്ചാലും നിർബന്ധിച്ചാലും തങ്ങളെപ്പോലെ ഒരു കുടുംബമുണ്ടാക്കാൻ അയാൾ ഒരു താല്പര്യവും കാട്ടിയില്ല. അയാൾ ഒരിക്കലും അതിന് കാരണവും പറഞ്ഞില്ല; എങ്കിലും തന്റെ നിർണയത്തിൽ ഉറച്ചുതന്നെ നിന്നു. അയാൾക്ക് തന്റെ പുതിയ മതത്തോടുള്ള താല്പര്യക്കുറവാകാം കാരണമെന്ന് ചിലർ കുറ്റപ്പെടുത്തി. പണത്തോടുള്ള അത്യാർത്തികൊണ്ട് അത് ചെലവാക്കാനുള്ള മടിയാണ് കാരണമെന്ന് മറ്റുചിലർ കരുതി. ഇനിയും ചിലരാകട്ടെ; തകർന്നടിഞ്ഞ പഴയ ഒരു പ്രേമബന്ധമാണ് അതിന്റെ പിന്നിലെന്ന് വിശ്വസിച്ചു. കാരണം എന്തായാലും ഫെരിയർ തനി ബ്രഹ്മചാരിയായിത്തന്നെ കഴിഞ്ഞു. മറ്റെല്ലാ കാര്യങ്ങളിലും അയാൾ ആ പുത്തൻ കുടിയേറ്റക്കാരുടെ ചിട്ടകൾ അനുസരിച്ചു. യാഥാസ്ഥിതികനും നേരസ്ഥനുമെന്ന പേരും നേടി.

മരക്കുടിലിൽ വളർന്ന ലൂസി ഫെരിയർ വളർത്തച്ഛന്റെ എല്ലാ ജോലികളിലും സഹായിയായി. മലനിരയിൽനിന്നു വീശുന്ന ശുദ്ധവായുവും പൈൻമരങ്ങളുടെ ഗന്ധവും ആ പെൺകുട്ടിക്ക് പരിചാരികയും അമ്മയുമായി. വർഷം കഴിയുന്തോറും അവളുടെ ഉയരവും കരുത്തും കൂടിവന്നു. അവളുടെ കവിളുകൾ കൂടുതൽ തുടുത്തു. ഗോതമ്പുവയലുകളിലൂടെ ഓടിനടക്കുകയും അച്ഛന്റെ കുതിരപ്പുറത്തുകയറി അനായാസമായി സവാരിചെയ്യുകയും ചെയ്യുന്ന അവളെക്കാണുമ്പോൾ, ഫെരിയറുടെ കൃഷിയിടത്തിനടുത്ത വീഥിയിലൂടെ കടന്നുപോകുന്ന പല സഞ്ചാരികളുടെയും മനസ്സിൽ പഴയ ഓർമകൾ പലതും പുനർജനിച്ചു. അങ്ങിനെ ആ മൊട്ട് ഒരു പൂവായി വിരിഞ്ഞു. അച്ഛൻ ഏറ്റവും സമ്പന്നനായ കൃഷിക്കാരനായ ആ വർഷംതന്നെ, അവൾ ലോക

ത്തിന്റെ ആ ഭാഗത്തെ ഏറ്റവും സുന്ദരിയായ പെൺകൊടിയുമായി.

തന്റെ കുട്ടി ഒരു പെണ്ണായി വളർന്നു കഴിഞ്ഞുവെന്ന് ആദ്യം കണ്ടെത്തിയത് പക്ഷെ, അച്ഛനായിരുന്നില്ല. അങ്ങിനെയല്ലല്ലോ പതിവും. അതിസൂക്ഷ്മവും ക്രമാനുഗതവുമായ ഈ മാറ്റം തീയതികൾ കൊണ്ടളക്കാവുന്നതുമല്ല. കന്യകയ്ക്കുപോലും അറിയില്ല ഈ മാറ്റം; ഒരു സ്വരശ്രവണമോ ഒരു കരസ്പർശമോ തന്റെ ഹൃദയത്തിൽ ഒരു വൈദ്യുതാഘാതം സൃഷ്ടിക്കുന്നതുവരെ. അപ്പോഴാണ് അഭിമാനവും ഭീതിയും കലർന്ന് അവൾ അറിയുന്നത്. തന്റെ തന്നെ ഉള്ളിൽ പുതിയ, കൂടുതൽ വിശാലമായ ഒരു പ്രകൃതി ഉണർന്നിരിക്കുന്ന കാര്യം. ആ ദിവസവും ഒരു പുതിയ ജീവിതത്തിന്റെ ആരംഭം കുറിച്ച സംഭവവും ഒർക്കാത്ത ചിലരുണ്ടാകാം. എന്നാൽ ലൂസി ഫെരിയറുടെ കാര്യത്തിൽ, അവളുടെ ഭാവിഭാഗധേയത്തിൽ അത് ചെലുത്തിയ സ്വാധീനത്തിന് പുറമെ, ആ സന്ദർഭംതന്നെ വളരെ ഗൗരവമുള്ളതായിരുന്നു.

ജൂൺമാസത്തിലെ ഒരു പ്രഭാതമായിരുന്നു അത്. എല്ലാവരും ജോലിത്തിരക്കിലായിരുന്നു. തെരുവിലും വയലേലകളിലുമെല്ലാം മനുഷ്യാധ്വാനത്തിന്റെ മൂളക്കമുയർന്നു. പാതയിലൂടെ നിറയെ ഭാരവുമായി കോവർകഴുതകൾ പടിഞ്ഞാറോട്ട് നീങ്ങി. കാരണം, കാലിഫോർണിയയിൽ സ്വർണജ്വരം പൊട്ടിപ്പുറപപെട്ടിരുന്നു. അവിടേക്കുള്ള വഴി കുടിയേറ്റക്കാരുടെ നഗരത്തിലൂടെയായിരുന്നു. നഗരത്തിനപ്പുറത്തുള്ള മേച്ചിൽപ്പുറങ്ങളിൽനിന്ന് മടങ്ങുന്ന ആട്ടിൻപറ്റങ്ങളും കാളകളും കൂടെ തളർന്നവശരായ കുടിയേറ്റക്കാരും കുതിരകളുമുണ്ടായിരുന്നു, തെരുവിൽ. നാനാവർണത്തിലുള്ള ഈ കൂട്ടത്തിനിടയിലൂടെ, എല്ലാം തികഞ്ഞ ഒരു അഭ്യാസിയെപ്പോലെ ലൂസിഫെരിയർ തന്റെ കുതിരയെ പായിച്ചു. അവളുടെ മുഖം അധ്വാനംകൊണ്ട് ചുകന്നു; ചെസ്റ്റ്നട്ട് നിറമുള്ള മുടി പിന്നിൽ പാറിപ്പറന്നു. അച്ഛന്റെ ദൗത്യവുമായി പുറപ്പെട്ടതാണവൾ. അത് അവൾ പലവട്ടം ചെയ്തതാണ്; യുവത്വത്തിന്റെ നിർഭയത്വത്തോടെ, തന്റെ ജോലി എങ്ങനെ നിറവേറ്റുമെന്ന ചിന്തമാത്രം മനസ്സിലുറപ്പിച്ചുകൊണ്ട്. യാത്ര കൊണ്ട് കരുവാളിച്ച സാഹസികർ അവളെ ആശ്ചര്യത്തടെ തുറിച്ചുനോക്കി. തങ്ങളുടെ വസ്തുവകകളുമായി യാത്ര ചെയ്യുന്ന നിർവികാരമായ ഇന്ത്യൻമാർപോലും തല്ക്കാലത്തേക്ക് ആ കന്യകയുടെ സൗന്ദര്യത്തിൽ ആകൃഷ്ടരായി സ്വന്തം സംയമനം മറന്നു.

നഗരപ്രാന്തത്തിലെത്തിയപ്പോഴാണ്, മുന്നിലെ പാതയിൽ കാടന്മാരെപ്പോലെ തോന്നിച്ച ഒരുകൂട്ടം ഇടയന്മാർ തെളിക്കുന്ന വലിയ കന്നുകാലിക്കൂട്ടം വഴിതടഞ്ഞുനീങ്ങുന്നത് കണ്ടത്. അതിനിടയിൽ കണ്ട

ഒരു വിടവിലൂടെ തന്റെ കുതിരയെ മുന്നോട്ട് കടത്താൻ അവൾ ശ്രമിച്ചു. എന്നാൽ അവൾ അതിനുള്ളിലേക്ക് കടന്നപ്പോഴേക്കും കാലിക്കൂട്ടം അവളുടെ പിന്നിൽ വഴിയടച്ചു. ഭീതിദമായ കണ്ണുകളും നീണ്ട കൊമ്പുകളുമുള്ള ചലിക്കുന്ന ആ കാളക്കൂറ്റന്മാരുടെ നടുവിൽ അവൾ ശരിക്കും അകപ്പെട്ടു. കാലികളെ കൈകാര്യം ചെയ്ത് നല്ല ശീലമുണ്ടായിരുന്നതിനാൽ അല്പവും കൂസാതെ കിട്ടുന്ന അവസരം പ്രയോജനപ്പെടുത്തി ആ കൂട്ടത്തിൽനിന്നും തന്റെ കുതിരയെ പുറത്തേക്ക് നയിക്കാൻ അവൾ ശ്രമിച്ചു. എന്നാൽ നിർഭാഗ്യത്തിന് ഒരു കാളയുടെ നീണ്ടകൊമ്പ് അറിഞ്ഞോ അറിയാതെയോ കുതിരയുടെ വണ്ടിയിൽ തട്ടി. അതോടെ കുതിരയ്ക്ക് വിറളി പിടിച്ചു. അത് പിൻകാലുകളിൽ ഉയർന്ന് ചീറ്റിക്കൊണ്ട് ചാടുകയും തലയിട്ടിളക്കുകയും ചെയ്തു. വളരെ വിദഗ്ധനായ ഒരു സവാരിക്കാരനല്ലെങ്കിൽ അയാൾ താഴെ വീണേനേ. ആകെ കുഴപ്പം പിടിച്ച അവസ്ഥയായിരുന്നു അത്. കുതിര ഓരോതവണ ചാടുമ്പോഴും അതിന്റെ ദേഹം വീണ്ടും ഒരു കൊമ്പിൽ തട്ടും. അപ്പോൾ അതിന്റെ ഭ്രാന്ത് കൂടുകയും ചെയ്യും. ജീനിയിൽ ഉറച്ചിരിക്കാൻ ആ പെൺകുട്ടി നന്നേ പാടുപെട്ടു. താഴെ വീഴുകയെന്നാൽ, ഭയന്നോടുന്ന ആ കാലികളുടെ കുളമ്പടിയിൽ പെട്ടു മരിക്കുക എന്നു തതന്നെയാണർഥം. ഇത്തരം അടിയന്തിരഘട്ടങ്ങളെ നേരിട്ട് ശീലമില്ലാത്തതിനാൽ അവൾക്ക് തലചുറ്റാനും കടിഞ്ഞാണിലുള്ള പിടി അയയാനും തുടങ്ങി. ഉയർന്നുപൊങ്ങുന്ന പൊടിപടലവും മൃഗങ്ങളുടെ പുഴുക്കവുമെല്ലാം ചേർന്ന് ശ്വാസംമുട്ടിച്ചപ്പോൾ, അവൾ തന്റെ പ്രയത്നമെല്ലാം ഉപേക്ഷിക്കുമായിരുന്നു. അപ്പോഴാണ്, തൊട്ടടുത്തുനിന്ന് കരുണാർദ്രമായ ഒരു ശബ്ദം അവൾക്ക് സഹായം വാഗ്ദാനം ചെയ്തത്. ആ നിമിഷത്തിൽത്തന്നെ ബലിഷ്ഠമായ ഒരു കരം വെകിളിപിടിച്ച കുതിരയുടെ കടിഞ്ഞാണിൽ പിടിച്ച് അതിനെ ശാന്തമാക്കുകയും കാലിക്കൂട്ടത്തിനുള്ളിൽനിന്ന് പുറത്തേക്ക് നടത്തുകയും ചെയ്തു.

“ഒന്നും പറ്റിയില്ലല്ലോ മിസ്” രക്ഷകൻ ആദരവോടെ അന്വേഷിച്ചു.

അവൾ അയാളുടെ കരുത്തുറ്റ മുഖത്തേക്ക് നോക്കിച്ചിരിച്ചു. “ഞാനാകെ പേടിച്ചുപോയി.” അവൾ നിഷ്ക്കളങ്കമായി പറഞ്ഞു. “കുറേ പശുക്കളെകണ്ട് പോങ്കോ ഇത്രമാത്രം ഭയപ്പെടുമെന്ന് ആരെങ്കിലും കരുതുമോ?”

“നിങ്ങൾ ഉറപ്പിച്ചിരുന്നതിന് ദൈവത്തിന് സ്തുതി.” മറ്റേയാൾ ആത്മാർഥമായി പറഞ്ഞു. ദീർഘകായനും കരുത്തനുമായ ഒരു ചെറുപ്പക്കാരനായിരുന്നു അയാൾ. കരുത്തനായ ഒരു കുതിരപ്പുറത്തായിരുന്നു സവാരി. ഒരു വേട്ടക്കാരന്റെ പരുക്കൻവേഷം. തോളിലൂടെ തൂക്കിയിട്ട

ഒരു തോക്കും." താങ്കൾ ജോൺഫെരിയറുടെ മകളായിരിക്കണമല്ലോ." അയാൾ പറഞ്ഞു. "ആ വീട്ടിൽനിന്നും നിങ്ങൾ കുതിരപ്പുറത്തുവരുന്നത് ഞാൻ കണ്ടു. ഇനി കാണുമ്പോൾ, സെന്റ് ലൂയിയിലെ ജെഫേർസൺ ഹോപ്പ് കുടുംബത്തെ ഓർമയുണ്ടോ എന്നന്വേഷിക്കണം. ഞാനുദ്ദേശിക്കുന്ന ഫെരിയർതന്നെയാണെങ്കിൽ അദ്ദേഹവും എന്റെ അച്ഛനും വളരെ അടുപ്പക്കാരായിരുന്നു."

"താങ്കൾക്ക് നേരിട്ടുവന്ന് ചോദിച്ചാലെന്താ?" അവൾ ഗൗരവനാട്യത്തോടെ ചോദിച്ചു.

ആ നിർദേശം ചെറുപ്പക്കാരന് വളരെ ഇഷ്ടപ്പെട്ടതുപോലെ തോന്നി. അയാളുടെ കണ്ണുകൾ സന്തോഷംകൊണ്ട് തിളങ്ങി. "അങ്ങിനെതന്നെ ചെയ്യാം." അയാൾ പറഞ്ഞു. "ഞങ്ങൾ രണ്ടുമാസം മലയിലായിരുന്നു. അതുകൊണ്ട് ആരെയെങ്കിലും സന്ദർശിക്കാനുള്ള കോലത്തിലല്ല ഇപ്പോൾ. അതദ്ദേഹം സഹിക്കേണ്ടിവരും."

"അദ്ദേഹത്തിന് താങ്കളോട് ഒരുപാട് നന്ദി പറയാനുണ്ടല്ലോ. മാത്രമല്ല, എനിക്കും." അവൾ ഉത്തരം പറഞ്ഞു. ''അദ്ദേഹത്തിന് എന്നെ വളരെ ഇഷ്ടമാണ്. ഞാൻ ആ കാലികളുടെ കാൽക്കീഴിൽ പെട്ടിരുന്നെങ്കിൽ അത് അദ്ദേഹത്തിന് സഹിക്കാനാവാത്ത ആഘാതമാവുമായിരുന്നു."

'എനിക്കും." ചെറുപ്പക്കാരൻ പറഞ്ഞു.

"നിങ്ങൾക്കോ? നിങ്ങൾ അതത്ര കാര്യമാക്കുമെന്ന് എനിക്ക് തോന്നുന്നില്ല. നിങ്ങൾ ഞങ്ങളുടെ ഒരു സുഹൃത്ത് പോലുമല്ലല്ലോ."

ഇതുകേട്ടപ്പോൾ ആ യുവാവിന്റെ മുഖം വല്ലാതെ ഇരുണ്ടു. അതുകണ്ട് ലൂസി ഫെരിയർ ഉറക്കെ ചിരിച്ചു.

"നോക്കൂ; അങ്ങിനെയല്ല ഞാനുദ്ദേശിച്ചത്." തീർച്ചയായും ഇപ്പോൾ നിങ്ങൾ ഒരു സുഹൃത്ത് തന്നെയാണ്. നിങ്ങൾ തീർച്ചയായും വീട്ടിലേക്ക് വരണം. എനിക്ക് പോകാൻ വൈകുന്നു. അല്ലെങ്കിൽ മേലിൽ അച്ഛൻ എന്നെ വിശ്വസിക്കില്ല. പോട്ടെ."

"വിട." തന്റെ വലിയ തൊപ്പി ഉയർത്തി, അവളുടെ കൊച്ചുകൈക്കുനേരെ മുഖം താഴ്ത്തി അയാൾ പറഞ്ഞു. അവൾ കുതിരയെ തിരിച്ച് ചമ്മട്ടി വായുവിൽ വീശി, പൊടിപടലമുയർത്തിക്കൊണ്ട് പാതയിലൂടെ ഓടിച്ചുപോയി.

ജെഫേർസൺ ഹോപ്പ് ദുഃഖിതനും മൗനിയുമായി തന്റെ കൂട്ടാളികളോടൊപ്പം നീങ്ങി. അവരെല്ലാം വെള്ളിതേടി നെവാദാ പർവതങ്ങളിൽ കഴിഞ്ഞശേഷം സാൾട്ട്ലേക്ക് സിറ്റിയിലേക്ക് മടങ്ങുകയായിരുന്നു. തങ്ങൾ കണ്ടെത്തിയ ചില ധാതുശേഖരങ്ങൾ കുഴിക്കാൻ കൂടു

തൽ പണം കണ്ടെത്തുകയായിരുന്നു അവരുടെ ലക്ഷ്യം. അയാൾക്ക് ആ യത്നത്തിൽ മറ്റുള്ളവരെപ്പോലെതന്നെ ആവേശമുണ്ടായിരുന്നു. എന്നാൽ, സിയെറയിലെ മന്ദമാരുതനെപ്പോലെ പരിശുദ്ധയായ ആ പെണ്ണിനെ കണ്ടതുമുതൽ അയാളുടെ മനസ്സാകെ മാറി. അവൾ ദൃഷ്ടിയിൽനിന്ന് മറഞ്ഞപ്പോഴാണ് തന്റെ ജീവിതത്തിൽ അഗാധമായ ഒരു നഷ്ടമുണ്ടായത് അയാൾ അറിയുന്നത്. ഇനി വെള്ളിക്കുവേണ്ടിയുള്ള അന്വേഷണങ്ങളോ മറ്റെന്തെങ്കിലുമോ തന്റെ ജീവിതത്തിൽ ഈ പെണ്ണിനോളം പ്രാധാന്യമുണ്ടാകില്ലെന്ന് അയാൾക്ക് തോന്നി. അയാളുടെ ഉള്ളിൽ ഇപ്പോൾ പൊട്ടിമുളച്ചത് കേവലം ക്ഷണികമായ ഒരു ഭ്രമമായിരുന്നില്ല; പക്ഷെ, തന്റേടിയായ ഒരു മനുഷ്യന്റെ ഉള്ളിൽ രൂപമെടുക്കുന്ന ആത്മാർഥവും അഗാധവുമായ സ്നേഹമായിരുന്നു. ഇതുവരെ അയാൾ ഏറ്റെടുത്ത ഒന്നിലും വിജയിക്കാതിരുന്നിട്ടില്ല. മനുഷ്യന്റെ അക്ഷീണപ്രയത്നം കൊണ്ട് സാധിക്കുന്നതാണെങ്കിൽ ഇക്കാര്യത്തിലും താൻ പരാജയപ്പെടില്ലെന്ന് അയാൾ മനസ്സിൽ ഉറപ്പിച്ചു.

അയാൾ അന്ന് രാത്രി ജോൺ ഫെരിയറിനെ സന്ദർശിച്ചു; പിന്നീട് പലതവണയും. അങ്ങിനെ അയാളുടെ മുഖം അവിടെയെല്ലാവർക്കും പരിചിതമായി. അ താഴ്വരയിൽ ഒതുങ്ങിക്കൂടി തന്റെ ജോലിയിൽ മുഴുകിക്കഴിഞ്ഞതുകാരണം, കഴിഞ്ഞ പന്ത്രണ്ടുവർഷമായി പുറംലോകത്തെ വിവരങ്ങളറിയാൻ ജോണിന് കഴിഞ്ഞിരുന്നില്ല. അതെല്ലാം ജെഫേർസൺ ഹോപ്പ് വളരെ നല്ലരീതിയിൽ പറഞ്ഞുകൊടുത്തു. അയാളുടെ രീതി അച്ഛനെപ്പോലെതന്നെ ലൂസിഫെരിയറിനും ഇഷ്ടപ്പെട്ടു. അയാൾ കാലിഫോർണിയയിൽ ഒരു അഗ്രഗാമിയായിരുന്നു. അവിടുത്തെ ക്ഷേമകാലത്ത് സമ്പത്ത് നേടിയതിന്റെയും സമ്പത്ത് നശിച്ചതിന്റെയും ഒട്ടേറെ വിചിത്രകഥകൾ അയാൾക്ക് പറയാനുണ്ടായിരുന്നു. അയാൾ ഒരു ഗൈഡും നായാട്ടുകാരനും കൃഷിക്കാരനും, വെള്ളികുഴിച്ചെടുക്കുന്നവനുമായിരുന്നു. സാഹസത്തിന് എവിടെ സാധ്യതയുണ്ടോ, അവിടെയൊക്കെ ജെഫേർസൺ ഹോപ്പ് എത്തുമായിരുന്നു. അയാൾ വേഗംതന്നെ ആ വൃദ്ധൻ കൃഷിക്കാരന്റെ ഇഷ്ടക്കാരനായി. അയാളുടെ ഗുണങ്ങളെക്കുറിച്ച് ജോൺ വാതോരാതെ സംസാരിക്കുമ്പോൾ ലൂസി മൗനമായി കേട്ടിരിക്കും. പക്ഷെ, അവളുടെ അരുണാഭ പടരുന്ന കവിളുകളും തിളങ്ങുന്ന കണ്ണുകളുമൊക്കെ തന്റെ ഹൃദയം നഷ്ടപ്പെട്ട കാര്യം ശരിയായി വെളിപ്പെടുത്തുന്നുണ്ടായിരുന്നു. അവളുടെ നിഷ്കപടനായ പിതാവ് ഇതൊന്നും ശ്രദ്ധിച്ചിരിക്കില്ല; എന്നാൽ അവളുടെ ഹൃദയം കവർന്ന വ്യക്തി ഇതൊന്നും കാണാതെയുമിരുന്നില്ല.

വസന്തകാലത്തിലെ ഒരു സായാഹ്നത്തിൽ, അയാൾ കുതിരയോടിച്ച് വീടിന്റെ ഗെയിറ്റിനടുത്തെത്തി. വാതിൽക്കൽ നില്പുണ്ടായിരുന്ന ലൂസി അയാളെ കണ്ട് അടുത്തേക്ക് ചെന്നു. അയാൾ കടിഞ്ഞാൺ വേലിയിലേക്കിട്ട് നടപ്പാതയിലൂടെ വീട്ടിലേക്ക് നടന്നു.

"ലൂസി, ഞാൻ പോവുകയാണ്." അവളുടെ രണ്ടു കൈകളും ചേർത്തു പിടിച്ച് മുഖത്തേക്കുതന്നെ ഉറ്റുനോക്കി. അയാൾ പറഞ്ഞു. "എന്റെ കൂടെ വരാൻ ഇപ്പോൾ ഞാൻ ആവശ്യപ്പെടുന്നില്ല. പക്ഷെ, ഞാൻ മടങ്ങിവന്നാൽ എന്നോടൊപ്പം വരാൻ നീ തയ്യാറാകുമോ?"

"അതെപ്പോഴായിരിക്കും?" ലജ്ജയോടെ ചിരിച്ചുകൊണ്ട് അവൾ അന്വേഷിച്ചു.

"ഏറിയാൽ രണ്ടുമാസം. അപ്പോൾ ഞാൻ വന്നുനിന്നെ കൊണ്ടുപോകും. നമ്മെ ആർക്കും തടയാനാവില്ല."

"അച്ഛന്റെ കാര്യമോ?" അവൾ ചോദിച്ചു.

"ഇപ്പോഴത്തെ ഖനികൾ ശരിയായി പ്രവർത്തിച്ചാൽ തനിക്ക് സമ്മതമാണെന്ന് അദ്ദേഹം പറഞ്ഞിട്ടുണ്ട്. അതേക്കുറിച്ച് എനിക്ക് ഒട്ടും പേടിയില്ല."

"ഓ! അച്ഛനും താങ്കളും എല്ലാം തീരുമാനിച്ചെങ്കിൽപിന്നെന്തുപറയാനാണ്!" തന്റെ മുഖം അയാളുടെ വിരിഞ്ഞ നെഞ്ചിൽ ചേർത്ത് അവൾ പിറുപിറുത്തു.

"ദൈവത്തിനു നന്ദി!" കുനിഞ്ഞ് അവളെ ചുംബിച്ചുകൊണ്ട് അയാൾ പറഞ്ഞു. "അപ്പോൾ ഒക്കെ തീരുമാനമായി. കൂടുതൽ ഇവിടെ നിന്നാൽ എനിക്ക് പോകാൻ തോന്നില്ല. മറ്റുള്ളവർ എന്നെ കാത്തുനില്പ്പുണ്ട്. വിട, പൊന്നേ, വിട. രണ്ടുമാസം കഴിഞ്ഞ് വീണ്ടും കാണാം."

ഇതും പറഞ്ഞ് അയാൾ തന്നെ അവിടെനിന്ന് പറിച്ചെടുത്തു. എന്നിട്ട് കുതിരപ്പുറത്ത് ചാടിക്കയറി ഉഗ്രവേഗത്തിൽ പാഞ്ഞുപോയി. അയാൾ ഒരിക്കൽപ്പോലും തിരിഞ്ഞുനോക്കിയില്ല. താൻ വിട്ടേച്ചുപോകുന്നവളെ ഒരു നോക്കുകൂടി കണ്ടാൽ മനസ്സ് മാറുമെന്ന് ഭയപ്പെട്ടതുപോലെ. അവൾ അയാൾ കണ്ണിൽനിന്ന് മായുന്നതുവരെ ഗെയിറ്റിനരികിൽതന്നെ നിന്നു. പിന്നെ, പതുക്കെ വീട്ടിലേക്ക് കയറിപ്പോയി. അപ്പോൾ ഉത്തായിലെ ഏറ്റവും സന്തോഷവതി അവളായിരുന്നു.

ജോൺ ഫെരിയർ പ്രവാചകനുമായി സംസാരിക്കുന്നു

ജെഫേർസൺ ഹോപ്പും കൂട്ടരും സാൾട്ട്ലേക്ക് സിറ്റിയിൽനിന്ന് പോയിട്ട് മൂന്നാഴ്ച കഴിഞ്ഞു. ആ ചെറുപ്പക്കാരൻ തിരിച്ചുവന്നാൽ തന്റെ മകളെ പിരിയേണ്ടതോർത്തപ്പോൾ ജോൺഫെരിയറുടെ ഹൃദയം വിങ്ങി. എങ്കിലും അവളുടെ തിളങ്ങുന്ന സന്തുഷ്ട മുഖം. അയാളെ ആ ക്രമീകരണത്തിന് സജ്ജമാക്കി. തന്റെ മകളെ ഒരു മോർമണിന് വിവാഹം ചെയ്തുകൊടുക്കുന്ന പ്രശ്നമേയില്ലെന്ന് അയാൾ ഉള്ളാലെ തീരുമാനിച്ചിരുന്നു. അത്തരം ഒരു ബന്ധത്തെ വിവാഹമായല്ല, കടുത്ത അപമാനമായാണ് അയാൾ കണ്ടത്. മോർമൺ അനുശാസനങ്ങളെക്കുറിച്ച് എങ്ങനെ ചിന്തിച്ചാലും ആ ഒരു കാര്യത്തിൽ മാത്രം ഒരു വിട്ടുവീഴ്ചയ്ക്കും അയാൾ തയ്യാറായിരുന്നില്ല. പക്ഷെ, ആ തീരുമാനം അയാൾ ഉള്ളിൽത്തന്നെ അടക്കിവെച്ചു. കാരണം അത്തരം ഒരു അഭിപ്രായം അക്കാലത്ത് പുണ്യവാളന്മാരുടെ ദേശത്തിൽ അപകടം പിടിച്ചായിരുന്നു.

അതെ, വളരെ അപകടം പിടിച്ച കാര്യം. അങ്ങേയറ്റം വിശുദ്ധരായ

ആളുകൾപോലും മതകാര്യങ്ങളിൽ തങ്ങൾക്കുള്ള അഭിപ്രായം ശ്വാസ മടക്കിമാത്രമേ മന്ത്രിക്കാറുള്ളൂ. കാരണം, വായിൽനിന്ന് വല്ലതും വീണു പോയാൽ അത് ദുർവ്യാഖ്യാനം ചെയ്യപ്പെടുമെന്നും അതിന്റെ പേരിൽ ദ്രുതമായ പ്രതികാരനടപടിയുണ്ടാകുമെന്നും അവർ ഭയപ്പെട്ടു. പീഢ നത്തിന്റെ ഇരകൾ ഇപ്പോൾ പീഢകരായി മാറിയിരിക്കുന്നു. അതും അങ്ങേയറ്റം നിഷ്ഠുരരായ പീഢകർ.

ഉത്താദേശത്തിലേതുപോലെ ഭീഷണമായ ഒരു സംവിധാനം നട പ്പാക്കാൻ ലോകത്തിലെ ഒരു ഭീകരസംഘടനയ്ക്കും കഴിഞ്ഞിട്ടില്ല.

അദൃശ്യതയും നിഗൂഢതയുമാണ് ഈ സംഘത്തെ അങ്ങേയറ്റം ഭീഷണമാക്കിയത്. സർവശക്തിയുള്ള അത് എല്ലാം അറിയുന്നു, എങ്കിലും അതിനെ ആരും കാണുന്നില്ല. കേൾക്കുന്നുമില്ല. സഭയെ എതിർക്കുന്നയാൾ പൊടുന്നനെ അപ്രത്യക്ഷനാകും. അയാൾ എങ്ങോട്ട് പോയെന്നോ, അയാൾക്ക് എന്തു സംഭവിച്ചുവെന്നോ ആരും അറിയില്ല. ഭാര്യയും മക്കളും അയാൾ വരുന്നതും പ്രതീക്ഷിച്ച് വീട്ടിൽ കാത്തിരിക്കും. എന്നാൽ തന്റെ രഹസ്യവിധികർത്താക്കളിൽനിന്ന് എന്തൊക്കെയാണ് അനുഭവിച്ചതെന്നു പറയാൻ ഒരു പിതാവും തിരി ച്ചെത്തില്ല. ഒരു കടുത്തവാക്കിനും, വഴിവിട്ട പ്രവൃത്തിക്കും ഉന്മൂലന മായിരുന്നു ശിക്ഷ. എങ്കിലും തങ്ങൾക്കു മുകളിൽ തൂങ്ങിനില്ക്കുന്ന ഈ ഭീകരശക്തിയുടെ സ്വഭാവമെന്തായിരിക്കുമെന്ന് ഒരാൾക്കും അറി യുമായിരുന്നില്ല. ആളുകൾ ഭയന്നുവിറച്ചാണ് ജീവിച്ചതെന്നതിൽ അത്ഭു തമില്ല. തങ്ങളുടെ മനസ്സിനെ മഥിച്ച സംശയങ്ങൾ, നിറഞ്ഞ വിജനത യിൽപോലും തുറന്നുപറയാൻ ആരും ധൈര്യപ്പെട്ടില്ല.

ആദ്യമൊക്കെ അവ്യക്തവും ഭീഷണവുമായ ഈ ശക്തി പ്രയോഗി ക്കപ്പെട്ടത്, ആദ്യം മോർമൺ വിശ്വാസം സ്വീകരിച്ച് അത് തിരസ്കരി ക്കാനൊരുങ്ങിയ നിഷേധികൾക്കെതിരെ മാത്രമായിരുന്നു. വേഗം തന്നെ അത് കുറേക്കൂടി വ്യാപകമായി. സ്ത്രീകളുടെ സംഖ്യ കുറഞ്ഞുവന്ന പ്പോൾ ബഹുഭാര്യാത്വം അപ്രായോഗികമായ ഒരു സിദ്ധാന്തമായി. വിചി ത്രമായ പല ഊഹങ്ങളും പരന്നുതുടങ്ങി. കൊല്ലപ്പെട്ട കുടിയേറ്റക്കാ രെയും ഇന്ത്യക്കാരില്ലാത്ത പ്രദേശങ്ങളിൽപോലും നടന്ന തീവെട്ടിക്കൊ ള്ളകളെയും കുറിച്ചുള്ള ഊഹങ്ങൾ. മുഖ്യന്മാരുടെ അന്തഃപുരങ്ങളിൽ പുതിയ സ്ത്രീകൾ പ്രത്യക്ഷപ്പെട്ടുതുടങ്ങി. ആധിപിടിച്ച് കരയുന്ന സ്ത്രീകൾ. അതിഭീകരമായ അതിക്രമങ്ങളുടെ നിഴൽ അവരുടെ മുഖ ങ്ങളിൽ പ്രതിഫലിച്ചു. പർവതങ്ങളിലൂടെ രാത്രി വൈകി അലഞ്ഞ ആളു കൾ തങ്ങളെ കടന്നുപോയ മുഖംമൂടിയണിഞ്ഞ ആയുധധാരികളെക്കു റിച്ച് പറഞ്ഞു. ഈ കഥകളും അഭ്യൂഹങ്ങളുമൊക്കെ സ്ഥിരീകരിക്കാ

നുള്ള തെളിവുകളും ലഭിച്ചുകൊണ്ടിരുന്നു. ഒടുവിൽ അത് നിശ്ചിതമായ ഒരു പേരിൽ ചെന്നെത്തി. ഇന്നും പടിഞ്ഞാറൻ കൃഷിഭൂമികളിൽ ഡാനെറ്റ് സംഘം അഥവാ പ്രതികാരത്തിന്റെ മാലാഖകൾ എന്ന പേര് പൈശാചികതയുടെയും ദുശ്ശകുനത്തിന്റെയും പ്രതീകമാണ്.

ആ സംഘത്തെക്കുറിച്ചുള്ള കൂടുതൽ അറിവ് ആളുകളുടെ ഭീതി കുറയ്ക്കുകയല്ല; കൂടുതൽ വർധിപ്പിക്കുകയാണുണ്ടായത്. നിഷ്ഠൂരമായ ഈ സംഘത്തിൽ ആരൊക്കെ ഉൾപ്പെട്ടിരുന്നു എന്ന കാര്യം ആർക്കും അറിയില്ലായിരുന്നു. മതത്തിന്റെ പേരിൽ അതിക്രമങ്ങളും രക്തച്ചൊരിച്ചിലും നടത്തിയവരുടെ പേരുകൾ അതീവ രഹസ്യമായിരുന്നു. പ്രവാചകനെക്കുറിച്ചും അദ്ദേഹത്തിന്റെ ദൗത്യത്തെക്കുറിച്ചുമുള്ള സംശയങ്ങൾ ഒരാൾ പ്രകടിപ്പിച്ച സുഹൃത്ത് തന്നെ രാത്രിയിൽ തീയും വാളുമായി പകരം ചോദിക്കാൻ വരുന്നവരിൽ ഒരാളാകാം. അതുകൊണ്ടുതന്നെ എല്ലാവരും എല്ലാവരെയും ഭയപ്പെട്ടു സ്വന്തം ഹൃദയത്തിലുള്ള കാര്യങ്ങൾ ആരും ആരോടും പറഞ്ഞുമില്ല.

ഒരു സുപ്രഭാതത്തിൽ ജോൺഫെരിയർ ഗോതമ്പുപാടത്തേക്ക് പോകാനൊരുങ്ങുമ്പോഴാണ് ഗെയിറ്റ് തുറക്കുന്ന ശബ്ദം കേട്ടത്. ജനലിലൂടെ നോക്കിയപ്പോൾ ദീർഘകായനായ ഒരു മധ്യവയസ്കൻ വീട്ടിലേക്ക് വരുന്നത് കണ്ടു. ആളെ കണ്ടപ്പോൾ ഫെരിയറുടെ ഹൃദയം വിറച്ചു. കാരണം അത് സാക്ഷാൽ ബ്രിഹാം യങ്ങ് തന്നെയായിരുന്നു. അത്തരം ഒരു സന്ദർശനം നല്ലതിനായിരിക്കില്ല എന്നറിയാമായിരുന്നതുകൊണ്ട് ഫെരിയർ നിറഞ്ഞ ഭയത്തോടെ അതിഥിയെ സ്വീകരിക്കാൻ വാതിൽക്കലേക്ക് ചെന്നു അയാളുടെ അഭിവാദനങ്ങൾക്കെല്ലാം തണുത്ത പ്രതികരണമായിരുന്നു. ഗൗരവം കലർന്ന മുഖത്തോടെ യങ്ങ് സ്വീകരണമുറിയിലേക്ക് കടന്നു.

“സോദരാ ഫെരിയർ”, ഇരിപ്പിടത്തിലിരുന്ന് ഫെരിയറെ തന്റെ കൺപീലികൾക്കിടയിലൂടെ നോക്കിക്കൊണ്ട് അയാൾ പറഞ്ഞു. “യഥാർഥ വിശ്വാസികൾ നിങ്ങളുടെ നല്ല സുഹൃത്തുക്കളായിരുന്നു. മരുഭൂമിയിൽ പട്ടിണി കിടന്ന് നരകിക്കുമ്പോൾ ഞങ്ങൾ നിങ്ങളെ ഒപ്പം കൂട്ടി, നിങ്ങളോടൊപ്പം ഭക്ഷണം പങ്കിട്ടു. നിങ്ങളെ സുരക്ഷിതമായി വാഗ്ദത്തഭൂമിയിലെത്തിച്ചു. ഒരു നല്ല പങ്ക് കൃഷിഭൂമി നിങ്ങൾക്കുനല്കി, ഞങ്ങളുടെ സംരക്ഷണത്തിൽ സമ്പത്ത് സംഭരിക്കാൻ നിങ്ങളെ അനുവദിച്ചു. ശരിയല്ലേ?”

“ശരിയാണ്.” ഫെരിയർ പറഞ്ഞു.

“ഇതിനെല്ലാം പകരമായി ഞങ്ങൾ ഒറ്റക്കാര്യം മാത്രമാണ് ആവശ്യപ്പെട്ടത്. നിങ്ങൾ യഥാർഥവിശ്വാസത്തെ മുറുകെപിടിക്കണമെന്നും

അതിന്റെ പ്രയോഗത്തെ എല്ലാതരത്തിലും അനുസരിക്കണമെന്നും. ഇത് താങ്കൾ പ്രതിജ്ഞ ചെയ്തതാണ്. എന്നാൽ ലഭിക്കുന്ന വിവരങ്ങൾ ശരിയാണെങ്കിൽ, താങ്കൾ അത് അവഗണിച്ചിരിക്കുന്നു."

"അവഗണിച്ചെന്നോ?" കൈകൾ വായുവിലേക്കെറിഞ്ഞ് ഫെരിയർ ചോദിച്ചു. ഞാൻ പൊതുഫണ്ടിലേക്ക് പണം നല്കിയില്ലേ? ഞാൻ ക്ഷേത്രചടങ്ങുകളിൽ പങ്കെടുത്തില്ലേ? ഞാൻ..."

"നിങ്ങളുടെ ഭാര്യമാരെവിടെ?"അയാളുടെ ചുറ്റും നോക്കിക്കൊണ്ട് യങ്ങ് പറഞ്ഞു. "അവരെ വിളിക്കൂ. ഞാനവരെ പരിചയപ്പെടട്ടെ." ഞാൻ വിവാഹം ചെയ്തില്ലെന്നത് ശറിയാണ്." ഫെരിയർ പറഞ്ഞു. "സ്ത്രീകൾ കുറവായിരുന്നല്ലോ. എന്നേക്കാൾ യോഗ്യതയുള്ളവർ വേറെ ഉണ്ടായിരുന്നുതാനും. പിന്നെ ഞാൻ ഏകാകിയല്ലല്ലോ. എന്റെ കാര്യങ്ങളൊക്കെ നോക്കാൻ എനിക്കൊരു മകളുണ്ട്."

"ആ മകളെക്കുറിച്ചാണ് എനിക്ക് സംസാരിക്കാനുള്ളത്." മോമണുകളുടെ മുഖ്യൻ പറഞ്ഞു. "അവൾ ഉത്തായിലെ പുഷ്പമായി വളർന്നു കഴിഞ്ഞു. ഇവിടെ ഉന്നതസ്ഥിതിയിലുള്ള പലർക്കും അവളെ വളരെ ഇഷ്ടപ്പെട്ടു."

ജോൺ ഫെരിയർ അകമേ ഞരങ്ങി.

"അവളെക്കുറിച്ച് ചില കഥകൾ കേൾക്കുന്നുണ്ട്. അവ അവിശ്വസിക്കാനാണ് എനിക്കിഷ്ടം. ഏതോ അന്യമതസ്ഥനുമായി അവൾ ഇഷ്ടത്തിലാണെന്ന കഥകൾ. മറ്റുപണിയൊന്നുമില്ലാത്തവരുടെ വെറും വിടുവാക്ക് മാത്രമാവാം അത്. വിശുദ്ധനാക്കപ്പെട്ട ജോസഫ് സ്മിത്തിന്റെ നിയമങ്ങളിലെ പതിമൂന്നാം നിയമമെന്താണ്? യഥാർഥവിശ്വാസികളായ കന്യകമാർ സ്വമതത്തിൽനിന്നുതന്നെ വിവാഹം ചെയ്യണം. അന്യമതസ്ഥനെ പരിണയിക്കുന്നവർ ഗുരുതരമായ പാപമാണ് ചെയ്യുന്നത്. കാര്യങ്ങൾ ഇപ്രകാരമായിരിക്കെ, വിശുദ്ധമതത്തെ അനുസരിക്കുന്ന നിങ്ങൾതന്നെ അതു ലംഘിക്കാൻ മകള സഹായിക്കുന്നത് ശരിയല്ല."

ജോൺഫെരിയർ ഇതിന് മറുപടി പറഞ്ഞില്ല. അയാൾ അസ്വസ്ഥനായി ചാട്ടവാർ തിരുപ്പിടിച്ചുകൊണ്ട് നിന്നു.

"ഈ ഒറ്റക്കാര്യത്തിലാണ് നിങ്ങളുടെ വിശ്വാസം പരീക്ഷിക്കപ്പെടുക. അത് നാൽവർ വിശുദ്ധസമിതി തീരുമാനിച്ചുകഴിഞ്ഞു. പെൺകുട്ടി ചെറുപ്പമാണ്. ഇപ്പോൾ വിവാഹത്തിന് പറ്റിയ സമയവും. അവളുടെ ഇഷ്ടവും ഞങ്ങൾ മാനിക്കും. ഞങ്ങൾ മുതിർന്നവർക്ക് ഒരുപാട് പൈക്കിടാങ്ങളുണ്ട്. പക്ഷെ, നമ്മുടെ മക്കളുടെ കാര്യവും നോക്കണമല്ലോ. സ്റ്റേൻജർസണിന് ഒരു മകനുണ്ട്; ഡ്രെബ്ബർക്കും ഒരു മകനുണ്ട്. അവർ രണ്ടുപേരും സന്തോഷത്തോടെ നിങ്ങളുടെ മകളെ ഭാര്യ

യായി സ്വീകരിക്കും. അവൾക്കിഷ്ടപ്പെട്ടയാളെ തിരഞ്ഞെടുക്കട്ടെ; അവർ ചെറുപ്പമാണ്, സമ്പന്നരും. മാത്രമല്ല യഥാർത്ഥ വിശ്വാസികളുമാണ്. അതേക്കുറിച്ച് എന്തുപറയുന്നു?"

ഫെരിയർ ഒട്ടുനേരം മൗനം ഭജിച്ചു.

"ഞങ്ങൾക്ക് കുറച്ചുകൂടി സമയം വേണം." ഒടുവിൽ അയാൾ പറഞ്ഞു. "എന്റെ മകൾ തീരെ ചെറുപ്പമാണ്; വിവാഹപ്രായമായിട്ടില്ല. തിരഞ്ഞെടുക്കാൻ അവൾക്ക് ഒരുമാസത്തെ സമയമുണ്ട്." ഇരിപ്പിടത്തിൽ നിന്നെഴുന്നേറ്റുകൊണ്ട് യങ്ങ് പറഞ്ഞു.

"സമയമവസാനിക്കുമ്പോൾ അവളുടെ മറുപടി കിട്ടിയിരിക്കണം." വാതിലിലൂടെ പുറത്തുകടക്കുന്നതിനിടയിൽ തിരിഞ്ഞുനിന്ന് തുടുത്ത മുഖവും ജ്വലിക്കുന്ന കണ്ണുകളുമായി ഇടിമുഴക്കംപോലെ അയാൾ പറഞ്ഞു. വിശുദ്ധനാൽവരുടെ കല്പനകൾക്കെതിരെ നിങ്ങളുടെ ദുർബലമായ മനസ്സ് അർപ്പിക്കുന്നതിലും നല്ലത്, ജോൺ ഫെരിയർ, താനും മകളും ആസിയെറ ബ്ലാങ്കോയിൽ അസ്ഥികളായി കിടക്കുന്നതായിരുന്നു."

കൈകൊണ്ട് ഭീഷണി സൂചിപ്പിക്കുന്ന ഒരു ആംഗ്യം കാട്ടി അയാൾ പുറത്തേക്ക് നടന്നു. ചരൽനിറഞ്ഞ പാതയിൽ അയാളുടെ കനത്ത പാദപതനം ഫെരിയർ കേട്ടു.

മകളോട് ഈ കാര്യം എങ്ങനെ പറയുമെന്ന വ്യഥയിൽ കൈമുട്ടുകൾ കാൽമുട്ടിലൂന്നി ഇരിക്കുകയായിരുന്നു, ഫെരിയർ. അപ്പോൾ മൃദുവായ ഒരു കരം അയാളെ സ്പർശിച്ചു. മുഖമുയർത്തി നോക്കിയപ്പോൾ ലൂസി തൊട്ടടുത്ത് നില്പുണ്ടായിരുന്നു. അവളുടെ ഭയന്നുവിറച്ച മുഖം ഒരുകുറി കണ്ടപ്പോൾത്തന്നെ, എല്ലാം അവൾ കേട്ടു എന്ന് അയാൾക്ക് മനസ്സിലായി.

"ഞാൻ കേട്ടുപോയതാണ്." അയാളുടെ നോട്ടം കണ്ടപ്പോൾ അവൾ പറഞ്ഞു. അയാളുടെ ശബ്ദം വീടുമുഴുവൻ മുഴങ്ങുകയായിരുന്നല്ലോ. "അച്ഛാ, നമ്മളിനി എന്തുചെയ്യും?"

"പേടിക്കാതെ മോളേ." അവളെ തന്നോടടുപ്പിച്ച ആ മനോഹരമായ കൂന്തൽ തഴുകിക്കൊണ്ട് അയാൾ പറഞ്ഞു. "എങ്ങിനെയെങ്കിലും നമുക്ക് കാര്യങ്ങൾ നേരെയാക്കാം. ഈ ചങ്ങാതി പറയുന്നത് കേട്ട് നീ നിന്റെ ഇഷ്ടം മാറ്റിവെക്കേണ്ട."

അവൾ തേങ്ങലോടെ അയാളുടെ കരം അമർത്തി. അത് മാത്രമായിരുന്നു അവളുടെ മറുപടി.

"തീർച്ചയായും വേണ്ട. നീ അങ്ങിനെ ചെയ്തെന്നറിയാൻ എനിക്ക് താല്പര്യവുമില്ല. അയാൾ ഒരു ക്രിസ്ത്യാനിയാണ്. ഈ ചങ്ങാതികൾ എത്രയൊക്കെ പ്രാർഥിച്ചാലും പ്രസംഗിച്ചാലും അതിനോളം വരില്ല.

നാളെ ഒരു കൂട്ടർ നെവാദയിലേക്ക് പോകുന്നുണ്ട്. നമ്മൾ പെട്ടിരിക്കുന്ന ആപത്തിനെക്കുറിച്ച് ഞാൻ അയാളെ അറിയിക്കാം. ആ ചെറുപ്പക്കാരനെപ്പറ്റി ഞാൻ മനസ്സിലാക്കിയത് ശരിയാണെങ്കിൽ അയാൾ ഇങ്ങോട്ട് പറന്നെത്തും."

അച്ഛന്റെ വാക്കുകൾകേട്ട് ലൂസി കണ്ണീരിനിടയിലൂടെ ചിരിച്ചു. "അയാൾ വന്നുകഴിഞ്ഞാൽ നാം എന്തു ചെയ്യണമെന്ന് പറഞ്ഞുതരും. എന്നാലും മോളേ, നിന്നെക്കുറിച്ചാണ് എനിക്ക് പേടി. പ്രവാചകനെ എതിർത്തവരെക്കുറിച്ചുള്ള ഒരുപാട് കഥകൾ നാം കേൾക്കാറുണ്ടല്ലോ. അവർക്കൊക്കെ അതിദാരുണമായ അനുഭവങ്ങളാണുണ്ടായിട്ടുള്ളത്. ഏതായാലും ഇതുവരെ നാം അയാളെ എതിർത്തിട്ടില്ലല്ലോ. അങ്ങിനെ ചെയ്താൽ നാം എല്ലാ പഴുതുകളും നോക്കേണ്ടിവരും. ഏതായാലും ഒരു മാസമുണ്ടല്ലോ. നാം ഉത്താ വിടുന്നതായിരിക്കും നല്ലത്."

"ഉത്താ വിടുകയോ?"

"വേറെ വഴിയില്ല."

"അപ്പോൾ നമ്മുടെ കൃഷിയോ?"

''പണമായി സ്വരൂപിക്കാവുന്നത് അത്രയും നമുക്കെടുക്കാം. ബാക്കി ഉപേക്ഷിക്കുകതന്നെ. സത്യം പറയട്ടെ, മോളേ, ഞാൻ ഇതിനു മുൻപും ഇക്കാര്യം ചിന്തിച്ചിട്ടുണ്ട്. ഇവിടുത്തെ ആൾക്കാർ പ്രവാചകനോട് പെരുമാറുന്നതുപോലെ ആരുടെയെങ്കിലും മുന്നിൽ തലകുനിക്കുന്നത് എനിക്കിഷ്ടമല്ല. ഞാൻ സ്വതന്ത്രനായ ഒരു അമേരിക്കക്കാരനാണ്. ഇതൊക്കെ എനിക്ക് തീർത്തും പുതിയതാണ്. എനിക്ക് പഠിക്കാനുള്ള പ്രായം കഴിഞ്ഞിരിക്കുന്നു. അയാൾ ഇനിയും ഈ മണ്ണിലേക്ക് വന്നാൽ എതിർദിശയിലേക്ക് പായുന്ന വെടിയുണ്ടകളെയാവും നേരിടേണ്ടിവരിക.

"പക്ഷെ, അവൻ നമ്മെ രക്ഷപ്പെടാനനുവദിക്കില്ലല്ലോ."

"ജെഫേർസൺ വരട്ടെ, എന്നിട്ട് തീരുമാനിക്കാം. അതിനിടയിൽ നീ വെറുതെ വിഷമിക്കേണ്ട മോളേ. നിന്റെ കണ്ണ് കലങ്ങിയതു കണ്ടാൽ ആ ദുഷ്ടൻ എന്റെ നേരെ ചാടും. ഒന്നും പേടിക്കാനില്ല; നമുക്ക് ഒരാപത്തും വരില്ല."

ജോൺ ഫെരിയർ തികഞ്ഞ വിശ്വാസത്തോടെയാണ് ഈ സമാശ്വാസ വാക്കുകൾ പറഞ്ഞതെങ്കിലും, രാത്രിയിൽ വാതിൽ അടച്ച് ഭദ്രമാക്കുന്നതിൽ അയാൾ കാണിച്ച പ്രത്യേകശ്രദ്ധ അവൾ കാണാതിരുന്നില്ല. കിടപ്പറയുടെ ചുമരിൽ തൂക്കിയിട്ടിരിക്കുന്ന പഴയ തോക്ക് താഴെയെടുത്ത് അത് ശ്രദ്ധാപൂർവം വൃത്തിയാക്കി നിറച്ചുവെക്കാനും അയാൾ മറന്നില്ല.

ജീവനുവേണ്ടിയുള്ള പലായനം

മോർമൺ പ്രവാചകനുമായുള്ള അഭിമുഖത്തിന്റെ പിറ്റേന്ന് ജോൺഫെരിയർ സാൾട്ട്ലേക് സിറ്റിയിലേക്ക് പോയി. നെവാദയിലേക്ക് പോകുന്ന തന്റെ പരിചയക്കാരനെ കണ്ടുപിടിച്ച്, ജെഫേഴ്സൺ ഹോപ്പിനുള്ള സന്ദേശം അയാളെ ഏല്പിച്ചു. തങ്ങൾക്ക് ആസന്നമായിരിക്കുന്ന ആപത്തിനെക്കുറിച്ചും ഹോപ്പ് അടിയന്തിരമായി മടങ്ങിവരേണ്ടതിനെക്കുറിച്ചും അതിൽ സൂചിപ്പിച്ചിരുന്നു. അതു ചെയ്തുകഴിഞ്ഞപ്പോൾ അയാളുടെ നെഞ്ചിനകത്തെ ഭാരം ഒഴിഞ്ഞതുപോലെ തോന്നി. ശാന്തമായ മനസ്സുമായാണ് അയാൾ വീട്ടിലേക്ക് മടങ്ങിയത്.

വീടിനടുത്തെത്തിയപ്പോൾ, ഗെയിറ്റിന്റെ ഓരോ തൂണിലും ഓരോ കുതിരയെ കെട്ടിയിരിക്കുന്നത് കണ്ടു. അകത്തേക്ക് കടന്നപ്പോൾ രണ്ടു ചെറുപ്പക്കാർ സ്വീകരണമുറിയിലിക്കുന്നത് കണ്ട് അയാളുടെ അത്ഭുതം ഇരട്ടിച്ചു. അതിൽ നീണ്ടുവിളറിയ മുഖമുള്ള ഒരുത്തൻ ആട്ടുകസാലയിൽ, കാലുകൾ നെരിപ്പോടിനുമുകളിൽ കയറ്റിവെച്ചിരിക്കുകയായിരുന്നു. കാളക്കഴുത്തുള്ള രണ്ടാമൻ കൈകൾ കീശയിലിട്ട് ജനലിനടുത്ത് നിന്ന് ഒരു പാട്ട് മൂളുകയായിരുന്നു. ഫെരിയറെ കണ്ടപ്പോൾ

രണ്ടുപേരും തലയാട്ടി; കസാലയിലിരുന്നവൻ സംഭാഷണമാരംഭിച്ചു.

"ഞങ്ങളെ നിങ്ങൾ അറിയില്ലായിരിക്കും." അവൻ പറഞ്ഞു. "ഇവൻ ഡ്രെബ്ബറുടെ മകനാണ്; മരുഭൂമിയിൽവെച്ച് നിങ്ങളെ സംരക്ഷിക്കാൻ ഞങ്ങളുടെ പ്രഭു തീരുമാനിച്ചപ്പോൾ നിങ്ങളെ ഏറ്റെടുത്ത ജോസഫ് സ്റ്റേൻജേർസൺ ആണ് ഞാൻ."

"അവൻ സമയം നോക്കി എല്ലാ രാഷ്ട്രങ്ങളെയും വരുതിയിലാക്കും." മറ്റേയാൾ അനുനാസിക ശബ്ദത്തിൽ പറഞ്ഞു.

ജോൺഫെറിയർ ഉദാസീനഭാവത്തിൽ വണങ്ങി. സന്ദർശകർ ആരായിരിക്കുമെന്ന് അയാൾ ഊഹിച്ചിരുന്നു.

"ഞങ്ങളുടെ പിതാക്കളുടെ ഉപദേശമനുസരിച്ച്, നിങ്ങളുടെ മകളെ ചോദിക്കാനാണ് ഞങ്ങൾ വന്നത്." സ്റ്റേൻജർസൺ പറഞ്ഞു. "ഞങ്ങളിൽ ആരെയാണോ നിങ്ങൾക്കും മകൾക്കും ഇഷ്ടപ്പെടുന്നത് അയാളെ സ്വീകരിക്കാം. എനിക്ക് നാലു ഭാര്യമാരേ ഉള്ളൂ. എന്നാൽ ഈ ഡ്രെബ്ബർ സോദരനാണെങ്കിൽ ഏഴെണ്ണമുണ്ട്. അതുകൊണ്ട് എനിക്കാണ് കൂടുതൽ മേന്മ എന്നാണ് ഞാൻ കരുതുന്നത്."

"അല്ല സോദരാ," മറ്റേയാൾ അലറി. "എത്ര ഭാര്യമാരുണ്ട് എന്നതല്ല പ്രശ്നം; എത്ര ആവാം എന്നതാണ്. ഇപ്പോൾ അച്ഛൻ തന്റെ മില്ല് എനിക്ക് തന്നിരിക്കുന്ന സ്ഥിതിക്ക് ഞാനാണ് കൂടുതൽ സമ്പന്നൻ!"

"പക്ഷെ, എന്റെ സാധ്യതകൾ കൂടുതൽ മെച്ചപ്പെട്ടതാണ്." രണ്ടാമൻ പറഞ്ഞു. "നാഥൻ എന്റെ അച്ഛനെ നീക്കുമ്പോൾ അദ്ദേഹത്തിന്റെ തുകൽ ഫാക്ടറിയും ഊറയ്ക്കിടുന്ന അങ്കണവുമൊക്കെ എന്റേതാകും. ഞാൻ നിന്നേക്കാൾ മുതിർന്നതാണ്, സഭയിൽ കൂടുതൽ ഉയർന്ന സ്ഥാനവുമുണ്ട്."

"ഒക്കെ തീരുമാനിക്കേണ്ടത് പെൺകുട്ടിയാണ്." കണ്ണാടിയിൽ കാണുന്ന തന്റെ രൂപത്തെ നോക്കി പല്ലിളിച്ചുകൊണ്ട് ഡ്രെബ്ബർ പറഞ്ഞു. "എല്ലാം അവളുടെ തീരുമാനത്തിന് വിടാം."

ഈ സംഭാഷണം നടക്കുമ്പോൾ ജോൺഫെറിയർ ജ്വലിക്കുന്ന കോപവുമായി വാതിൽക്കൽ തന്നെ നില്പായിരുന്നു. തന്റെ ചമ്മട്ടി രണ്ടു സന്ദർശകരുടെയും പുറത്തുവീഴാതിരിക്കാൻ അയാൾ നന്നേ പണിപ്പെട്ടു.

"നോക്കൂ," ഒടുവിൽ അവരുടെ അടുത്തേക്ക് ചെന്ന് അയാൾ പറഞ്ഞു: "എന്റെ മകൾ വിളിക്കുമ്പോൾ നിങ്ങൾക്ക് ഇങ്ങോട്ട് വരാം. അതിനുമുമ്പ് നിങ്ങളുടെ തിരുമുഖം ഇങ്ങോട്ട് എഴുന്നള്ളിക്കരുത്."

രണ്ടു ചെറുപ്പക്കാരും ആശ്ചര്യത്തോടെ അയാളെ നോക്കി.

പെൺകുട്ടിയുടെ പാണിഗ്രഹണത്തിനുവേണ്ടി തങ്ങൾ നടത്തുന്ന മത്സരം അവൾക്കും അച്ഛനും ഏറ്റവും വലിയ ബഹുമതിയായിരിക്കുമെന്നായിരുന്നു അവരുടെ വിശ്വാസം.

“മുറിയിൽനിന്ന് പുറത്തേക്ക് രണ്ടു വഴികളുണ്ട്. ഒന്ന് വാതിൽ, പിന്നെ ജനലും. നിങ്ങൾക്ക് അതിൽ ഏതാണിഷ്ടം?” ഫെരിയർ അലറി. അയാളുടെ മുഖഭാവവും കൈകളുമൊക്കെ കണ്ടപ്പോൾ സന്ദർശകർ ചാടിയെഴുന്നേറ്റ് പുറത്തേക്ക് നടന്നു. വൃദ്ധനായ കർഷകൻ അവരുടെ പിറകെ വാതിൽക്കലോളം ചെന്നു.

‘‘ഏതാണെന്ന് തീരുമാനമായാൽ എന്നെ അറിയിക്കുമല്ലോ.” അയാൾ പരിഹസിച്ചു.

“താൻ ഇതിന് അനുഭവിക്കും.” ക്രോധംകൊണ്ട് വിളറിപ്പോയ സ്റ്റേൻജർസൺ അലറി. “താൻ പ്രവാചകനെയും നാൽവർ സമിതിയെയുമാണ് ധിക്കരിച്ചത്. അതിന് ജീവിതാന്ത്യം വരെ പശ്ചാത്തപിക്കേണ്ടിവരും.”

“നാഥന്റെ ശിക്ഷ ഭീകരമായിരിക്കും.” ഡ്രെബ്ബർ അലറി. “അവൻ ഉണർന്ന് തന്നെ ശിക്ഷിക്കും.

“എങ്കിൽ ശിക്ഷ ഞാൻ തന്നെ തുടങ്ങാം.” ഫെരിയർ കോപത്തോടെ പറഞ്ഞു. ലൂസി തടഞ്ഞില്ലെങ്കിൽ അയാൾ മുകളിൽ പോയി തോക്കെടുക്കുമായിരുന്നു. അവളുടെ പിടിവിടുവിക്കുമ്പോഴേക്കും അകന്നു പോകുന്ന കുളമ്പൊച്ച അയാൾ കേട്ടു.

“കഴുവേറിമക്കൾ!” അയാൾ നെറ്റിയിലെ വിയർപ്പ് തുടച്ചുകൊണ്ട് പറഞ്ഞു. “എന്റെ മോളേ, അവറ്റകളുടെ ഭാര്യയാകുന്നതിലും, നീ മരിച്ചുകിടക്കുന്നത് കാണാനാണെനിക്കിഷ്ടം.”

“അച്ഛാ, അതുതന്നെയാണ് ഞാനും ചിന്തിക്കുന്നത്.” അവൾ ആത്മാർഥമായി പറഞ്ഞു. “എന്തായാലും ജെഫേഴ്സൺ പെട്ടെന്നിങ്ങെത്തുമല്ലോ.”

“അതെ. അവൻ വേഗം തന്നെ വരും. എത്ര വേഗത്തിലെത്തുന്ന അത്രയും നന്ന്. കാരണം, ഇവന്മാരുടെ അടുത്ത നീക്കം എന്തായിരിക്കുമെന്ന് നമുക്കറിയില്ലല്ലോ.”

അവർക്ക് ഉപദേശവും സഹായവും നല്കാൻ പറ്റിയ ആൾ വരേണ്ട സമയം തന്നെയായിരുന്നു അത്. കുടിയേറ്റക്കാരുടെ ചരിത്രത്തിൽ ഇതുവരെ ഇത്രയും കടുത്ത അനുസരണക്കേട് ആരും കാട്ടിയിട്ടില്ല. നിസ്സാരകുറ്റങ്ങൾക്കുപോലും കടുത്ത ദണ്ഡനയാണ് കിട്ടിയിരുന്നതെങ്കിൽ, ഈ ഗുരുതരമായ ധിക്കാരത്തിന്റെ വിധി എന്തായിരിക്കും! തന്റെ

സമ്പത്തോ സ്ഥാനമോ ഒരു ഗുണവും ചെയ്യില്ലെന്ന് ഫെരിയറിന് അറിയാമായിരുന്നു. തന്നെപ്പോലെതന്നെ സമ്പന്നരും അറിയപ്പെടുന്നവരുമായ ആൾക്കാരും മുൻപ് അപ്രത്യക്ഷമാവുകയും; അവരുടെ സ്വത്തുക്കൾ സഭയിലേക്ക് ചേർക്കപ്പെടുകയും ചെയ്തിട്ടുണ്ട്. അയാൾ അസാമാന്യ ധീരനായിരുന്നു; എങ്കിലും തന്റെ മുകളിൽ തൂങ്ങിനില്ക്കുന്ന അവ്യക്തമായ ഭീതികളോർത്ത് അയാൾ ആകെ വിറകൊണ്ടു. നേരിട്ടുവരുന്ന ഏത് ആപത്തിനെയും സധൈര്യം നേരിടാനുള്ള തന്റേടം അയാൾക്കുണ്ടായിരുന്നു. എന്നാൽ ഈ അനിശ്ചിതത്വം ദുസ്സഹവും. എങ്കിലും അയാൾ തന്റെ ഭീതികൾ മകളിൽനിന്ന് മറച്ചുവെച്ച്, കാര്യങ്ങളൊക്കെ വളരെ നിസ്സാരമാണെന്ന് ഭാവിച്ചു. മകളാകട്ടെ സ്നേഹത്തിന്റെ സൂക്ഷ്മദൃഷ്ടികൊണ്ട് പിതാവിന്റെ മനസ്സിലെ അസ്വസ്ഥത നന്നായി കണ്ടറിയുകയും ചെയ്തു.

തന്റെ പെരുമാറ്റത്തെക്കുറിച്ച് യങ്ങിൽനിന്നും വല്ല സന്ദേശവും കിട്ടുമെന്ന് അയാൾ കരുതി. വിചിത്രമായ രീതിയിലാണ് അത് വന്നതെന്നുമാത്രം. പിറ്റേന്ന് രാവിലെ ഉറക്കമുണർന്നപ്പോൾ, തന്റെ പുതപ്പിൽ, നെഞ്ചിന് അല്പം മുകളിലായി ഒരു കഷ്ണം കടലാസ് പിൻചെയ്തിരിക്കുന്നതാണ് അയാൾ കണ്ടത്. അതിൽ ക്രമരഹിതമെങ്കിലും വലിയ അക്ഷരങ്ങളിൽ ഇങ്ങനെ എഴുതിയിരുന്നു:

“തെറ്റുതിരുത്താൻ നിങ്ങൾക്ക് ഇരുപത്തൊൻപതു ദിവസങ്ങൾ തരുന്നു. അതുകഴിഞ്ഞാൽ...”

ആ ഒടുവിലത്തെ രേഖയാണ് ഏതു ഭീഷണിയേക്കാളും ഭീതിദമായി അയാൾക്ക് തോന്നിയത്. ഈ മുന്നറിയിപ്പ് എങ്ങിനെ തന്റെ മുറിയിലെത്തിയെന്നതാണ് ജോൺ ഫെരിയറിന് ഒരു പ്രഹേളികയായത്. കാരണം, വേലക്കാരെല്ലാം ഒരു ഉപഗൃഹത്തിലാണ് കിടന്നിരുന്നത്. വാതിലും ജനലുമൊക്കെ ഭദ്രമായി അടയ്ക്കുകയും ചെയ്തിരുന്നു. അയാൾ ആ കടലാസ് ചുരുട്ടിക്കൂട്ടി; മകളോട് അതേക്കുറിച്ച് ഒന്നും പറഞ്ഞുമില്ല. എങ്കിലും ആ സംഭവം അയാളുടെ ഹൃദയത്തിൽ ഒരു മരവിപ്പുളവാക്കി, യങ്ങ് പറഞ്ഞ ഒരു മാസക്കാലാവധിയിൽ ബാക്കിയുള്ളതാണ് ഇരുപത്തൊൻപതുദിവസം. ഇത്രമാത്രം നിഗൂഢശക്തികളുള്ള ഒരു ശത്രുവിനെ ഏതു ധൈര്യംകൊണ്ട് നേരിടാൻ! ആ മുട്ടുസൂചി തറച്ച കൈക്ക് വേണമെങ്കിൽ അയാളുടെ ഹൃദയത്തിൽത്തന്നെ കത്തിയിറക്കാമായിരുന്നു. ആരാണ് അത് ചെയ്തതെന്ന് അയാൾ അറിയുകപോലുമില്ല.

പിറ്റേന്ന് പ്രഭാതം അതിലും ഞെട്ടിക്കുന്നതായിരുന്നു. പ്രാതൽ കഴി

ക്കാനിരുന്നപ്പോഴാണ്, ലൂസി ഒരു നിലവിളിയോടെ മുകളിലേക്ക് ചൂണ്ടി ക്കാട്ടിയത്. അവിടെ മച്ചിന്റെ മധ്യത്തിൽ ഒരു കരിക്കൊള്ളി കൊണ്ടാവാം 28 എന്ന സംഖ്യ കുറിച്ചിരുന്നു. ലൂസിക്ക് അതിന്റെ അർഥ മറിയില്ലായിരുന്നു. അയാൾ അവളോട് അത് വിശദീകരിക്കാനും പോയി ല്ല. അന്നു രാത്രി അയാൾ തോക്കുമായി കാവലിരുന്നു. അയാൾ ഒന്നും കാണുകയോ കേൾക്കുകയോ ചെയ്തില്ല. എങ്കിലും നേരം പുലർന്ന പ്പോൾ വാതിലിനു പുറത്ത് ഒരു വലിയ 27 വരച്ചുവെച്ചിരിക്കുന്നതാണ് കണ്ടത്.

ദിവസങ്ങൾ ഓരോന്നായി കൊഴിഞ്ഞുവീണു. തന്റെ ശത്രുക്കൾ തങ്ങളുടെ ദൗത്യം മുടക്കിയിട്ടില്ലെന്ന് അയാൾക്ക് മനസ്സിലായി. ഒരു മാസത്തെ കാലാവധിയിൽ ഇനി എത്രദിവസം ബാക്കിയുണ്ടെന്ന് അവർ ഓരോ ദിവസവും ഏതെങ്കിലും തരത്തിൽ എവിടെയെങ്കിലും കോറിയിട്ടിരുന്നു. ചിലപ്പോൾ ചുമരിൽ, മറ്റുചിലപ്പോൾ തറയിൽ, അല്ലെ ങ്കിൽ തോട്ടത്തിന്റെ ഗെയിറ്റിലോ കൈവരിയിലോ ഉറപ്പിച്ച പരസ്യപ്പ ലകയുടെ രൂപത്തിൽ. എത്രയൊക്കെ ശ്രമിച്ചിട്ടും എവിടെനിന്നാണ് അവ എത്തുന്നതെന്ന് കണ്ടുപിടിക്കാൻ ജോൺഫെരിയറിനായില്ല. അവ കാണുമ്പോൾ യുക്തിരഹിതമായ ഒരു ഭീതി അയാളെ പിടികൂടി. അസ്വ സ്ഥനും ക്ഷീണിതനുമായ അയാളുടെ കണ്ണുകളിൽ വേട്ടയാടപ്പെടുന്ന ഒരു മൃഗത്തിന്റെ ഭാവം തെളിഞ്ഞുനിന്നു. അയാൾക്ക് ആകെ പ്രതീ ക്ഷയുണ്ടായിരുന്നത് നെവാദയിൽനിന്ന് വരാനിരിക്കുന്ന ചെറുപ്പക്കാ രനെക്കുറിച്ചു മാത്രമായിരുന്നു.

ഇരുപത് പതിനഞ്ചായും പതിനഞ്ച് പത്തായും കുറഞ്ഞു. എന്നിട്ടും അയാളുടെ വിവരമൊന്നുമില്ല. ദിവസങ്ങൾ ഓരോന്നായി കുറഞ്ഞു വന്നു; എന്നിട്ടും അയാൾ മാത്രം എത്തിയില്ല. പാതയിൽ കുതിരക്കുള മ്പടി കേൾക്കുമ്പോഴും വണ്ടിക്കാരുടെ ശബ്ദം കേൾക്കുമ്പോഴും സഹായം എത്തിച്ചേർന്നു എന്ന പ്രതീക്ഷയോടെ ആ പാവം കർഷ കൻ ഗെയിറ്റിലേക്കോടും. ഒടുവിൽ അഞ്ച് നാലിനും, നാല് മൂന്നിനും വഴിമാറിയപ്പോൾ അയാൾക്ക് രക്ഷപ്പെടുന്നതിനെക്കുറിച്ചുള്ള എല്ലാ പ്രതീക്ഷയും അസ്തമിച്ചു. കുടിയേറ്റഭൂമിക്ക് ചുറ്റുമുള്ള മലനിരകൾ പരിചയമില്ലാത്ത താൻ ഒറ്റയ്ക്ക് രക്ഷപ്പെടുന്നത് അസാധ്യമാണെന്ന് അയാൾക്ക് മനസ്സിലായി. കാര്യമായി ഉപയോഗിക്കപ്പെടുന്ന വീഥിക ളെല്ലാം ശക്തമായ നിരീക്ഷണത്തിലായിരുന്നു. സമിതിയുടെ അനുമ തിയില്ലാത്ത ആർക്കും അതിലൂടെ കടന്നുപോകാൻ കഴിയുമായിരു ന്നില്ല. എങ്ങോട്ട് തിരിഞ്ഞാലും തന്റെമേൽ പതിക്കാനിരിക്കുന്ന ആപ

ത്തിനെ ഒഴിവാക്കാൻ നിവൃത്തിയില്ല എന്നതായിരുന്നു, അവസ്ഥ. എങ്കിലും മകൾക്ക് മാനഹാനിയുണ്ടാകുന്ന കാര്യത്തിന് സമ്മതിക്കുന്നതിന് പകരം മരിക്കാനും അയാൾ തയ്യാറായിരുന്നു.

ഒരു വൈകുന്നേരം, താൻ അകപ്പെട്ടിരിക്കുന്ന ആപത്തിനെക്കുറിച്ചും അതൊഴിവാക്കാനുള്ള വഴിയെക്കുറിച്ചും ഗാഢമായി ചിന്തിച്ചുകൊണ്ട് അയാൾ തനിയെ ഇരിക്കുകയാണ്. അന്ന് രാവിലെയാണ് 2 എന്ന സംഖ്യ വീടിന്റെ ചുമരിൽ പ്രത്യക്ഷപ്പെട്ടത്. അടുത്തദിവസംതന്നെ അവധി തീരും. പിന്നെ എന്തായിരിക്കും സംഭവിക്കുക? പല നിഷ്ഠുരതകളും അയാളുടെ ഭാവനയിൽ തെളിഞ്ഞു. താൻ പോയിക്കഴിഞ്ഞാൽ മകളുടെ കാര്യമോ? ചുറ്റും വല വിരിച്ചിരിക്കുന്ന ആപത്തിൽനിന്നും രക്ഷപ്പെടാൻ ഒരു മാർഗവുമില്ലേ? അയാൾ തന്റെതന്നെ കഴിവില്ലായ്മയെക്കുറിച്ചോർത്ത് തേങ്ങിക്കൊണ്ട് തല മേശമേൽ താഴ്ത്തിവെച്ചു.

എന്താണത്? നിറഞ്ഞ നിശ്ശബ്ദതയിൽ അയാൾ മൃദുവായ ഒരു ശബ്ദം കേട്ടു. അത് വീട്ടിന്റെ വാതിൽക്കൽ നിന്നാണ് വരുന്നത്. ഫെരിയർ പതുക്കെ ഹാളിലേക്ക് നിരങ്ങിച്ചെന്ന് ശ്രദ്ധാപൂർവം ചെവിയോർത്തു. അല്പനേരത്തെ മൗനത്തിനുശേഷം ആ ശബ്ദം വീണ്ടും കേട്ടു. ആരോ വിതിലിന്റെ പാളിയിൽ മൃദുവായി തട്ടുകയാണ്. ഗൂഢകോടതിയുടെ വിധി നടപ്പാക്കാൻ വന്ന കൊലയാളിയായിരിക്കുമോ! അതോ, അവസാനദിവസമായെന്ന് അടയാളപ്പെടുത്താൻ വന്ന പിണിയാളോ? തലപെരുപ്പിക്കുന്ന ഈ അനിശ്ചിതത്വത്തിലും നല്ലത് ഒറ്റയടിക്കുള്ള മരണമായിരിക്കുമെന്ന് ഫെരിയർക്കു തോന്നി. ഒറ്റച്ചാട്ടത്തിന് വാതിലിന്റെ സാക്ഷനീക്കി അയാൾ വാതിൽ മലർക്കെ തുറന്നു.

പുറത്ത് എല്ലാം ശാന്തമായിരുന്നു. നക്ഷത്രങ്ങൾ മിന്നിത്തിളങ്ങുന്ന സുന്ദരമായ രാത്രി. മുൻവശത്തെ തോട്ടത്തിലും വേലിയിലും ഗെയ്റ്റിലുമെല്ലാം ആ കർഷകന്റെ നോട്ടം പതിഞ്ഞു. എന്നാൽ അവിടെയോ റോഡിലോ ഒരു മനുഷ്യജീവിയെയും കണ്ടില്ല. ആശ്വാസനിശ്വാസം പൊഴിച്ചുകൊണ്ട് അയാൾ ചുറ്റും നോക്കി. പിന്നെയാണ് സ്വന്തം കാൽച്ചുവട്ടിലേക്ക് അയാൾ നോക്കിയത്. അപ്പോഴാണ് നിലത്തു കമിഴ്ന്നുകിടക്കുന്ന ഒരു മനുഷ്യരൂപം ശ്രദ്ധയിൽപ്പെട്ടത്. മുറിവേറ്റതോ മരിക്കാറായതോ ആയ ഒരു മനുഷ്യനായിരിക്കും അത് എന്നാണ് അയാൾ ആദ്യം കരുതിയത്. അയാൾ നോക്കിക്കൊണ്ടിരിക്കെത്തന്നെ ആ രൂപം ഒരു സർപ്പത്തെപ്പോലെ നിശ്ശബ്ദമായി അകത്തേക്കിഴഞ്ഞു. വീടിനകത്തുകടന്നപ്പോൾ അയാൾ ചാടിയെഴുന്നേറ്റ് വാതിലടച്ചു. കർഷകന്റെ മുന്നിൽ തെളിഞ്ഞത് ജെഫേഴ്സൺ ഹോപ്പിന്റെ പ്രച

ണ്ഡമായ നിശ്ചയദാർഢ്യമുള്ള മുഖമായിരുന്നു.

“എന്റെ ദൈവമേ!” ജോൺ ഫെറിയർ കിതച്ചു. “നിങ്ങൾ എന്നെ പേടിപ്പിച്ചുകളഞ്ഞല്ലോ. ഇപ്രകാരം അകത്തേക്കുവന്നതെന്തിന്?”

“എനിക്ക് ഭക്ഷണം വേണം.” ആഗതൻ പരുഷശബ്ദത്തിൽ പറഞ്ഞു. “രണ്ടുദിവസമായി എന്തെങ്കിലും കഴിച്ചിട്ട്.” മേശപ്പുറത്തുണ്ടായിരുന്ന അത്താഴത്തിന്റെ ബാക്കി തണുത്ത മാംസത്തിനും റൊട്ടിക്കും മേൽ ചാടിവീണ്, അയാൾ അത് വെട്ടിവിഴുങ്ങി. “ലൂസിക്ക് സുഖം തന്നെയല്ലേ?” വിശപ്പ് അടങ്ങിയപ്പോൾ അയാൾ ചോദിച്ചു.

“അതെ; എന്നാൽ അപകടത്തെപ്പറ്റി അവൾക്കൊന്നുമറിയില്ല.” അവളുടെ പിതാവ് പറഞ്ഞു.

“അത് നല്ലതുതന്നെ. വീടിന്റെ നാലുഭാഗത്തും ചാരന്മാരുണ്ട്. അതുകൊണ്ടാണ് ഞാൻ ഇങ്ങോട്ട് ഇഴഞ്ഞുവന്നത്. അവർ വളരെ സമർഥരായിരിക്കാം, എങ്കിലും ഒരു വാഷോ വേട്ടക്കാരനെ പിടിക്കാൻ മാത്രം സാമർഥ്യം അവർക്കില്ല.”

തനിക്ക് വളരെയടുത്ത് ഒരു ബന്ധുവിനെ കിട്ടിയതുകൊണ്ട് ജോൺഫെറിയർ ആളാകെ മാറി. അയാൾ ആ യുവാവിന്റെ കൈകൾ സ്നേഹപൂർവം പിടിച്ചുകുലുക്കി. “നിങ്ങളെക്കുറിച്ച് എനിക്ക് അഭിമാനം തോന്നുന്നു. ഞങ്ങളുടെ ആപത്തും ദുരിതങ്ങളും പങ്കിടാൻ അധികംപേരൊന്നും തയ്യാറാവില്ല.”

‘‘വളരെ ശരിയാണ്.” ആ യുവവേട്ടക്കാരൻ പറഞ്ഞു. “എനിക്ക് താങ്കളോട് ആദരവുണ്ട്. എങ്കിലും ഇതിൽ താങ്കൾ തനിച്ചായിരുന്നുവെങ്കിൽ ഇത്തരം ഒരു കടന്നൽക്കൂട്ടിൽ തലയിടുന്നതിനുമുമ്പ് ഞാൻ രണ്ടുതവണ ചിന്തിക്കുമായിരുന്നു. ലൂസി കാരണമാണ് ഞാൻ ഇങ്ങോട്ട് വന്നത്. ഹോപ്പ് കുടുംബത്തിലെ ഒരാളുടെ എണ്ണം കുറച്ചിട്ട് മാത്രമേ അവളെ ആർക്കെങ്കിലും ദ്രോഹിക്കാൻ സാധിക്കുകയുള്ളൂ.”

“നാം എന്താണ് ചെയ്യുക?”

“നാളെയാണ് നിങ്ങളുടെ അവസാനദിവസം. അപ്പോൾ ഈ രാത്രി തന്നെ എന്തെങ്കിലും ചെയ്തേ തീരൂ. കഴുകൻ മലയിടുക്കിൽ ഒരു കോവർകഴുതയെയും രണ്ടു കുതിരകളെയും ഒരുക്കിനിർത്തിയിട്ടുണ്ട്. താങ്കളുടെ കൈയിൽ എത്ര പണമുണ്ട്?”

“രണ്ടായിരം ഡോളർ സ്വർണമായും അയ്യായിരം നോട്ടായും.”

‘‘അതുമതി. അത്രയും എന്റെ കൈയിലും കാണും. നാം മലമ്പാതയിലൂടെ കാർബൺ നഗരത്തിലേക്ക് നീങ്ങണം. ലിസിയെ വേഗം തന്നെ ഉണർത്തൂ. വേലക്കാരാരും വീട്ടിനകത്തില്ലല്ലോ. അത് നന്നായി.”

മകളെ യാത്രയ്ക്കൊരുക്കാനായി ഫെരിയർ പോയപ്പോൾ ജെഫേഴ്സൺ ഹോപ്പ് കൈയിൽകിട്ടിയ ഭക്ഷണസാധനങ്ങളൊക്കെ പൊതിഞ്ഞുകെട്ടി. ഒരു കൂജയിൽ കുടിവെള്ളവും അയാൾ കരുതി. മലമ്പ്രദേശത്ത് കിണറുകൾ കുറവാണെന്ന് അയാൾക്കറിയാമായിരുന്നു. അയാൾ അതൊക്കെ പൂർത്തിയാക്കുമ്പോഴേക്ക് കർഷകൻ യാത്രയ്ക്കൊരുങ്ങിയ മകളുമായി അങ്ങോട്ടുവന്നു. കാമുകീകാമുകന്മാരുടെ സ്വാഗതം ഊഷ്മളമെങ്കിലും ഹ്രസ്വമായിരുന്നു. കാരണം, ഓരോ മിനുട്ടും വിലപ്പെട്ടതായിരുന്നു, ചെയ്യാനാണെങ്കിൽ ഒട്ടേറെയുണ്ടുതാനും.

"നാം ഉടൻതന്നെ പുറപ്പെടണം." ജെഫേർസൺ ഹോപ്പ് പതിഞ്ഞതെങ്കിലും നിശ്ചയദാർഢ്യം നിറഞ്ഞ ശബ്ദത്തിൽ പറഞ്ഞു. വരാനിരിക്കുന്ന ആപത്തിനെക്കുറിച്ച് അയാൾക്ക് പൂർണബോധ്യമുണ്ടായിരുന്നു. അതിനെ നേരിടാൻ അയാൾ സ്വന്തം മനസ്സിനെ ശില പോലെയാക്കി." മുൻവാതിലും പിൻവാതിലുമൊക്കെ നിരീക്ഷണത്തിലാണ്. ശ്രദ്ധിച്ചുനീങ്ങിയാൽ നമുക്ക് വശത്തുള്ള ജനവാതിലിലൂടെ പുറത്തിറങ്ങി പാടം മുറിച്ചുകടക്കാം. റോഡിലെത്തിക്കഴിഞ്ഞാൽ പിന്നെ കുതിരകളെ കെട്ടിയ മലയിടുക്കിലേക്ക് രണ്ടുമൈൽ ദൂരമേയുള്ളൂ. നേരം പുലരുമ്പോഴേക്ക് മലമ്പാത പകുതി പിന്നിടണം."

"ആരെങ്കിലും നമ്മെ തടഞ്ഞാലോ?" ഫെരിയർ ചോദിച്ചു. ഹോപ്പ് കുപ്പായക്കീശയിൽനിന്നും പുറത്തേക്ക് തള്ളിനിന്ന റിവോൾവറിന്റെ പാത്തിയിൽ തട്ടി, കുറേയധികം പേരുണ്ടെങ്കിൽ വീഴുന്നതിനുമുമ്പ് രണ്ടുമൂന്നെണ്ണത്തിനെ നമുക്ക് കൂടെ കൂട്ടാം." പൈശാചികമായ ചിരിയോടെ അയാൾ പറഞ്ഞു.

വീട്ടിലെ വിളക്കുകളെല്ലാം അണച്ചിരുന്നു. ഇരുണ്ടുകിടന്ന ജനലിലൂടെ ഫെരിയർ അന്നുവരെ തന്റേതായിരുന്ന പാടത്തേക്ക് നോക്കി. താൻ അത് എന്നന്നേക്കുമായി ഉപേക്ഷിച്ചുപോവുകയാണ്. അതിനുള്ള ചങ്കുറപ്പ് അയാൾ കുറേക്കാലമായി ആർജിക്കുകയായിരുന്നു. മകളുടെ മാനത്തേക്കാൾ വലുതല്ല; ഒരു ഭൂസ്വത്തും. എല്ലാം ശാന്തവും സ്വസ്ഥവുമായിരുന്നു. കാറ്റിൽ മർമരമുതിർക്കുന്ന മരങ്ങൾ, വിശാലമായ ധാന്യവയൽ, എല്ലാം. അവയിലെല്ലാം മരണത്തിന്റെ ക്രൂരഹസ്തങ്ങൾ മറഞ്ഞിരിപ്പുണ്ടെന്ന് വിശ്വസിക്കാൻ തന്നെ പ്രയാസം. എങ്കിലും, ഇങ്ങോട്ടുവരുമ്പോൾ, പതിയിരിക്കുന്ന അപകടത്തെക്കുറിച്ച് വേണ്ടത്ര തെളിവുകൾ കിട്ടിയിരുന്നു എന്ന് വേട്ടക്കാരന്റെ മുഖഭാവം വിളിച്ചുപറയുന്നുണ്ടായിരുന്നു.

ഫെരിയർ സ്വർണവും പണവും നിറച്ച സഞ്ചി കൈയിലെടുത്തു ഭക്ഷണവും വെള്ളവും ജെഫേഴ്സൺ ചുമന്നു. ലൂസിയുടെ കൈയിൽ തനിക്ക് വേണ്ടപ്പെട്ട സാധനങ്ങളുടെ ഒരു ചെറിയ പൊതിയും. ജനാല പതുക്കെ, ശ്രദ്ധാപൂർവം തുറന്ന്, ആകാശം കുറച്ചുകൂടി ഇരുളുന്നതു വരെ അവർ കാത്തുനിന്നു. പിന്നെ ഓരോരുത്തരായി തോട്ടത്തിലേക്കിറങ്ങി. അതിലൂടെ ശ്വാസംപിടിച്ച് കുനിഞ്ഞുനടന്ന് അവർ വേലിയുടെ മറവിലെത്തി. അത് പറ്റിനടന്ന് വയലിലേക്ക് തുറക്കുന്ന വിടവിലേക്ക് നീങ്ങി. പെട്ടെന്ന്, യുവാവ് മറ്റുരണ്ടുപേരെയും പിടിച്ച് അവരെ കൂടുതൽ നിഴലുള്ള സ്ഥലത്തേക്ക് വലിച്ചു. അവിടെ അവർ വിറയാർന്ന ദേഹത്തോടെ നിശ്ശബ്ദരായി കിടന്നു.

വനമേഖലയിലെ പരിശീലനം ജെഫേഴ്സൺ ഹോപ്പിന് ഒരു കാട്ടുപൂച്ചയുടെ ശ്രവണശക്തി നല്കിയിരുന്നത് നന്നായി. കാരണം, അവർ അവിടെ പതുങ്ങിയിരിക്കുമ്പോഴേക്കും ഏതാനും വാരകൾക്കകലെ നിന്ന് ഒരു മൂങ്ങയുടെ വ്യാകുലശബ്ദം മുഴങ്ങി. അടുത്തുനിന്നുള്ള മറ്റൊരു കൂവൽ അതിനു മറുപടി നല്കി. അപ്പോൾ അവർ ലക്ഷ്യമാക്കിയിരുന്ന വിടവിൽനിന്നും ഒരു രൂപം പുറത്തുകടന്ന് ആ കൂവൽ ഒരിക്കൽക്കൂടി ആവർത്തിച്ചു. അപ്പോൾ ഒരു രണ്ടാമൻ കൂടി രംഗത്ത് പ്രത്യക്ഷപ്പെട്ടു.

“നാളെ അർധരാത്രി” അധികാരഭാവത്തിൽ ഒന്നാമൻ പറഞ്ഞു. “പക്ഷി മൂന്നുതവണ കൂകുമ്പോൾ.”

“ശരി.” മറ്റേയാൾ പറഞ്ഞു. “ഇത് ഡ്രെബ്ബറോട് പറയണോ?”

“അയാളെ അറിയിച്ചേക്കൂ; അയാളിലൂടെ മറ്റുള്ളവരും അറിയട്ടെ. ഒൻപതിന് ഏഴ്.”

“ഏഴിന് അഞ്ച്.” മറ്റേയാൾ ആവർത്തിച്ചു. പിന്നെ രണ്ടുരൂപങ്ങളും രണ്ടുഭാഗത്തേക്ക് മറഞ്ഞു.

“അവരുടെ കാലൊച്ച അകന്നതും, ജെഫേഴ്സൺ ഹോപ്പ് ചാടിയെഴുന്നേറ്റ് കൂട്ടുകാരുമായി വിടവിലൂടെ അതിവേഗത്തിൽ മുമ്പോട്ട് കുതിച്ചു. ലൂസി തളർന്നപ്പോഴൊക്കെ അയാൾ അവളെ സഹായിച്ചു.

“വേഗം, വേഗം.” അയാൾ ഇടയ്ക്കിടെ ഓർമിപ്പിച്ചു. നാം കാവൽക്കാരുടെ നിര പിന്നിട്ടിരിക്കുന്നു. ഇനി വേഗതയാണ് പ്രധാനം. വേഗം നടക്കൂ.”

പ്രധാനപാതയിലെത്തിയപ്പോൾ അവരുടെ ഗതി വേഗം വർധിച്ചു. ഒരിക്കൽമാത്രം ഒരാൾ അവരുടെ നേരെ വന്നു. പക്ഷെ, അപ്പോൾ അവർ ഒരു വയിലിലേക്കിറങ്ങിനിന്നതുകൊണ്ട് അയാളുടെ കണ്ണിൽ

പെട്ടില്ല. നഗരത്തിലെത്തുന്നതിനുമുൻപ് വേട്ടക്കാരൻ മലയിലേക്ക് പോകുന്ന ഇടുങ്ങിയ ഒരു പാതയിലേക്ക് തിരിഞ്ഞു. ഇരുളിൽ രണ്ടു ഉന്നതശൃംഗങ്ങൾ അവരുടെ മുമ്പിൽ ഉയർന്നുനിന്നു. അവയ്ക്കിടയിലൂടെയുള്ള വഴിയിലൂടെ ചെന്നാൽ കുതിരകളെ കെട്ടിയസ്ഥലത്തെത്തും. പിഴയ്ക്കാത്ത വാസനാവൈഭവത്തോടെ വൻപാറക്കൂട്ടങ്ങളും വറ്റിവരണ്ട ഒരു അരുവിയുടെ ചാലും താണ്ടി ജെഫേഴ്സൺ ഹോപ്പ് പാറകളുടെ മറവിൽ കുതിരകൾ കാത്തുനില്ക്കുന്ന സുരക്ഷിത സ്ഥലത്തെത്തി. ലൂസി കോവർകഴുതപ്പുറത്തും ഫെറിയർ തന്റെ പണസഞ്ചിയുമായി ഒരു കുതിരപ്പുറത്തും കയറി. ജെഫേഴ്സൺ ഹോപ്പ് മറ്റേ കുതിരയുമായി കിഴുക്കാംതൂക്കായ ഇടുങ്ങിയ പാതയിലൂടെ അവരെ നയിച്ചു.

പ്രകൃതിയുടെ വന്യഭാവങ്ങളെക്കുറിച്ച് ഒരു പരിചയവുമില്ലാത്തവരെ സംബന്ധിച്ചിടത്തോളം അങ്ങേയറ്റം കുഴപ്പം പിടിച്ച ഒരു വഴിയായിരുന്നു അത്. ഒരുഭാഗത്ത് ആയിരമടിയിലേറെ ഉയരത്തിൽ കറുത്തിരുണ്ട ഒരു പാറ; മറുഭാഗത്താണെങ്കിൽ ഗതി ദുർഘടമാക്കുന്ന പാറക്കൂട്ടങ്ങൾ. അതിന് നടുവിലൂടെ ആ ഇടുങ്ങിയവഴി. അത് അത്രമാത്രം ഇടുങ്ങിയതായതുകൊണ്ട് ഒരാൾക്കുപിന്നിൽ മറ്റൊരാൾ എന്ന രീതിയിൽ മാത്രമേ അവർക്ക് മുന്നോട്ടു പോകാൻ കഴിഞ്ഞുള്ളൂ. നല്ല പരിശീലനം സിദ്ധിച്ച സവാരിക്കാരെപ്പോലും കുഴക്കുന്ന വഴി. ഈ അപകടങ്ങളുടെയൊക്കെ മുൻപിലും നമ്മുടെ അഭയാർഥികളുടെ ഹൃദയം സ്വസ്ഥമായിരുന്നു. കാരണം, ഓരോ കാൽവെപ്പും അവർ രക്ഷപ്പെടുന്ന സ്വേച്ഛാശക്തിയിൽനിന്നുള്ള അകലം അത്രയും വർധിപ്പിക്കുകയായിരുന്നു.

എന്നാൽ തങ്ങൾ പുണ്യവാളന്മാരുടെ അധികാരപരിധിയിൽനിന്നു പുറത്തുകടന്നിട്ടില്ലെന്നതിന് അവർക്ക് വേഗംതന്നെ ഒരു തെളിവ് കിട്ടി. അവർ ചുരത്തിലെ ഏറ്റവും വിഷമം പിടിച്ച ഒരു സ്ഥലത്തെത്തിയപ്പോഴാണ് ലൂസി പെട്ടെന്ന് ഭയന്ന് നിലവിളിച്ചുകൊണ്ട് മുകളിലേക്ക് കൈചൂണ്ടിയത്. പാതയുടെ മുകളിലുള്ള ഒരു പാറയിൽ ഒരു കാവൽക്കാരന്റെ ഇരുണ്ട രൂപം ആകാശത്തിനെതിരെ വ്യക്തമായി കണ്ടു. അതേ നിമിഷത്തിൽത്തന്നെ അവർ അയാളുടെ കണ്ണിലും പെട്ടു. "ആരാണ് പോകുന്നത്?" എന്ന അയാളുടെ സൈനികവെല്ലുവിളി നിശ്ശബ്ദമായ ആ മലയിടുക്കിലാകെ മുഴങ്ങി.

"നെവാദയിലേക്കുള്ള യാത്രക്കാരാണ്." ജീനിയിൽ തൂങ്ങുന്ന തോക്കിൽ കൈവെച്ചുകൊണ്ട് ജെഫേഴ്സൺ ഹോപ്പ് പറഞ്ഞു.

ആ മറുപടിയിൽ തൃപ്തിവരാഞ്ഞതുപോലെ തന്റെ തോക്കിൽ വിരൽ ചേർത്തുകൊണ്ട് കാവൽക്കാരൻ താഴത്തേക്ക് ശ്രദ്ധിച്ചുനോക്കുന്നത് അവർക്ക് കാണാമായിരുന്നു.

"ആരാണ് അനുമതി തന്നത്?" അയാൾ ചോദിച്ചു.

"വിശുദ്ധനാൽവർ." ഫെരിയർ പറഞ്ഞു. അതാണ് ഏറ്റവും വലിയ അധികാരസ്ഥാനമെന്ന് മോർമണുകളുമായുള്ള സഹവാസത്തിലൂടെ അയാൾ മനസ്സിലാക്കിയിരുന്നു.

"ഏഴിൽനിന്ന് ഒൻപത്" കാവൽക്കാരൻ പറഞ്ഞു.

"അഞ്ചിൽനിന്ന് ഏഴ്" തോട്ടത്തിൽനിന്ന് കേട്ടകാര്യം ഓർത്തുകൊണ്ട് ജെഫേഴ്സൺ ഹോപ്പ് പെട്ടെന്നുതന്നെ ഉത്തരം നല്കി.

"പോയ്ക്കോളൂ. നാഥൻ നിങ്ങളെ അനുഗ്രഹിക്കട്ടെ." മുകളിൽനിന്നുള്ള ശബ്ദം പറഞ്ഞു. പിന്നീട് പാത കൂടുതൽ വിസ്തൃതമായി. കുതിരകൾക്ക് പതുക്കെ ഓടാമെന്ന് വന്നു. തിരിഞ്ഞുനോക്കിയപ്പോൾ കാവൽക്കാരൻ തന്റെ തോക്കിൽ ചാരിനിൽക്കുന്നത് കണ്ടു. തങ്ങൾ വിശുദ്ധരുടെ അവസാനത്തെ കാവൽക്കാരെയും പിന്നിട്ടുവെന്നും മുമ്പിൽ സ്വാതന്ത്ര്യം തങ്ങളെ കാത്തുനിൽക്കുന്നുണ്ടെന്നും അവർ ധരിച്ചു.

മാലാഖമാരുടെ പ്രതികാരം

പാറക്കൂട്ടങ്ങൾക്കിടയിലൂടെതന്നെയായിരുന്നു, രാത്രി മുഴുവൻ അവരുടെ യാത്ര. പലപ്പോഴും അവർക്ക് വഴി തെറ്റുകയും ചെയ്തു. എങ്കിലും പർവതദേശങ്ങളുമായി ഹോപ്പിനുള്ള അഗാധപരിചയം വീണ്ടും അവരെ ശരിയായ മാർഗത്തിലെത്തിച്ചു. നേരം പുലർന്നപ്പോൾ മനോഹരമെങ്കിലും പ്രാകൃതമായ ഒരു ദൃശ്യം അവരുടെ മുമ്പിൽ തെളിഞ്ഞു. ചക്രവാളത്തിൽ, കണ്ണെത്തുന്ന ദൂരം വരെ എല്ലാ ദിശകളിലും മഞ്ഞിൻതൊപ്പിയണിഞ്ഞ ശൃംഗങ്ങൾ പരസ്പരം മത്സരിച്ചുകൊണ്ട് തലയുയർത്തിനിന്നു. അവയുടെ ഇരുവശത്തുമുള്ള കിഴുക്കാംതൂക്കായ ചെരിവുകളിലുള്ള ലാർച്ചും പൈൻമരങ്ങളും തലയ്ക്കുമുകളിൽ തൂങ്ങി നില്ക്കുന്നതുപോലെ തോന്നിച്ചു. ഒരു ചെറുകാറ്റടിച്ചാൽ തങ്ങളുടെ തലയിലേക്ക് കടപുഴകി വീഴുമെന്ന ഭാവത്തിൽ, ആ ചിന്ത അടിസ്ഥാനരഹിതമായിരുന്നില്ലതാനും. കാരണം, താഴ്വരയാകെ അപ്രകാരം വീണുകിടക്കുന്ന മരങ്ങളും പാറകളുംകൊണ്ട് നിറഞ്ഞിരുന്നു. അവർ നീങ്ങുന്നതിനിടയിൽത്തന്നെ വലിയ ഒരു പാറ ഭീകരശബ്ദത്തോടെ താഴോട്ട് പതിച്ചു. ആ ശബ്ദം മലയിടുക്കുകളിൽ പ്രതിധ്വനി സൃഷ്ടിച്ചു; കുതിരകൾ ഭയപ്പെട്ട് ഓടുകയും ചെയ്തു.

കിഴക്കൻ ചക്രവാളത്തിൽ സൂര്യൻ പതുക്കെ പതുക്കെ ഉയരവേ ഏതോ ആഘോഷവേളയിൽ ദീപങ്ങൾ തെളിയുന്നതുപോലെ ആ ഗിരിശൃംഗങ്ങൾ പ്രകാശിച്ചുതുടങ്ങി. ഒടുവിൽ അവ ചുകപ്പുനിറത്തിൽ തിളങ്ങി. അതിസുന്ദരമായ ഈ ദൃശ്യം മൂന്ന് അഭയാർഥികളുടെയും ഹൃദയം കുളുർപ്പിച്ചു. അതിൽനിന്നും അവർക്ക് പുതിയൊരു ഊർജം കൈവന്നു. മലയിടുക്കിൽനിന്നും ഒഴുകിവരുന്ന ഒരു കാട്ടരുവിയുടെ സമീപത്തെത്തിയപ്പോൾ അവർ അല്പനേരം വിശ്രമിച്ചു; കുതിരകൾക്ക് വെള്ളം കൊടുത്തശേഷം തിരക്കിട്ട് പ്രാതൽ കഴിച്ചു. ലൂസിക്കും പിതാവിനും കുറച്ചുനേരംകൂടി വിശ്രമിക്കണമെന്നുണ്ടായിരുന്നു. എന്നാൽ ജെഫേഴ്സൺ ഹോപ്പ് ഒരു വിട്ടുവീഴ്ചയ്ക്കും തയ്യാറായില്ല. “അവർ ഇതിനകം നാം രക്ഷപ്പെട്ട പാത കണ്ടുപിടിച്ചിരിക്കും. വേഗതയാണ് മുഖ്യം. സുരക്ഷിതമായി കാർബണിലെത്തിയാൽ പിന്നെ നമുക്ക് വേണ്ടുവോളം വിശ്രമിക്കാം.”

ആ ദിവസം മുഴുവൻ അവർ ദുർഘടമായ ആ മലമ്പാതയിലൂടെ സഞ്ചരിച്ചു. വൈകുന്നേരമായപ്പോൾ, തങ്ങൾ ശത്രുക്കളിൽനിന്നും മുപ്പതുനാഴികയെങ്കിലും അകലെയെത്തിയിരിക്കുമെന്ന് അവർ കണക്കുകൂട്ടി. രാത്രിയിൽ ഒരു കൂറ്റൻ പാറയുടെ മറവിൽ അവർ വിശ്രമിച്ചു. തണുത്ത കാറ്റിൽനിന്നും തെല്ലെങ്കിലും സംരക്ഷണം അവിടെ ലഭിച്ചു. പരസ്പരം ചൂടുപകരാൻ തൊട്ടുരുമ്മിക്കിടന്ന അവർക്ക് ഏതാനും ണിക്കൂർനേരം ഉറങ്ങാൻ കഴിഞ്ഞു. കിഴക്ക് വെള്ളകീറുന്നതിനുമുമ്പു തന്നെ അവർ ഉണർന്നെഴുന്നേറ്റ് യാത്ര പുനരാരംഭിച്ചു. തങ്ങളെ ആരെങ്കിലും പിൻതുടരുന്നതിന്റെ ഒരു ലക്ഷണവും കാണാത്തതുകൊണ്ട്, തങ്ങളുടെ ശത്രുവായിക്കഴിഞ്ഞ ആ ഭീകരസംഘത്തിന്റെ കൈയിൽനിന്നു രക്ഷപ്പെട്ടുവെന്ന്പോലും ജെഫേഴ്സൺ ഹോപ്പ് ചിന്തിച്ചു. എന്നാൽ ആ ഉരുക്കുമുഷ്ടികൾ എത്ര ദൂരംവരെ എത്തുമെന്നും; അത് വേഗം തന്നെ തങ്ങളെ കണ്ടെത്തി തകർക്കുമെന്നും അയാൾ അറിഞ്ഞില്ല.

രണ്ടാംദിവസം ഉച്ചയാകുമ്പോഴേക്ക് അവർ കൈയിൽ കരുതിയ ഭക്ഷണമൊക്കെ തീർന്നിരുന്നു. ഇത് നമ്മുടെ വേട്ടക്കാരനെ വളരെയൊന്നും അസ്വസ്ഥമാക്കിയില്ല. കാരണം, പർവതപ്രദേശത്ത് ധാരാളം മൃഗങ്ങളുണ്ടാകുമെന്ന് അയാൾക്ക് ഉറപ്പുണ്ടായിരുന്നു. മുൻപ് പലപ്പോഴും അയാൾ തന്റെ തോക്കുകൊണ്ട് ആഹാരം സമ്പാദിച്ചിട്ടുള്ളതുമാണ്. നല്ല മറവുള്ള ഒരു മൂല തെരഞ്ഞെടുത്ത് അയാൾ ചുള്ളിക്കമ്പുകളും മറ്റുമുപയോഗിച്ച് ഒരു അഗ്നികുണ്ഡമൊരുക്കി. തങ്ങൾ അപ്പോൾ സമുദ്രനിരപ്പിൽനിന്നും അയ്യായിരം അടി ഉയരത്തിലായിരു

ന്നു. മരംകോച്ചുന്ന തണുപ്പിൽനിന്നും രക്ഷപ്പെടാൻ തീ അവരെ സഹായിക്കുമെന്ന് അയാൾക്കറിയാം. കുതിരയെ ഒരിടത്തുകെട്ടി ലൂസിയോട് വിടപറഞ്ഞശേഷം അയാൾ തോക്കും ചുമലിലേറ്റി ഇരയെത്തേടി നടപ്പാരംഭിച്ചു. തിരിഞ്ഞുനോക്കിയപ്പോൾ കിഴവനും മകളും തീയുടെ അടുത്ത് കുനിഞ്ഞിരിക്കുന്നതും പിന്നിൽ മൂന്ന് മൃഗങ്ങളും നിശ്ചലമായി നിലയുറപ്പിച്ചതും അയാൾ കണ്ടു. പിന്നെ പാറക്കെട്ടുകൾ അവരെ അയാളുടെ കാഴ്ചയിൽനിന്ന് മറച്ചു.

രണ്ടുമൈലുകളോളം പല മലയിടുക്കുകളിലൂടെ നടന്നിട്ടും അയാൾക്ക് ഒന്നും കിട്ടിയില്ല. എങ്കിലും വൃക്ഷങ്ങളിലും മറ്റും പതിഞ്ഞ അടയാളങ്ങൾ കണ്ടപ്പോൾ ആ പ്രദേശത്ത് ധാരാളം കരടികളുണ്ടെന്ന് അയാൾക്ക് മനസ്സിലായി. ഒടുവിൽ, രണ്ടോ മൂന്നോ മണിക്കൂർ നേരത്തെ അലച്ചിലിനുശേഷം നിരാശനായി മടങ്ങാൻ തുടങ്ങുമ്പോഴാണ് സന്തോഷകരമായ ഒരു ദൃശ്യം അയാളുടെ കണ്ണിൽപ്പെട്ടത്. ഏതാണ്ട് മുന്നൂറ് നാനൂറടി ഉയരത്തിലുള്ള ഒരു കൊടുമുടിയിൽ വലിയ കൊമ്പുകളുമായി ആടിനെപ്പോലെയുള്ള ഒരു ജീവി നില്ക്കുന്നു. 'വലിയ കൊമ്പൻ' എന്നു വിളിക്കപ്പെടുന്ന ആ ജീവി തന്റെ കൂട്ടത്തിന് കാവൽനില്ക്കുകയാണെന്ന് അയാൾക്ക് മനസ്സിലായി. ഭാഗ്യത്തിന് അത് പുറംതിരിഞ്ഞ് നില്ക്കുകയായിരുന്നു. അതുകൊണ്ട് അയാളെ അത് കണ്ടില്ല. നിലത്തുകമിഴ്ന്നുകിടന്ന് തോക്കിൻകുഴൽ ഒരു പാറയിൽ ചേർത്തുകൊണ്ട് കൃത്യമായി ഉന്നം പിടിച്ച് അയാൾ കാഞ്ചി വലിച്ചു. ആ മൃഗം പെട്ടെന്ന് വായുവിലേക്കുയർന്ന് ഒരു നിമിഷം വേച്ചു നിന്ന് പിന്നെ താഴ്വരയിലേക്ക് പതിച്ചു.

ആ ജന്തുവിനെ അയാൾക്ക് പൊക്കാൻപോലും കഴിഞ്ഞില്ല. അതുകൊണ്ട് ഒരു ഊരയും പള്ളയും ഛേദിച്ചെടുത്തു. ആ ഭാരം തോളിലേറ്റി അയാൾ വേഗം തന്നെ തിരിച്ചു നടന്നു. കാരണം നേരം സന്ധ്യയാകാൻ തുടങ്ങിയിരുന്നു. എന്നാൽ നടക്കാൻ തുടങ്ങിയപ്പോഴാണ് താനകപ്പെട്ട വിഷമവൃത്തത്തിന്റെഗൗരവം അയാൾക്ക് മനസ്സിലായത്. ഇര പിടിക്കാനുള്ള ധൃതിക്കിടയിൽ അയാൾ ഏതൊക്കെയോ അപരിചിതപാതകളിലൂടെയാണ് നടന്നത്. ഇനി ശരിയായ വഴി കണ്ടുപിടിക്കുക എളുപ്പമായിരുന്നില്ല. മലയിടുക്കുകളെല്ലാം കാഴ്ചയിൽ, ഏതാണ്ട് ഒരേ പോലെയിരുന്നു. അവയെ വേർതിരിച്ചറിയുകപോലും പ്രയാസമായിരുന്നു. ഏതോ വഴിയിലൂടെ ഒരു നാഴികയോളം നടന്നപ്പോൾ അയാൾ ഒരു അരുവിയുടെ സമീപമെത്തി. അത് അയാൾ മുമ്പ് കണ്ടിട്ടുപോലുമില്ലായിരുന്നു. വഴിതെറ്റിയെന്നുറപ്പായപ്പോൾ അയാൾ മറ്റൊരു മാർഗം തെരഞ്ഞെടുത്തു. അപ്പോഴും നിരാശതന്നെയായിരുന്നു ഫലം.

നേരം രാത്രിയാകാൻ തുടങ്ങിയിരുന്നു. ചുറ്റും ഇരുട്ട് പരക്കാൻ തുടങ്ങി. അപ്പോഴാണ് അയാൾ പരിചിതമായ ഒരു സ്ഥലത്തെത്തിയത്. അപ്പോഴും വഴി കണ്ടെത്തുക സുഗമമായിരുന്നില്ല. കാരണം, ചന്ദ്രൻ ഇനിയും ഉദിച്ചുയർന്നിട്ടില്ല. ചുറ്റുമുള്ള ഗിരിശൃംഗങ്ങൾ അയാളുടെ കാഴ്ചയെ തടസ്സപ്പെടുത്തുകയും ചെയ്തു. ചുമലിലെ ഭാരവും പേറി, കഠിനാധ്വാനം കൊണ്ട് തളർന്ന ദേഹവുമായി അയാൾ വേച്ചുനടന്നു. ഓരോ അടിവെപ്പും തന്നെ ലൂസിയുടെ സമീപത്തേക്കാണ് നയിക്കുന്നത് എന്ന ഏക പ്രതീക്ഷ അയാൾക്ക് ശക്തി നല്കി; യാത്രയുടെ അന്ത്യം വരെ കഴിക്കാനുള്ള ഭക്ഷണം കൈയിലുണ്ടെന്ന ചിന്ത അയാളെ ആശ്വസിപ്പിച്ചു.

താൻ അവരെ വിട്ടേച്ചുപോയ പാറയിടുക്കിന്റെ കവാടത്തിനടുത്ത് അയാൾ എത്തി. ആ ഇരുട്ടിൽപോലും അതിനെ അതിരിട്ടുനില്ക്കുന്ന കൊടുമുടികൾ അയാൾക്ക് കാണാമായിരുന്നു. താൻപോയിട്ട് അഞ്ച് മണിക്കൂറാകുന്നു. അവർ ഉത്കണ്ഠയോടെ തന്നെ കാത്തിരിക്കുകയാവും സന്തോഷാധിക്യത്താൽ കൈകൾ വായിൽ ചേർത്ത് വരവറിയിക്കാൻ “ഹലോ....” എന്ന ശബ്ദമിട്ടു. പാറക്കെട്ടുകളിൽ തട്ടി പ്രതിധ്വനിച്ച അയാളുടെ ശബ്ദമല്ലാതെ മറ്റൊരു പ്രതികരണവുമുണ്ടായില്ല. വീണ്ടും അയാൾ കൂടുതൽ ഉറക്കെ ഒച്ച വെച്ചെങ്കിലും അല്പനേരം മുമ്പ് മാത്രം വിട്ടേച്ചുപോയ കൂട്ടുകാരിൽനിന്നും ഒരു പ്രതികരണവുമുണ്ടായില്ല. പേരില്ലാത്ത ഒരു ഭീതി മനസ്സിനെ പിടികൂടിയപ്പോൾ, അയാൾ തോളത്തുള്ള വിലപ്പെട്ട ഭക്ഷണം താഴെക്കളഞ്ഞ്, ധൃതിയിൽ മുന്നോട്ടുനീങ്ങി.

ഒരു മൂല തിരിഞ്ഞപ്പോൾ, താൻ തീ കൂട്ടിയ സ്ഥലം അയാൾക്ക് വ്യക്തമാക്കി കാണാൻ കഴിഞ്ഞു. എരിഞ്ഞുകൊണ്ടിരിക്കുന്ന ഒരു ചാരക്കൂന അപ്പോഴും അവിടെയുണ്ടായിരുന്നു. പക്ഷെ, താൻ സ്ഥലം വിട്ട ശേഷം ആരും അതിൽ വിറകിട്ടിട്ടില്ല എന്നയാൾക്ക് മനസ്സിലായി. ചുറ്റും നിറഞ്ഞുനില്ക്കുന്ന നിതാന്തനിശ്ശബ്ദത മാത്രം. നേരത്തെയുണ്ടായിരുന്ന ഭയം യഥാർഥ്യമായപ്പോൾ അയാൾ വീണ്ടും ധൃതിപ്പെട്ടു. തീ കൂട്ടിയതിനടുത്ത് ഒരു ജീവിയുമുണ്ടായിരുന്നില്ല. മൃഗങ്ങളും പുരുഷനും കന്യകയും എല്ലാം അപ്രത്യക്ഷമായിരിക്കുന്നു. തന്റെ അസാന്നിധ്യത്തിൽ പെട്ടെന്നുള്ള എന്തോ അത്യാപത്ത് സംഭവിച്ചിരിക്കുമെന്നും, അതിൽ അവരൊക്കെ അകപ്പെട്ടിക്കുമെന്നും അയാൾക്ക് മനസ്സിലായി.

ഈ സംഭവത്തിന്റെ ആഘാതത്തിൽ ഞെട്ടിപ്പോയ ജെഫേഴ്സൺ ഹോപ്പ് ആകെ പരിഭ്രാന്തനായി. തല കറങ്ങുന്നതുപോലെ തോന്നിയ അയാൾ വീഴാതിരിക്കാൻ തോക്കിൽ താങ്ങിപ്പിടിച്ചു. എങ്കിലും കർമപടു

വായ അയാൾ വേഗംതന്നെ സമനില വീണ്ടെടുത്തു. മിക്കവാറും എരിഞ്ഞടങ്ങിയ തീക്കൂനയിൽനിന്നും പാതി കത്തിയ ഒരു തീക്കൊള്ളിയെടുത്ത് അയാൾ അത് ഊതി കത്തിച്ചു. പിന്നെ അതിന്റെ വെളിച്ചത്തിൽ ആ താവളമാകെ പരിശോധിച്ചു. തറയിലാകെ ഒരുപാട് കുതിരകളുടെ കുളമ്പടികൾ പതിഞ്ഞുകിടന്നിരുന്നു. അശ്വാരൂഢരുടെ വലിയ ഒരു സംഘം അഭയാർഥികളെ കീഴടക്കിയിരിക്കുമെന്ന് അയാൾക്ക് മനസ്സിലായി. അതിനുശേഷം അവർ സാൾട്ട് ലേക് സിറ്റിയിലേക്കാണ് പോയതെന്ന് കാല്പാടുകളിൽനിന്ന് വ്യക്തമായിരുന്നു. തന്റെ കൂട്ടാളികളെ രണ്ടുപേരെയും അവർ കൂടെ കൊണ്ടുപോയിരിക്കുമോ? അങ്ങിനെതന്നെ സംഭവിച്ചിരിക്കുമെന്ന് സ്വയം വിശ്വസിപ്പിക്കാൻ ജെഫേഴ്സൺ ശ്രമിച്ചു. പെട്ടെന്ന് കണ്ണിൽപ്പെട്ട ഒരു ദൃശ്യം. അയാളുടെ സകല ഞരമ്പുകളെയും ത്രസിപ്പിച്ചു. ചുകന്ന മണ്ണിന്റെ ഒരു കൂനയായിരുന്നു അത്. അങ്ങിനെയൊന്ന് മുമ്പവിടെ ഇല്ലായിരുന്നു. പുതുതായി തീർത്ത ഒരു ശവക്കുഴിയാണതെന്ന് വ്യക്തം. അടുത്തെത്തിയപ്പോൾ മൺകൂനയിൽ കുത്തിനിർത്തിയ ഒരു മരക്കമ്പ് അയാളുടെ കണ്ണിൽപ്പെട്ടു. അതിന്റെ കവരിയിൽ ഒരു കടലാസ് കഷ്ണം ഉറപ്പിച്ചിരുന്നു. അതിൽ ഇത്രമാത്രം രേഖപ്പെടുത്തിയിരുന്നു.

ജോൺ ഫെരിയർ

മുൻപ് സാൾട്ട്ലേക് സിറ്റിക്കാരൻ

1860 ആഗസ്ത് 4ന് അന്തരിച്ചു.

താൻ അല്പംമുമ്പ് മാത്രം വിട്ടേച്ചുപോയ കരുത്തനായ ആ വൃദ്ധൻ പോയിരിക്കുന്നു. ഇതുമാത്രമാണ് അദ്ദേഹത്തിന്റെ ചരമലേഖം. ഇനിയും ഒരു ശവമാടമുണ്ടോയെന്നറിയാൻ ജെഫേഴ്സൺ ഹോപ്പ് ചുറ്റും നോക്കി. പക്ഷെ, ഒന്നും കണ്ടില്ല. ലൂസിയെ ആ നരാധമന്മാർ കൊണ്ടുപോയിരിക്കും. അവളുടെ ആദ്യഭാഗധേയം നിറവേറ്റാൻ. മുതിർന്നവരുടെ മക്കളിൽ ഒരാളുടെ അന്തഃപുരത്തിൽ അവൾ ഒടുങ്ങേണ്ടിവരും. അവളുടെ വിധി നിശ്ചിതമാണെന്നും, അത് മാറ്റാൻ താൻ തീർത്തും അശക്തനാണെന്നും മനസ്സിലായപ്പോൾ താനും ആ വൃദ്ധകർഷകനൊപ്പം നിശ്ശബ്ദമായ ആ കുഴിമാടത്തിൽ കിടക്കുകയായിരുന്നു നല്ലതെന്ന് അയാൾ ആശിച്ചുപോയി.

അയാളുടെ കർമബോധം ഒരിക്കൽക്കൂടി സടകുടഞ്ഞെഴുന്നേറ്റു. ഒന്നും ചെയ്യാൻ വയ്യെങ്കിൽ, പ്രതികാരമെങ്കിലും ചെയ്യാമല്ലോ. അതിനുവേണ്ടി തന്റെ ജീവിതം ഉഴിഞ്ഞുവെക്കാം. തളരാത്ത ക്ഷമയും സ്ഥിരോത്സാഹവുമെന്നതുപോലെ ഒടുങ്ങാത്ത പകയും ജെഫേഴ്സൺ ഹോപ്പിന്റെ സ്വഭാവത്തിന്റെ ഭാഗമായിരുന്നു. താൻ സഹവസിച്ച റെഡ്

ഇന്ത്യന്മാരിൽനിന്നുമാവാം അയാൾ അത് പഠിച്ചത്. വിജനമായ ആ തീക്കുനയ്ക്കരികിൽ നില്ക്കുമ്പോൾ ശത്രുക്കളുടെമേൽ സ്വന്തം കൈകൾകൊണ്ട് നടപ്പാക്കുന്ന പ്രതികാരത്തിന് മാത്രമേ തന്റെ ദുഃഖം ശമിപ്പിക്കാൻ കഴിയുകയുള്ളൂ എന്ന് അയാൾക്ക് തോന്നി. ആ ഒരു ലക്ഷ്യത്തിന് വേണ്ടി മാത്രമായിരിക്കണം തന്റെ ഇച്ഛാശക്തിയും തള രാത്ത ഊർജവും സമർപ്പിക്കേണ്ടത്. ഗൗരവം പൂണ്ട മുഖവുമായി അയാൾ തിരിച്ച് താൻ ഭക്ഷണമിട്ടേച്ചുപോന്ന സ്ഥലത്തെത്തി. മുനി ഞ്ഞുകത്തുന്ന തീ ആളിക്കത്തിച്ച് ഏതാനും ദിവസത്തേക്കുള്ള മാംസം പാകം ചെയ്ത് അത് ഒരു ഭാണ്ഡമായി കെട്ടി; വല്ലാതെ തളർന്നിരുന്നു വെങ്കിലും മലമ്പ്രദേശത്തുകൂടെ പ്രതികാരത്തിന്റെ മാലാഖമാരുടെ വഴിയേ അയാൾ നടന്നുതുടങ്ങി.

മുൻപ് കുതിരപ്പുറത്ത് സവാരിചെയ്ത ദുർഘടമാർഗങ്ങളിലൂടെ കാൽവേദനയും ക്ഷീണവും സഹിച്ച് അയാൾ അഞ്ചുദിവസം നടന്നു. രാത്രിയിൽ ഏതെങ്കിലും പാറപ്പുറത്തുവീണ് കിടന്ന് ഏതാനും മണി ക്കൂറുകൾ ഉറങ്ങി. എങ്കിലും നേരം പുലരുന്നതിനുമുമ്പ് അയാൾ വീണ്ടും യാത്ര തുടരും. ആറാംദിവസം തങ്ങൾ ദുശ്ശകുനം പിടിച്ച ആ യാത്ര തുടങ്ങിയ മലയിടുക്കിലെത്തി. അവിടെനിന്നാൽ അയാൾക്ക് പുണ്യവാളന്മാരുടെ വീടുകൾ കാണാമായിരുന്നു. ക്ഷീണിച്ചവശനായ അയാൾ തന്റെ തോക്ക് ഊന്നിനിന്ന് താഴെ വിസ്തൃതമായി പരന്നു കിടക്കുന്ന നഗരത്തെ നോക്കി ഭീഷണമായി കൈകൾ ചലിപ്പിച്ചു. പിന്നെയും നോക്കിയപ്പോൾ ചിലവ തെരുവുകളിൽ കൊടിക്കൂറകളും എന്തോ ആഘോഷത്തിന്റെ മറ്റുചില ലക്ഷണങ്ങളും കണ്ണിൽപ്പെട്ടു. ഇതിന്റെയൊക്കെ അർഥമെന്തായിരിക്കുമെന്ന് ആലോചിച്ച് അയാൾ നില്ക്കുന്നതിനിടയിൽ സമീപത്തായി കുതിരക്കുളമ്പടി ശബ്ദം കേട്ടു. ആ അശ്വാരൂഢൻ തന്റെയടുത്തെത്തിയപ്പോഴാണ്, അത് താൻ പല പ്പോഴായി സഹിച്ചിട്ടുള്ള കൗപ്പർ എന്ന മോർമൺ ആണെന്ന് മനസ്സി ലായത്. അതുകൊണ്ട് ലൂസി ഫെരിയർക്ക് എന്തു സംഭവിച്ചിരിക്കുമെ ന്നറിയാനുള്ള ആകാംക്ഷയോടെ അയാളുടെ അടുത്തേക്ക് ചെന്നു.

“ഞാൻ ജെഫേഴ്സൺ ഹോപ്പ്' അയാൾ പറഞ്ഞു. “എന്നെ ഓർക്കു ന്നുണ്ടാകുമല്ലോ?”

ആ മോർമൺ നിറഞ്ഞ അവിശ്വാസത്തോടെ അയാളെ നോക്കി. സത്യം പറഞ്ഞാൽ, മലിനവേഷം ധരിച്ച ഈ ഊരുതെണ്ടിയെ പഴയ കരുത്തനായ വേട്ടക്കാരനെന്ന് തിരിച്ചറിയുക പ്രയാസമായിരുന്നു. ഒടു വിൽ ആളെ മനസ്സിലായപ്പോൾ അയാളുടെ ആശ്ചര്യം ഞെട്ടലായി മാറി.

"താങ്കൾ ഇങ്ങോട്ട് വന്നത് തനി ഭ്രാന്താണ്." അയാൾ നിലവിളിച്ചു. "താങ്കളോട് സംസാരിക്കുന്നത് ആരെങ്കിലും കണ്ടാൽ മതി. എന്റെ ജീവൻ തന്നെ നഷ്ടപ്പെടും. ഫെരിയർ കുടുംബത്തെ സഹായിച്ചതിന്റെ പേരിൽ നാൽവർ സമിതി നിങ്ങൾക്കെതിരെ ഒരു വാറന്റ് ഇറക്കിയിട്ടുണ്ട്."

"എനിക്ക് അവരെയും അവരുടെ വാറന്റിനെയും ഭയമില്ല." ഹോപ്പ് ആത്മാർഥമായി പറഞ്ഞു. "കൗപ്പർ, താങ്കൾക്ക് ഈ വിഷയത്തെക്കുറിച്ച് ചിലതൊക്കെ അറിയാം. താങ്കൾ പ്രിയപ്പെട്ടതെന്നു കരുതുന്ന സകലതിന്റെയും പേരിൽ എന്റെ ചില ചോദ്യങ്ങൾക്ക് മറുപടി തരണമെന്ന് ഞാൻ അപേക്ഷിക്കുന്നു. നാം എന്നും സുഹൃത്തുക്കളായിരുന്നു. അതുകൊണ്ടുതന്നെ എനിക്ക് മറുപടി തരാതിരിക്കരുത്.

"എന്താണത്?" ആ മോർമൺ അസ്വസ്ഥനായി. "വേഗം വേണം. ഇവിടെ പാറകൾക്കുപോലും ചെവിയും മരങ്ങൾക്ക് കണ്ണുമുണ്ട്."

"ലൂസി ഫെരിയറിന് എന്താണ് സംഭവിച്ചത്?"

"ഇന്നലെയാണ് അവളും ഡ്രെബ്ബറുടെ മകനും തമ്മിലുള്ള വിവാഹം നടന്നത്. ശാന്തനാകൂ മനുഷ്യാ, ശാന്തനാകൂ. നിങ്ങൾ ആകെ വിളർത്തുപോയല്ലോ."

"എന്റെ കാര്യം സാരമാക്കേണ്ട." ഹോപ്പ് മൃദുസ്വരത്തിൽ പറഞ്ഞു. അയാളുടെ ചുണ്ടുകൾ വിളറിവെളുത്തിരുന്നു. തളർന്നുപോയ അയാൾ താൻ ചാരിനില്ക്കുകയായിരുന്ന പാറപ്പുറത്തേക്ക് കുഴഞ്ഞ് ഇരുന്നു.

"വിവാഹം കഴിഞ്ഞെന്നോ?"

"ഇന്നലെയായിരുന്നു. ആ വകയിലാണ് കെട്ടിടങ്ങളിൽ പതാകകൾ കാണുന്നത്. ആർക്കാണ് അവളെ കിട്ടേണ്ടത് എന്നതിനെക്കുറിച്ച് കൊച്ചുഡ്രെബ്ബറും കൊച്ചു സ്റ്റേൻജർസണും തമ്മിൽ ചില തർക്കങ്ങളൊക്കെയുണ്ടായിരുന്നു. ഫെരിയറെ തേടിപ്പോയ സംഘത്തിൽ അവർ രണ്ടുപേരുണ്ടായിരുന്നു. സ്റ്റേൻജർസണാണ് ലൂസിയുടെ പിതാവിനെ കൊന്നത്. അതുകൊണ്ട് തനിക്കാണ് കൂടുതൽ അവകാശമെന്നാണ് അയാൾ വാദിച്ചത്. എന്നാൽ സമിതിയിൽ ഇതേച്ചൊല്ലി വാദം നടന്നപ്പോൾ ഡ്രെബ്ബറുടെ ഭാഗത്തിനായിരുന്നു കൂടുതൽ ശക്തി. അതുകൊണ്ട് പ്രവാചകൻ അവളെ അയാൾക്ക് കൊടുത്തു. ആരായാലും അവളെ അധികകാലം അനുഭവിക്കുമെന്നു തോന്നുന്നില്ല. ഞാൻ ഇന്നലെ അവളുടെ മുഖത്ത് കണ്ടത് മരണത്തെയായിരുന്നു. അവൾ ശരിക്കും ഒരു പ്രേതത്തെപ്പോലെയുണ്ട്. അപ്പോൾ താങ്കൾ പോവുകയല്ലേ?"

"അതെ. ഞാൻ പോകുകയാണ്." എഴുന്നേറ്റുകൊണ്ട് ജെഫേഴ്സൺ

ഹോപ്പ് പറഞ്ഞു. അയാളുടെ മുഖം മാർബിളിൽ കൊത്തിയെടുത്ത തുപോലെയുണ്ടായിരുന്നു. അതിൽ പ്രകടമായ ഭാവം അത്രയും കഠിനവും അചഞ്ചലവുമായിരുന്നു. ആ കണ്ണുകളിലാകട്ടെ, വിനാശത്തിന്റെ ദ്യുതി തിളങ്ങി.

"നിങ്ങൾ എങ്ങോട്ടാണ് പോകുന്നത്?"

"അത് സാരമില്ല." എന്നു പറഞ്ഞ് അയാൾ തോക്ക് തോളിൽ തൂക്കി. മലയിടുക്കിലൂടെ കാട്ടുമൃഗങ്ങളുടെ വിഹാരകേന്ദ്രമായ പർവതദേശത്തേക്ക് നടന്നു. അവയുടെ ഇടയിൽപ്പോലും അയാളോളം നിഷ്ഠുരനും അപകടകാരിയുമായ ആരുമില്ലായിരുന്നു.

മോർമണിന്റെ പ്രവചനം വളരെ ശരിയായി. തന്റെ പിതാവിന്റെ ദാരുണ അന്ത്യം കാരണമോ, വെറുക്കപ്പെട്ട ഒരു വിവാഹത്തിന് നിർബന്ധിതയായതുകൊണ്ടോ എന്നറിയില്ല ലൂസി പിന്നീടൊരിക്കലും തലയുയർത്തുകയുണ്ടായില്ല. ആധിയിൽ മുഴുകിയ അവൾ ഒരു മാസത്തിനകം തന്നെ മരണത്തിനു കീഴടങ്ങി. ജോൺഫെരിയറുടെ സ്വത്തിനു വേണ്ടി മാത്രം അവളെ വിവാഹം ചെയ്ത ഭർത്താവിനെ ആ വേർപാട് ഒട്ടും വേദനിപ്പിച്ചില്ല. എന്നാൽ അയാളുടെ മറ്റു ഭാര്യമാർ അവളുടെ മരണത്തിൽ വിലപിക്കുകയും മോർമൺ സമ്പ്രദായമനുസരിച്ച് ശവസംസ്കാരത്തിന്റെ തലേരാത്രി അവളുടെ അടുത്തുതന്നെ ഇരിക്കുകയും ചെയ്തു.

പിറ്റേന്ന് നന്നേ രാവിലെ അവരെല്ലാം ശവമഞ്ചത്തിനു ചുറ്റും കൂടിനില്ക്കുകയായിരുന്നു. അപ്പോൾ അവരിലെല്ലാം ആശ്ചര്യവും ഭീതിയുമുണർത്തിക്കൊണ്ട്, മലിനവേഷധാരിയായ ഒരു കാട്ടാളൻ വാതിൽ തള്ളിത്തുറന്ന് അകത്തേക്കുവന്നു. ഭയന്നുവിറച്ചുനില്ക്കുന്ന സ്ത്രീകളെ നോക്കുകയോ ഒരക്ഷരം മിണ്ടുകയോ ചെയ്യാതെ അയാൾ ഒരിക്കൽ ലൂസിഫെരിയറുടെ പരിശുദ്ധമായ ആത്മാവിനെ വഹിച്ചിരുന്ന ആ വെളുത്ത രൂപത്തിനടുത്തേക്ക് നീങ്ങി. അയാൾ അവളുടെ ദേഹത്തിനുനേർക്ക് കുനിഞ്ഞ് തന്റെ ചുണ്ടുകൾ മരവിച്ച ആ നെറ്റിയിൽ അമർത്തി. പിന്നെ അവളുടെ കൈപിടിച്ച് ആ വിവാഹമോതിരം ഊരിയെടുത്തു. "അതും ധരിച്ച് അവളെ അടക്കേണ്ട" എന്ന് ഭീഷണമായ സ്വരത്തിൽ പറഞ്ഞുകൊണ്ട് ആർക്കെങ്കിലും എന്തെങ്കിലും ചെയ്യാൻ കഴിയുന്നതിനുമുമ്പ് ഏണിപ്പടികൾ ചാടിയിറങ്ങി അയാൾ അപ്രത്യക്ഷനായി. ആ സംഭവം അത്രമാത്രം അപ്രതീക്ഷിതവും ദ്രുതവുമായതിനാൽ കണ്ടുനിന്നവർക്കുപോലും അത് സത്യംതന്നെയോ എന്ന സംശയമുണ്ടായി. വിവാഹിതയായതിന്റെ അടയാളമായ ആ സ്വർണമോതിരം അപ്രത്യക്ഷമായിരുന്നില്ലെങ്കിൽ മറ്റുള്ളവരെ ആ

സംഭവം വിശ്വസിപ്പിക്കുക അവർക്ക് പ്രയാസമായേനേ.

കുറച്ചുമാസങ്ങൾ ജെഫേഴ്സൺ ഹോപ്പ് വിചിത്രമായ ഒരു വന്യ ജീവിതം നയിച്ചുകൊണ്ട് ആ പർവതദേശങ്ങളിൽ അലഞ്ഞു. തന്റെ മനസ്സിൽ ജ്വലിക്കുന്ന പ്രതികാരാഗ്നി അപ്പോഴൊക്കെ അയാൾ അണ യാതെ സൂക്ഷിച്ചു. പ്രാന്തദേശങ്ങളിൽ ചുറ്റിത്തിരിയുകയോ വിജന മായ മലയിടുക്കുകളിൽ അലയുകയോ ചെയ്യുന്ന ഒരു പ്രാകൃതരൂപി യെക്കുറിച്ചുള്ള പല കഥകളും നഗരത്തിൽ പരന്നു. ഒരിക്കൽ ഒരു വെടിയുണ്ട സ്റ്റേൻജേർസണിന്റെ ജനാലയിലൂടെ ചീറിവന്ന്, അയാ ളുടെ ഒരടി അകലത്തിൽ ചുമരിൽ തറച്ചു. മറ്റൊരവസരത്തിൽ മല ഞ്ചെരുവിലൂടെ നടക്കുകയായിരുന്ന ഡ്രെബ്ബറുടെ ദേഹത്തേക്ക് ഒരു കൂറ്റൻ പാറ അടർന്നുവീണു. സമയത്തിന് തെന്നിമാറിയതുകൊണ്ടു മാത്രമാണ് അയാൾ ദാരുണമായ ഒരന്ത്യത്തിൽനിന്ന് രക്ഷപ്പെട്ടത്. ഈ അക്രമണങ്ങളുടെ പിന്നിലുള്ള ആളെ കണ്ടെത്താൻ ചെറുപ്പക്കാരായ ആ മോർമണുകൾക്ക് ഏറെ കാത്തിരിക്കേണ്ടിവന്നില്ല. ശത്രുവിനെ പിടി കൂടുകയോ വധിക്കുകയോ ചെയ്യാനായി അവർ പല സംഘങ്ങളെയും പർവതദേശങ്ങളിലേക്ക് നയിച്ചു. എന്നാൽ ആ ശ്രമങ്ങളെല്ലാം വിഫ ലമായി. പിന്നീട് രാത്രിയിലോ തനിച്ചോ പുറത്തിറങ്ങുന്നത് അവർ നിർത്തി. തങ്ങളുടെ വീടുകൾക്ക് ശക്തമായ കാവലേർപ്പെടുത്തുകയും ചെയ്തു. എന്നാൽ കാലം പോകെ, ശത്രുവിനെക്കുറിച്ചുള്ള ഒരു വിവ രവുമില്ലാതായപ്പോൾ എല്ലാം സാധാരണ നിലയിലായി. കാലം അയാ ളുടെ പ്രതികാരദാഹം കെടുത്തിയിരിക്കുമെന്ന് അവർ ആശിച്ചു.

എന്നാൽ കാര്യങ്ങൾ നേരെ മറിച്ചായിരുന്നു. വേട്ടക്കാരന്റെ മനസ്സ് കഠിനവും വഴങ്ങാത്തതുമായിരുന്നു. പ്രതികാരചിന്ത നിറഞ്ഞുനില്ക്കു കയാൽ അതിൽ മറ്റു വികാരങ്ങൾക്കൊന്നും സ്ഥാനമുണ്ടായിരുന്നി ല്ല. എങ്കിലും അയാൾ പ്രായോഗികബുദ്ധിയായിരുന്നു. ഇപ്പോൾ അനു ഭവിച്ചുകൊണ്ടിരിക്കുന്ന ആയാസം തന്റെ ഉരുക്കുദേഹത്തിനുപോലും ഏറെക്കാലം താങ്ങാനാവില്ലെന്ന് അയാൾക്ക് വേഗം മനസ്സിലായി. തുറന്ന സ്ഥലത്തെ ജീവിതവും ദേഹപുഷ്ടിക്കാവശ്യമായ ഭക്ഷണ ത്തിന്റെ അഭാവവും അയാളെ വല്ലാതെ തളർത്തി. ഈ പർവതദേശ ത്തുകിടന്ന് ഒരു പട്ടിയെപ്പോലെ മരിച്ചാൽ തന്റെ പ്രതികാരത്തിന്റെ കാര്യം എന്താകും? എങ്കിലും ഈ നില തുടർന്നാൽ അത്തരമൊരു മരണം തന്നെ സംഭവിക്കുമെന്ന് അയാൾക്ക് ഉറപ്പുണ്ടായിരുന്നു. തന്റെ ശത്രുക്കളും അതുതന്നെയായിരിക്കും ആഗ്രഹിക്കുക. അതുകൊണ്ട് മടിയോടെയാണെങ്കിലും അയാൾ പഴയ നെവാദ ഖനികളിലേക്ക് മട ങ്ങി. ആരോഗ്യം വീണ്ടെടുക്കുകയും പ്രതികാരം നടപ്പാക്കാനാവശ്യ

മായ പണം സമ്പാദിക്കുകയുമായിരുന്നു ലക്ഷ്യം.

ഒരുവർഷം ഖനിയിൽ കഴിയാനാണ് അയാൾ തീരുമാനിച്ചിരുന്നത്. എന്നാൽ അവിചാരിതമായ ഒരുപാട് കാരണങ്ങൾ യാത്ര വൈകിച്ചതുകൊണ്ട് അഞ്ചുവർഷക്കാലം അയാൾക്കവിടെ കഴിയേണ്ടിവന്നു. അപ്പോഴും തനിക്കെതിരെ നടന്ന തെറ്റുകളുടെ ഓർമയും പകരം വീട്ടാനുള്ള ദാഹവും ജോൺഫെരിയറിന്റെ കുഴിമാടത്തിനരികിൽനിന്ന ആ രാത്രിയിലേതുപോലെതന്നെ ശക്തമായി അയാളിൽ അവശേഷിച്ചു. വേഷവും പേരും മാറ്റി അയാൾ വീണ്ടും സാൾട്ട്ലേക് സിറ്റിയിലെത്തി. തന്റെ ലക്ഷ്യം സാധിച്ചാൽ സ്വന്തം ജീവന് എന്ത് സംഭവിക്കുമെന്നതൊന്നും അയാൾ കാര്യമാക്കിയില്ല. അവിടെയും അയാളെ കാത്തിരുന്നത് നല്ല വാർത്തകളായിരുന്നില്ല. ഏതാനും മാസംമുമ്പ് ദൈവമക്കളുടെയിടയിൽ ഒരു ഭിന്നിപ്പുണ്ടായി. സഭയിലെ ചെറുപ്പക്കാരായ അംഗങ്ങൾ മുതിർന്നവരുടെ അധികാരത്തെ ചോദ്യം ചെയ്തുകൊണ്ട് കലാപമുണ്ടാക്കി. അസന്തുഷ്ടരായ ഒരുകൂട്ടം ആളുകൾ സഭയിൽനിന്നും പിരിഞ്ഞ് ഉത്തായിലേക്കുപോയി ക്രിസ്തുമതം സ്വീകരിക്കുകയായിരുന്നു അതിന്റെ ഫലം. ഡ്രെബ്ബറും സ്റ്റേൻജേർസണും ആ കൂട്ടത്തിലുണ്ടായിരുന്നു. അവർ എങ്ങോട്ട് പോയെന്ന് മാത്രം ആർക്കുമറിയില്ല. ഡ്രെബ്ബർ തന്റെ സ്വത്തിന്റെ ഭൂരിഭാഗവും പണമാക്കിമാറ്റിയെന്നും, ഒരു ധനികനായാണ് അയാൾ സ്ഥലംവിട്ടതെന്നും എന്നാൽ അയാളുടെ കൂട്ടുകാരൻ താരതമ്യേന ദരിദ്രനായിത്തന്നെ തുടർന്നു എന്നുമൊക്കെ ഊഹങ്ങൾ പരന്നു. എങ്കിലും അവർ എവിടെയുണ്ടെന്നതിനെക്കുറിച്ച് ആർക്കും ഒരു രൂപവുമുണ്ടായിരുന്നില്ല.

എത്രമാത്രം പ്രതികാരദാഹിയായ മനുഷ്യനും, ഇത്തരം ബുദ്ധിമുട്ടുകളുടെ നടുവിൽ എല്ലാ പ്രതികാരചിന്തയും ഉപേക്ഷിക്കുമായിരുന്നു. എന്നാൽ, ജെഫേഴ്സൺ ഹോപ്പിന് ഒരുമനിമിഷംപോലും മനംമാറ്റമുണ്ടായില്ല. തന്റെ കഴിവിനനുസരിച്ചുള്ള ഏതുജോലിയും ചെയ്തുകൊണ്ട് ശത്രുക്കളെത്തേടി അയാൾ അമേരിക്കയിലെ പട്ടണങ്ങളിൽനിന്ന് പട്ടണങ്ങളിലേയ്ക്ക് യാത്ര ചെയ്തു. വർഷങ്ങൾ ഓരോന്നായി കടന്നുപോകേ, അയാളുടെ കറുത്ത മുടിയിൽ നര കയറിത്തുടങ്ങി. എന്നിട്ടും, താൻ ജീവിതം അപ്പാടെ സമർപ്പിച്ചിരിക്കുന്ന ലക്ഷ്യത്തിലേക്ക് അയാൾ ഒരു വേട്ടപ്പട്ടിയെപ്പോലെ യാത്ര തുടർന്നുകൊണ്ടേയിരുന്നു. ഒടുവിൽ അയാളുടെസ്ഥിരോത്സാഹത്തിന് ഫലമുണ്ടായി. അത്, ഒരു ജനലിലൂടെ ഒറ്റനോട്ടത്തിൽ കണ്ട ഒരു മുഖം മാത്രമായിരുന്നു എങ്കിലും താൻ തേടുന്നവർ ഓഹിയോവിലെ ക്ലീവ്ലാന്റിലുണ്ടെന്ന് ഉറപ്പിക്കാൻ ആ ഒറ്റനോട്ടം മതിയായിരുന്നു. പ്രതികാരത്തി

നുള്ള പദ്ധതികളൊക്കെ മനസ്സിൽ ഉറപ്പിച്ചാണ് അയാൾ തന്റെ ദയനീയമായ വസതിയിൽ തിരിച്ചെത്തിയത്. പക്ഷെ, ജനാലയിലൂടെ പുറത്തേക്ക് നോക്കിയ ഡ്രെബ്ബർ തങ്ങളുടെ ശത്രുവിന്റെ മുഖം തിരിച്ചറിഞ്ഞിരുന്നു. അയാൾ ഇപ്പോൾ തന്റെ പ്രൈവറ്റ് സെക്രട്ടറിയായിരിക്കുന്ന സ്റ്റേൻജർസണിനോടൊപ്പം ഒരു ന്യായപീഠത്തിന് മുമ്പിലെത്തി. ഒരു പഴയ ശത്രുവിന്റെ പ്രതികാരബുദ്ധിമൂലം തങ്ങളുടെ ജീവൻ അപകടത്തിലാണെന്നറിയിച്ചു. അന്ന് വൈകുന്നേരം തന്നെ ജെഫേഴ്സൺ ഹോപ്പ് പോലീസ് കസ്റ്റഡിയിലായി. ജാമ്യക്കാരില്ലാത്തതുകാരണം കുറേ ആഴ്ചകൾ അയാൾക്ക് തടവിൽ കഴിയേണ്ടിവന്നു. ഒടുവിൽ മോചിതനായപ്പോൾ, ഡ്രെബ്ബർ വീടുപേക്ഷിച്ച് യൂറോപ്പിലേക്ക് പോയെന്ന് മനസ്സിലാക്കാൻ കഴിഞ്ഞു.

പ്രതികാരദാഹിക്ക് വീണ്ടും പരാജയം. എങ്കിലും ഉള്ളിൽ ഉറഞ്ഞുകൂടിയ വിദ്വേഷം, തന്റെ അന്വേഷണം തുടരാൻ തന്നെ അയാളെ പ്രേരിപ്പിച്ചു. പണമില്ലായ്മ പ്രശ്നമായതുകൊണ്ട് അയാൾ തിരികെ ജോലിക്കു ചേർന്നു. വരാനിരിക്കുന്ന യാത്രയ്ക്കായി അയാൾ ഓരോ ഡോളറും കരുതിവെച്ചു. ഒടുവിൽ ജീവൻ നിലനിർത്താനാവശ്യമായത് സമ്പാദിച്ചശേഷം അയാൾ യൂറോപ്പിലേക്ക് പുറപ്പെട്ടു. വീണ്ടും അയാൾ നഗരംതോറും തന്റെ ഇരകളെത്തേടി നടന്നു. അതിനിടയിൽ കൈയിൽകിട്ടിയ ചെറുജോലികളും ചെയ്തു. സെന്റ് പീറ്റേഴ്സ് ബർഗിലെത്തിയപ്പോഴാണ് അവർ പാരീസിലേക്ക് പോയെന്നറിഞ്ഞത്. അവിടെയെത്തുമ്പോഴേക്കും അവർ കോപ്പൻഹാഗനിലേക്ക് യാത്രയായിരുന്നു. ഡെൻമാർക്കിന്റെ തലസ്ഥാനത്തുവെച്ച് അയാൾക്ക് മനസ്സിലായത് അവർ ലണ്ടനിലേക്ക് പോയെന്നാണ്. അവിടെവെച്ച് ഒടുവിൽ അയാൾ അവരെ കണ്ടെത്തുകതന്നെ ചെയ്തു. പിന്നീട് എന്തു സംഭവിച്ചുവെന്നറിയാൻ ആ വേട്ടക്കാരന്റെ വിവരണം കേൾക്കുകതന്നെയാണ് നല്ലത്. അതൊക്കെ തന്റെ ഡയറിയിൽ രേഖപ്പെടുത്തിയ ഡോ. വാട്സണോട് നാം കടപ്പെട്ടിരിക്കുന്നു.

ജോൺ വാട്സൺ എം.ഡി.യുടെ ഓർമക്കുറിപ്പുകളുടെ തുടർച്ച

തടവുകാരന്റെ കടുത്ത പ്രതിരോധത്തിന് പിന്നിൽ ഞങ്ങളോടുള്ള വിദ്വേഷമല്ലായിരുന്നു. താൻ നിസ്സഹായനാണെന്ന് മനസ്സിലായപ്പോൾ മര്യാദയോടെ ചിരിച്ചുകൊണ്ട് പിടിവലിക്കിടയിൽ താൻ ആരെയും ദേഹോപദ്രവമേല്പിച്ചില്ലല്ലോ എന്ന് അയാൾ അന്വേഷിച്ചു. "നിങ്ങൾ എന്നെ പോലീസ് സ്റ്റേഷനിലേക്ക് കൊണ്ടുപോകാൻ തുടങ്ങുകയായിരിക്കുമല്ലോ". അയാൾ ഷെർലക് ഹോംസിനോട് പറഞ്ഞു. "എന്റെ വണ്ടി വെളിയിലുണ്ട്. കാലിന്റെ കെട്ടഴിച്ചാൽ ഞാൻ അങ്ങോട്ട് നടക്കാം. എന്നെ പൊക്കിയെടുക്കുന്നത് അത്ര എളുപ്പമാവില്ല."

ഇതു കേട്ടപ്പോൾ ഗ്രെഗ്സണും ലെസ്ട്രേഡും പരസ്പരം നോക്കി. എന്നാൽ തടവുകാരന്റെ വാക്കുകൾ മുഖവിലക്കെടുത്ത ഹോംസ് അയാളുടെ കണങ്കാലിൽ കെട്ടിയ തൂവാല അഴിച്ചു. അയാൾ എഴുന്നേറ്റ് കാലുകൾ കുടഞ്ഞു. അവ സ്വതന്ത്രമാണെന്ന് ഉറപ്പുവരുത്താനെന്നപോലെ. അയാളെ കണ്ടപ്പോൾ അത്രയും കരുത്തനായ അധികേപേരെ മുൻപ് കണ്ടിട്ടില്ലെന്നാണ് ഞാൻ ചിന്തിച്ചത്. അയാളുടെ

ഇരുണ്ട് കരുവാളിച്ച മുഖത്ത് നിശ്ചയദാർഢ്യവും ശക്തിയും നിറഞ്ഞു നിന്നു. അയാളുടെ കായബലം പോലെതന്നെ ഭീഷണമായിരുന്നു ആ മുഖഭാവവും.

'പോലീസ് ചീഫിന്റെ തസ്തിക ഒഴിവുണ്ടെങ്കിൽ, താങ്കളാണ് അതിന് എറ്റവും പറ്റിയ ആൾ.'' നിറഞ്ഞ ആരാധനയോടെ ഹോംസിനെ നോക്കി അയാൾ പറഞ്ഞു. "താങ്കൾ എന്നെ കണ്ടെത്തിയ രീതി ഗംഭീരമായിരുന്നു."

"നിങ്ങൾ എന്റെകൂടെ വരണം." കുറ്റാന്വേഷകരോട് ഹോംസ് പറഞ്ഞു.

"താങ്കൾക്ക് എന്റെ വണ്ടിയിൽ വരാം." ലെസ്ട്രേഡ് പറഞ്ഞു.

"നല്ലത്. ഗ്രെഗ്സണും എന്നോടൊപ്പം കയറാമല്ലോ. ഡോക്ടർ താങ്കളും. താങ്കൾ ആദ്യം മുതലേ ഈ കേസിൽ ഒരു പ്രത്യേകതാല്പര്യം കാട്ടിയതാണല്ലോ. ഇനി ഏതായാലും ഞങ്ങളോടൊപ്പം തന്നെ നില്ക്കൂ."

"ഞാൻ സന്തോഷപൂർവം സമ്മതിച്ചു. ഞങ്ങളെല്ലാവരും ഒപ്പം താഴേക്കിറങ്ങി. ഞങ്ങളുടെ തടവുകാരൻ രക്ഷപ്പെടാനുള്ള ഒരു ശ്രമവും നടത്താതെ തന്റെ വണ്ടിയിൽ കയറി. ഞങ്ങൾ അയാളെപിൻതുടർന്നു. അല്പനേരംകൊണ്ട് ഞങ്ങൾ ലക്ഷ്യസ്ഥാനത്തെത്തി. അവിടെ ഒരു കൊച്ചുമുറിയിലിരിക്കുകയായിരുന്ന പോലീസ് ഇൻസ്പെക്ടർ തടവുകാരന്റെയും അയാൾ കൊലപ്പെടുത്തിയവരുടെയും പേരുകൾ രേഖപ്പെടുത്തി. വിളറിയ മുഖമുള്ള നിർവികാരനായ മനുഷ്യനായിരുന്നു ആ ഇൻസ്പെക്ടർ. തികച്ചും യാന്ത്രികമായാണ് അയാൾ തന്റെ ജോലികൾ നിർവഹിച്ചത്. "തടവുകാരനെ ഈയാഴ്ച തന്നെ മജിസ്ട്രേറ്റിന്റെ മുൻപിൽ ഹാജരാക്കും." അയാൾ പറഞ്ഞു. "അതിനിടയിൽ മി. ജെഫേഴ്സൺ ഹോപ്പ്, താങ്കൾക്ക് വല്ലതും പറയാനുണ്ടോ? നിങ്ങൾ പറയുന്നതെല്ലാം രേഖപ്പെടുത്തും. വേണ്ടിവന്നാൽ അത് നിങ്ങൾക്കെതിരെ ഉപയോഗിക്കുകയും ചെയ്യും."

"എനിക്ക് ഒട്ടേറെ കാര്യങ്ങൾ ചെയ്യാനുണ്ട്." തടവുകാരൻ പതുക്കെ പറഞ്ഞു. "നിങ്ങളോട് ഞാൻ എല്ലാം തുറന്നുപറയാം."

"അത് വിചാരണയുടെ സമയത്ത് പോരേ?" ഇൻസ്പെക്ടർ ചോദിച്ചു.

"എന്നെ വിചാരണ ചെയ്തില്ലെന്ന് വരാം." അയാൾ പറഞ്ഞു. "താങ്കൾ ഞെട്ടേണ്ട. ആത്മഹത്യ ചെയ്യുമെന്നല്ല ഞാൻ പറഞ്ഞതിനർഥം. താങ്കൾ ഒരു ഡോക്ടറാണോ?" ഭീഷണമായ കണ്ണുകൾ എന്റെ

നേരെ തിരിച്ച്കൊണ്ട് അയാൾ ചോദിച്ചു.

"അതെ." ഞാൻ പറഞ്ഞു.

"എങ്കിൽ ഇവിടെ കൈവെച്ച് നോക്കൂ." ആമമിട്ട കൈകൾകൊണ്ട് നെഞ്ചിൽ തൊട്ടുകാണിച്ച് അയാൾ മന്ദസ്മിതത്തോടെ പറഞ്ഞു.

ഞാൻ അതുപോലെ ചെയ്തു. അയാളുടെ നെഞ്ചിനകത്തു നടക്കുന്ന അസാധാരണമായ മിടിപ്പും ബഹളവും ഞാൻ പെട്ടെന്ന് തിരിച്ചറിഞ്ഞു. ശക്തമായ ഒരു എഞ്ചിൻ പ്രവർത്തിക്കുമ്പോൾ അടുത്തുള്ള ദുർബലമായ കെട്ടിടം കിടുങ്ങുന്നതുപോലെ അയാളുടെ നെഞ്ചിൻകൂട് വിറകൊള്ളുന്നുണ്ടായിരുന്നു. മുറിയിലെ നിശ്ശബ്ദതയിൽ അതിനുള്ളിൽനിന്നുമുയരുന്ന വിചിത്രമായ മൂളക്കവും മുഴക്കവും എനിക്ക് വ്യക്തമായി കേൾക്കാൻ കഴിഞ്ഞു.

"എന്ത്?" ഞാൻ ഉറക്കെ പറഞ്ഞു. "നിങ്ങൾക്ക് മഹാധമനിവീക്കമുണ്ടല്ലോ."

"അതിന്റെ പേര് അതുതന്നെ." അയാൾ ശാന്തനായി പറഞ്ഞു. കഴിഞ്ഞയാഴ്ച ഞാനൊരു ഡോക്ടറെ കണ്ടിരുന്നു, ഏറെനാൾ കഴിയും മുമ്പ് അത് പൊട്ടുമെന്ന് അദ്ദേഹം പറഞ്ഞു. വർഷങ്ങളായി അത് കൂടുതൽ കൂടുതൽ വഷളായിവരികയായിരുന്നു. സാൾട്ലേക് പർവതങ്ങളിൽ വെളിസ്ഥലത്തെ ജീവിതവും ആഹാരക്കുറവും എനിക്കു സമ്മാനിച്ചതാണത്. ഏതായാലും എന്റെ ജോലി തീർനന സ്ഥിതിക്ക് മരിക്കുന്നതിനെക്കുറിച്ച് എനിക്ക് ഒട്ടും ഭയമില്ല. എങ്കിലും പിന്നിട്ട ജീവിതത്തെക്കുറിച്ച് ഒരു രേഖ അവശേഷിക്കണമെന്ന് എനിക്കാഗ്രഹമുണ്ട്. ഒരു സാധാരണ കഴുത്തറുപ്പനായി ആളുകൾ എന്നെ ഓർമിക്കരുത്.

തന്റെ കഥ പറയാൻ തടവുകാരനെ അനുവദിക്കുന്നതിനെക്കുറിച്ച് ഇൻസ്പെക്ടരും കുറ്റാന്വേഷകരും തമ്മിൽ ഒരു ചർച്ച നടന്നു.

"അപകടം ആസന്നമാണെന്ന് താങ്കൾ കരുതുന്നുണ്ടോ ഡോക്ടർ?" ഇൻസ്പെക്ടർ ചോദിച്ചു.

"തീർച്ചയായും." ഞാൻ പറഞ്ഞു.

"അങ്ങിനെയാണെങ്കിൽ നീതിയുടെ പേരിൽ നാം അയാൾക്ക് പറയാനുള്ളത് കേൾക്കുകതന്നെ വേണം." ഇൻസ്പെക്ടർ പറഞ്ഞു. "സർ നിങ്ങൾക്ക് എല്ലാം തുറന്നുപറയാം. അതെല്ലാം കുറിച്ചെടുക്കുമെന്ന് ഒരിക്കൽക്കൂടി മുന്നറിയിപ്പുതരുന്നു."

"നിങ്ങളുടെ അനുവാദത്തോടെ ഞാൻ ഒന്നിരിക്കട്ടെ." കസാലയിൽ ഇരുന്നുകൊണ്ട് തടവുകാരൻ പറഞ്ഞു. "ഈ ധമനിവീക്കം എന്നെ

പെട്ടെന്ന് ക്ഷീണിപ്പിക്കുന്നു. നേരത്തെ നാം തമ്മിൽ നടന്ന പിടിവലി കാര്യങ്ങൾ കൂടുതൽ വഷളാക്കിയിട്ടുമുണ്ട്. ശവക്കുഴിയുടെ വക്കത്തു നില്ക്കുന്ന ഞാൻ നുണ പറയില്ല. ഞാൻ പറയുന്ന ഓരോവാക്കും ശുദ്ധസത്യമാണ്. അതൊക്കെ നിങ്ങൾ എപ്രകാരം ഉപയോഗിക്കും എന്നതൊന്നും എന്നെ ബാധിക്കുന്ന കാര്യമേയല്ല."

ഇതുംപറഞ്ഞ് കസാലയിൽ ചാഞ്ഞിരുന്നുകൊണ്ടാണ് ജെഫേഴ്സൺ ഹോപ്പ് താഴെ പറയുന്ന കാര്യങ്ങൾ പറഞ്ഞത്. താൻ വിവരിക്കുന്ന കാര്യങ്ങളൊക്കെ തികച്ചും സാധാരണമാമെന്നതുപോലെ ചിട്ടയായും ശാന്തമായുമാണ് അയാൾ സംസാരിച്ചത്. താഴെപ്പറയുന്ന കാര്യങ്ങളുടെ സത്യാവസ്ഥയെക്കുറിച്ച് എനിക്ക് ഉറപ്പുനല്കാൻ കഴിയും. കാരണം, തടവുകാരന്റെ വാക്കുകൾ ഒന്നും വിടാതെ കുറിച്ചുവെച്ച ലെസ്ട്രേഡിന്റെ പുസ്തകം ഞാൻ കണ്ടിട്ടുണ്ട്.

"ഞാൻ ഈ മനുഷ്യരെ വെറുത്തതെന്തുകൊണ്ടാണെന്ന് നിങ്ങൾക്ക് വലിയ കാര്യമായി തോന്നില്ല. എന്നാൽ അവർ രണ്ടു മനുഷ്യരുടെ - ഒരച്ഛനും മകളും - മരണത്തിനുത്തരവാദികളായിരുന്നു എന്നത് വലിയ കാര്യം തന്നെയാണ്. അതുകൊണ്ട് ജീവിച്ചിരിക്കാനുള്ള അവകാശം അവർ സ്വയം നഷ്ടപ്പെടുത്തി. ഇത്രയും വർഷങ്ങൾക്കുശേഷം കോടതിയിൽനിന്നും അവർക്കെതിരായ വിധി സമ്പാദിക്കുന്നത് അസാധ്യമായിരുന്നു. എന്നാൽ എനിക്കവരുടെ തെറ്റ് നന്നായറിയാമായിരുന്നു. അതുകൊണ്ട് ഞാൻതന്നെ ന്യായാധിപനും, ജൂറിയും ആരാച്ചാരുമാകാൻ തീരുമാനിച്ചു. എന്റെ സ്ഥാനത്തായിരുന്നുവെങ്കിൽ നിങ്ങളും അതുതന്നെയാണ് ചെയ്യുക, ഉള്ളിൽ അല്പമെങ്കിലും ആണത്തമുണ്ടെങ്കിൽ.

"ഞാൻ പറഞ്ഞ ആ പെൺകുട്ടിയെ ഇരുപതു വർഷംമുമ്പ് ഞാൻ വിവാഹം ചെയ്യേണ്ടതായിരുന്നു. എന്നാൽ അവൾ നിർബന്ധപൂർവം ഡ്രെബ്ബറുടെ ഭാര്യയാക്കപ്പെട്ടു. അത് അവളുടെ ഹൃദയം തകർക്കുകയും ചെയ്തു. ഞാൻ ആ വിവാഹമോതിരം അവളുടെ ജീവനില്ലാത്ത വിരലിൽനിന്നും ഊരിയെടുത്തു. മരിക്കാൻ നേരം അയാൾ അത് കാണണമെന്നും താൻ ശിക്ഷിക്കപ്പെടുന്നത് ഏത് പാപത്തിന്റെ ഫലമായാണെന്നാ അതേക്കുറിച്ചുള്ള ചിന്തകൾ മരണസമയത്തും അയാളിലുണ്ടാവണമെന്നും ഞാൻ ശപഥം ചെയ്തു. അതും കൈയിലെടുത്ത് അവനെയും കൂട്ടാളിയെയും ഞാൻ രണ്ടുവൻകരകളിലൂടെ പിൻതുടർന്നു. ഞാൻ ക്ഷീണിച്ചുപിൻമാറുമെന്നാണ് അവർ കണക്കുകൂട്ടിയത്. എന്നാൽ അത് നടന്നില്ല. ഞാൻ അഥവാ നാളെത്തന്നെ മരിച്ചാലും

– അതിന് വളരെ സാധ്യതയുണ്ട് – ഈ ലോകത്തിലെ എന്റെ ജോലി തീർത്തെന്ന് – വളരെ ഭംഗിയായിത്തന്നെ – ആശ്വസിച്ച് എനിക്ക് മരിക്കാം. അവന്മാർ തുലഞ്ഞു. അതും എന്റെ കൈകൊണ്ടുതന്നെ. ഇനി എനിക്ക് പ്രതീക്ഷിക്കാനും ആശിക്കാനും ഒന്നുംതന്നെ ബാക്കിയില്ല.

"അവന്മാർ ധനികരായിരുന്നു, ഞാൻ ദരിദ്രനും. അതുകൊണ്ടുതന്നെ അവരെ പിൻതുടരുന്നത് എളുപ്പമായിരുന്നില്ല. ലണ്ടനിലെത്തുമ്പോൾ എന്റെ കീശ മിക്കവാറും കാലിയായിരുന്നു. അതുകൊണ്ട്, ജീവിക്കാൻ എന്തെങ്കിലും തൊഴിൽ ചെയ്തേ തീരൂ എന്ന് എനിക്ക് തോന്നി. വണ്ടിയോടിക്കലും കുതിരസവാരിയുമൊക്കെ എനിക്ക് നടത്തംപോലെതന്നെ സ്വാഭാവികമാണ്. ഒരു വണ്ടിയുടമയുടെ ഓഫീസിൽ അന്വേഷിച്ചപ്പോൾ വേഗംതന്നെ എനിക്കവിടെ ജോലികിട്ടി. ആഴ്ചയിൽ ഒരു നിശ്ചിതസംഖ്യ അയാൾക്ക് കൊടുക്കണം; ബാക്കിയുള്ളത് എനിക്കെടുക്കാം എന്നായിരുന്നു കരാർ. മിക്കപ്പോഴും ബാക്കി അധികമൊന്നുമുണ്ടായില്ല. എങ്കിലും ഞാൻ എങ്ങിനേയോ തട്ടിമുട്ടി കാര്യങ്ങൾ നടത്തി. വഴി മനസ്സിലാക്കലായിരുന്നു എറ്റവും കഠിനമായ പ്രശ്നം. കാരണം, ലോകത്തിൽ ഉണ്ടായിട്ടുള്ള ഏത് കെണിയെക്കാളും സങ്കീർണമാണ് ലണ്ടൻ നഗരം. എനിക്ക് സഹായത്തിന് ഒരു മാപ്പുണ്ടായിരുന്നു. മുഖ്യഹോട്ടലുകളുടെയും സ്റ്റേഷനുകളുടെയുമൊക്കെ സ്ഥലം മനസ്സിലായപ്പോൾ കാര്യങ്ങൾ കുറേക്കൂടി എളുപ്പമായി.

എന്റെ കക്ഷികൾ രണ്ടുപേരും എവിടെയാണെന്നറിയാൻ കുറേ സമയമെടുത്തു. ഒരുപാട് അന്വേഷിച്ചശേഷമാണ് ഒടുവിൽ അത് പിടികിട്ടിയത്. നദിയുടെ മറുകരയിലുള്ള കാംബെർവെല്ലിലെ ഒരു വിടുതി വീട്ടിലായിരുന്നു അവർ താമസിച്ചിരുന്നത്. അവരുടെ വിലാസം കിട്ടിയപ്പോൾ ഇനി കാര്യങ്ങൾ എളുപ്പമാണെന്ന് എനിക്ക് മനസ്സിലായി. ഞാൻ താടി നീട്ടിവളർത്തിയതുകൊണ്ട് അവർ എന്നെ തിരിച്ചറിയില്ല. പറ്റിയ അവസരം ലഭിക്കുന്നതുവരെ അവരെ പിൻതുടരുകതന്നെ. ഇനിയും അവൻമാർ രക്ഷപ്പെടാൻ പാടില്ലെന്ന് ഞാൻ തീരുമാനിച്ചിരുന്നു.

അവർ ശരിക്കും എന്റെ വലയിൽ പെടുകയായിരുന്നു. ലണ്ടനിൽ എവിടെപ്പോയാലും ഞാൻ അവരുടെ പിന്നാലെയുണ്ടാകും. ചിലപ്പോൾ വണ്ടിയിൽ, ചിലപ്പോൾ കാൽനടയായി. ആദ്യത്തേതായിരുന്നു നല്ലത്. കാരണം അപ്പോൾ അവർക്ക് എളുപ്പത്തിൽ എന്നെ പറ്റിച്ച് കടക്കാനാവില്ലല്ലോ. അതിരാവിലെയോ രാത്രി വളരെ വൈകിയോ മാത്രമാണ് എനിക്ക് ജോലി ചെയ്യാൻ കഴിഞ്ഞിരുന്നത്. അതുകൊണ്ടുതന്നെ

മുതലാളിക്ക് കൊടുത്തവാക്ക് പലപ്പോഴും പാലിക്കാൻ കഴിഞ്ഞില്ല. പക്ഷെ, അത് ഞാൻ അത്ര കാര്യമാക്കിയില്ല. എന്റെ ഇരകളെ കൈയിൽകിട്ടുന്നത് തന്നെയായിരുന്നു മുഖ്യം.

"എന്നാൽ അവന്മാരും വളരെ കൗശലക്കാരായിരുന്നു. തങ്ങളെ ആരെങ്കിലും പിൻതുടരാൻ സാധ്യതയുണ്ടെന്ന് ചിന്തിച്ചതുകൊണ്ടാവാം, അവർ ഒരിക്കലും തനിച്ച് പുറത്തിറങ്ങാറില്ല. രാത്രിയായാൽ തീരെയുമില്ല. രണ്ടാഴ്ച ഞാൻ അവരുടെ പിന്നാലെ കൂടിയെങ്കിലും അവരെ ഒരിക്കൽപ്പോലും തമ്മിൽ പിരിഞ്ഞുകണ്ടിട്ടില്ല. ഡ്രെബ്ബർ മിക്കപ്പോഴും കുടിച്ച് ലക്ക് കെട്ടിരിക്കും. എന്നാൽ സ്റ്റേൻജർസൺ ഒന്ന് കണ്ണ് ചിമ്മുകകൂടിയില്ല. ഞാൻ അവരെ നേരത്തെയും വൈകിയുമൊക്കെ നിരീക്ഷിച്ചു. പക്ഷെ, ഒരവസരംപോലും ഒത്തുവന്നില്ല. എങ്കിലും ഞാൻ ഹതാശനായില്ല; കാരണം, ആ മുഹൂർത്തം എത്തിക്കഴിഞ്ഞു എന്ന് ആരോ എന്നോട് പറയുന്നുണ്ടായിരുന്നു. എനിക്ക് ആകെയുള്ള ഒരു പേടി, നെഞ്ചിനകത്തുള്ള ആ സാധനം അല്പം നേരത്തെ പൊട്ടി എനിക്ക് ജോലി തീർക്കാൻ കഴിയാതെ പോകുമോ എന്നായിരുന്നു.

ഒടുവിൽ ഒരു വൈകുന്നേരം അവർ താമസിക്കുന്ന ടോർകി ടെറസ് തെരുവിലൂടെ ഞാൻ അങ്ങോട്ടുമിങ്ങോട്ടും സവാരി ചെയ്യുകയായിരുന്നു. ഒരു വണ്ടി അവരുടെ വീടിന് മുമ്പിൽ നിർത്തുന്നതുകണ്ടു. പെട്ടെന്നുതന്നെ കുറേ സാധനങ്ങൾ താഴേക്ക് കൊണ്ടുവന്നു, അല്പസമയം കഴിഞ്ഞപ്പോൾ ഡ്രെബ്ബറും സ്റ്റേൻജർസണും ഇറങ്ങിവന്ന് ആ വണ്ടിയുടെ പിന്നാലെ ഓടിച്ചുപോയി. ഞാൻ കുതിരയെ ഉഷാറാക്കി അവരുടെ പിന്നാലെ കൂടി. അവർ വീട് മാറുകയാണെന്ന് കരുതി എനിക്ക് അസ്വസ്ഥത തോന്നി. യൂസ്റ്റൺ സ്റ്റേഷനിൽ എത്തിയപ്പോൾ അവർ ഇറങ്ങി. ഞാൻ കുതിരയെ ഒരു പയ്യനെ ഏല്പിച്ച് അവരുടെ പിന്നാലെ പ്ലാറ്റ്ഫോമിലേക്ക് ചെന്നു. ലിവർപൂളിലേക്കുള്ള വണ്ടിയുടെ കാര്യം അവർ അന്വേഷിക്കുന്നത് കേട്ടു. ഒന്ന് അപ്പോൾത്തന്നെ പോയതേ ഉള്ളൂ എന്നും അടുത്ത വണ്ടിവരാൻ കുറേ മണിക്കൂറുകളാകുമെന്നും ഗാർഡ് പറഞ്ഞു. അതുകേട്ടപ്പോൾ സ്റ്റേൻജർസൺ ആകെ വിഷമിക്കുന്നതുപോലെ തോന്നി. എന്നാൽ ഡ്രെബ്ബർക്ക് സന്തോഷമേയുണ്ടായിരുന്നുള്ളൂ. തിരക്കിനിടയിൽ ഞാൻ അവരുടെ വളരെ അടുത്തേക്ക് നീങ്ങി. അപ്പോൾ അവരുടെ ഓരോ വാക്കും എനിക്ക് വ്യക്തമായി കേൾക്കാമായിരുന്നു. തനിക്ക് ഒരു സ്വന്തം കാര്യം നോക്കാനുണ്ടെന്നും, മറ്റേയാൾ സ്റ്റേഷനിൽ കാത്തുനിന്നാൽ താൻ വേഗം തന്നെ തിരി

ച്ചെത്താമെന്നും ഡ്രെബ്ബർ പറയുന്നത് കേട്ടു. എന്നാൽ അയാളുടെ കൂട്ടാളി അതിനെ എതിർക്കുകയും എപ്പോഴും ഒരുമിച്ചുതന്നെ കഴിയുമെന്ന് തങ്ങൾ തീരുമാനിച്ച കാര്യം ഓർമിപ്പിക്കുകയും ചെയ്തു. എന്നാൽ കാര്യം വളരെ കരുതലോടെയാണ് ചെയ്യേണ്ടതെന്നും താൻ തനിച്ചുതന്നെ പോകേണ്ടിവരുമെന്നും ഡ്രെബ്ബർ പറഞ്ഞു. അതിന് സ്റ്റേൻജർസൺ പറഞ്ഞ മറുപടി ഞാൻ വ്യക്തമായി കേട്ടില്ല. എങ്കിലും അപ്പോൾ ഡ്രെബ്ബർ അയാളെ വല്ലാതെ പഴിക്കുകയും ശപിക്കുകയും ചെയ്തു. അയാൾ തന്റെ വെറും ജോലിക്കാരനാണെന്ന കാര്യം മറക്കരുതെന്നും എന്താണ് ചെയ്യേണ്ടതെന്ന് തന്നെ അയാൾ പഠിപ്പിക്കേണ്ടെന്നും ഡ്രെബ്ബർ ഓർമിപ്പിച്ചു. അതു കേട്ടപ്പോൾ സിക്രട്ടറി അടങ്ങി. അവസാനത്തെ വണ്ടി കിട്ടിയില്ലെങ്കിൽ ഹാളി ഡെയ്സിന്റെ ഹോട്ടലിൽ തന്നോടൊപ്പം ചേരണമെന്ന് അയാൾ അപരനെ ഓർമിപ്പിച്ചു. താൻ പതിനൊന്നുമണിക്കു മുൻപുതന്നെ പ്ലാറ്റ്ഫോമിലുണ്ടാകുമെന്ന് മറുപടി പറഞ്ഞ് ഡ്രെബ്ബർ പുറത്തേക്ക് നടന്നു.

"ഞാൻ കാത്തുകാത്തിരുന്ന സന്ദർഭം ഒടുവിൽ വന്നുചേർന്നു. ഇപ്പോൾ ശത്രുക്കൾ എന്റെ കൈയിലാണ്. ഒന്നിച്ചായിരിക്കുമ്പോൾ അവർക്ക് പരസ്പരം സഹായിക്കാനാവും. എന്നാൽ ഒറ്റയ്ക്കാവുമ്പോൾ ഒരു രക്ഷയുമില്ല. എന്നാലും ഞാൻ അനാവശ്യമായ ധൃതിയൊന്നും കാട്ടിയില്ല. പദ്ധതികളെല്ലാം ഞാൻ നേരത്തെ ആസൂത്രണം ചെയ്തിരുന്നു. തന്നെ കൊല്ലാൻ പോകുന്നതാരാണെന്നും എന്തുകൊണ്ടാണ് താൻ ഈ ശിക്ഷയ്ക്ക് വിധേയനാകുന്നതെന്നും ഇര മനസ്സിലാക്കിയില്ലെങ്കിൽ പ്രതികാരത്തിന് ഒരു തൃപ്തിയുണ്ടാകില്ല. തന്റെ പഴയ പാപത്തിന്റെ ശിക്ഷ തന്നെ തേടിവന്നിരിക്കുകയാണെനന്ന് എന്നോട് തെറ്റു ചെയ്തവൻ മനസ്സിലാക്കുന്ന തരത്തിൽ ഞാൻ കാര്യങ്ങൾ ആസൂത്രണം ചെയ്തിരുന്നു. ഏതാനും ദിവസം മുൻപ് ബ്രിക്സ്റ്റൺ റോഡിലെ ചില വീടുകൾ നോക്കിയ ഒരു മാന്യൻ അതിലൊന്നിന്റെ താക്കോൽ എന്റെ വണ്ടിയിൽ മറന്നുവെച്ചിരുന്നു. അന്നു വൈകുന്നേരം തന്നെ അയാൾ താക്കോൽ തിരിച്ചുവാങ്ങി. എന്നാൽ അതിനിടയിൽ ഞാൻ അതിന്റെ ഒരു പകർപ്പ് ഉണ്ടാക്കിച്ചിരുന്നു. അതുകൊണ്ട് ഈ മഹാനഗരത്തിൽ മറ്റാരും ശല്യപ്പെടുത്താത്ത ഒരു കേന്ദ്രമെങ്കിലും എനിക്കുണ്ടായിരുന്നു. ഡ്രെബ്ബറെ ആ വീട്ടിൽ എങ്ങനെ എത്തിക്കുമെന്നത് മാത്രമയായിരുന്നു ഇനി പരിഹരിക്കേണ്ട ഏകപ്രശ്നം.

"അയാൾ തെരുവിലൂടെ നടന്ന് ചില മദ്യശാലകളിൽ കയറി. അവ

സാനത്തേതിൽ അയാൾ ഏതാണ്ട് അരമണിക്കൂർ നേരം ഉണ്ടായിരുന്നു. പുറത്തുവരുമ്പോൾ അയാൾ ആടിയാടിയാണ് നടന്നത്. മദ്യം നന്നായി തലക്കു പിടിച്ച മട്ട്. എന്റെ തൊട്ടുമുമ്പിലുണ്ടായിരുന്ന ഒരു ചെറുവണ്ടി വിളിച്ച് അയാൾ യാത്രയായി. ഞാൻ അതിന്റെ പിറകെ കൂടി. എന്റെ കുതിരയുടെ മൂക്കും ആ വണ്ടിക്കാരനും തമ്മിൽ ഒരു വാര അകലംമാത്രം. ഞങ്ങൾ വാട്ടർലൂ പാലവും കടന്ന് ഒരുപാട് മൈലുകൾ സഞ്ചരിച്ചു. ഒടുവിൽ അയാൾ താമസിച്ചിരുന്ന ടെറസ് റോഡിൽ തന്നെയെത്തി. അയാൾ തിരിച്ചവിടെ വന്നതെന്തിനാണെന്ന് എനിക്ക് മനസ്സിലായില്ല. ഞാൻ എതാണ്ട് ഒരു നൂറുവാര അകലെ വണ്ടി നിർത്തി കാത്തിരുന്നു. അയാൾ അകത്തേക്ക് കയറി, അയാൾ വന്ന വണ്ടി ഓടിച്ചുപോവുകയും ചെയ്തു. ദയവായി എനിക്കൊരു ഗ്ലാസ് വെള്ളം തരൂ. ഒരുപാട് സംസാരിച്ച് നാക്ക് വരണ്ടിരിക്കുന്നു.

ഞാൻ കൊടുത്ത വെള്ളം അയാൾ ഒറ്റവലിക്ക് കുടിച്ചു.

“ഇപ്പോൾ ശരിയായി.” അയാൾ പറഞ്ഞു. “ഞാൻ ഏതാണ്ട് കാൽമണിക്കൂറോ കൂടുതലോ അവിടെ ഇരുന്നിരിക്കും. പെട്ടെന്ന് വീട്ടിനകത്ത് ആരോ മല്ലടിക്കുന്നത് പോലുള്ള ശബ്ദം കേട്ടു. അടുത്തനിമിഷം വാതിൽ തള്ളിത്തുറന്ന് രണ്ടുപേർ പുറത്തെത്തി. അതിലൊന്ന് ഡ്രെബ്ബറായിരുന്നു. മറ്റേത് ഞാനിതുവരെ കണ്ടിട്ടില്ലാത്ത ഒരു ചെറുപ്പക്കാരനും. അയാൾ ഡ്രെബ്ബറുടെ കോളറിൽ കുത്തിപ്പിടിച്ചിരിക്കുകയായിരുന്നു. വാതിൽക്കലെത്തിയപ്പോൾ അയാൾ ഡ്രെബ്ബറെ ശക്തിയായി തള്ളി. തള്ളലിന്റെ ശക്തിയിൽ അയാൾ റോഡിന്റെ പാതിയോളമെത്തി. “എടാ പട്ടീ” അയാൾ അലറി. “ഒരു മര്യാദക്കാരിയായ പെണ്ണിനെ അപമാനിച്ചതിന് ഞാൻ നിന്നെ ശരിയാക്കും.” കോപാന്ധനായ അയാൾ തന്റെ കുറുവടികൊണ്ട് ഡ്രെബ്ബറെ തല്ലിച്ചതയ്ക്കുമെന്ന് ഞാൻ കരുതി. എന്നാൽ ആ കശ്മലൻ ആകാവുന്നത്ര വേഗത്തിൽ റോഡിലൂടെ വേച്ച് നടന്നു. വളവിലെത്തിയപ്പോൾ എന്റെ വണ്ടികണ്ട അയാൾ അതിൽ ചാടിക്കയറി.

“ഹാലിഡെയ്സ് ഹോട്ടലിലേക്ക് വിട്ടോളൂ.” അയാൾ പറഞ്ഞു.

“അയാൾ വണ്ടിക്കകത്തായപ്പോൾ എന്റെ ഹൃദയം സന്തോഷം കൊണ്ട് തുള്ളി. ഈ അവസാനനിമിഷത്തിൽ ധമനിവീക്കം എന്നെ ചതിക്കുമോ എന്നുപോലും ഞാൻ ഭയപ്പെട്ടു. എന്തു ചെയ്യുന്നതായിരിക്കും യുക്തം എന്ന് ചിന്തിച്ചുകൊണ്ട് ഞാൻ വണ്ടി പതുക്കെ ഓടിച്ചു. അയാളെ ദൂരെ എങ്ങോട്ടെങ്കിലും കൊണ്ടുപോയി ആളൊഴിഞ്ഞ ഏതെങ്കിലും തെരുവിൽ വെച്ച് എന്റെ അവസാന അഭിമുഖം നടത്താം.

ഇങ്ങനെ ഞാൻ ആലോചിക്കുമ്പോഴേക്ക് തന്നെ അയാൾ പ്രശ്നം പരിഹരിച്ചു. മദ്യത്തോടുള്ള ആസക്തി പിന്നെയും അയാളെ പിടികൂടിയിരുന്നു. ഏതെങ്കിലും മദ്യശാലയുടെ മുൻപിൽ നിർത്താൻ അയാൾ ആവശ്യപ്പെട്ടു. കാത്തുനില്ക്കണമെന്ന് പറഞ്ഞ് അയാൾ അകത്തേക്ക് പോയി. കട അടക്കുന്ന സമയം വരെ അയാൾ അതിനകത്ത് കഴിഞ്ഞു. തിരിച്ചുവരുമ്പോൾ അയാൾ ശരിക്കും പിപ്പിരിയായിരുന്നു. ഇനി കളി എന്റെ കൈയിലാണെന്ന് അപ്പോൾ ഞാൻ ഉറപ്പിച്ചു.

"അയാളെ പൈശാചികമായി കൊല ചെയ്യാനാണ് ഞാനുദ്ദേശിച്ചതെന്ന് കരുതരുത്. അങ്ങിനെ ചെയ്താൽത്തന്നെ അത് അയാൾ അർഹിക്കുന്ന ശിക്ഷ മാത്രമേ ആകൂ. പക്ഷെ, അങ്ങിനെ ചെയ്യാൻ എനിക്കാവില്ല. അമേരിക്കയിലെ ദേശാടനക്കാലത്ത് ഞാൻ യോർക്ക് കോളേജിലെ പരീക്ഷണശാലയുടെ കാവൽക്കാരനും തൂപ്പുകാരനുമൊക്കെയായി ജോലി ചെയ്തിരുന്നു. ഒരുദിവസം ഒരു പ്രൊഫസർ വിഷങ്ങളെക്കുറിച്ചുള്ള ഒരു ക്ലാസെടുക്കുന്നത് ഞാൻ കണ്ടു. തെക്കേ അമേരിക്കക്കാർ അമ്പുകളിലുപയോഗിച്ച വിഷത്തിൽനിന്നും താൻ രൂപപ്പെടുത്തിയ ഒരു ക്ഷാരക്കല്ല് അദ്ദേഹം വിദ്യാർഥികൾക്ക് കാണിച്ചുകൊടുത്തു. അതിന്റെ ഒരു തരിമതിയാകും ഒരാളെ ഉടനടി കൊല്ലാൻ. ആ സാധനം ഇട്ടുവെച്ചിരുന്ന കുപ്പി ഞാൻ ശ്രദ്ധിച്ചു. ക്ലാസ് കഴിഞ്ഞ് എല്ലാവരും പോയപ്പോൾ അതിൽനിന്നും ഇത്തിരി ഞാനെടുത്തു. മരുന്നുകൾ കൂട്ടിക്കലർത്തുന്ന വിദ്യ അല്പമൊക്കെ എനിക്കും അറിയാമായിരുന്നു. ഞാൻ ആ ക്ഷാരക്കല്ല് വെള്ളത്തിലലിയുന്ന ഗുളികയുടെ രൂപത്തിലാക്കി. അതേപോലെയുള്ള വിഷമില്ലാത്ത ഗുളികകളുമുണ്ടാക്കി. വിഷമുള്ള ഗുളികയും വിഷമില്ലാത്തതും ഓരോ ഡപ്പിയിലാക്കി. സമയം വരുമ്പോൾ എന്റെ ചങ്ങാതികൾ ഇതിൽനിന്നും ഓരോ ഗുളിക കഴിക്കട്ടെയെന്നാണ് അപ്പോൾ ഞാൻ തീരുമാനിച്ചത്. അത് അത്യന്തം മാരകമായിരിക്കുമെന്നതിൽ സംശയമില്ല. വെടിവെക്കുന്നതിലും എത്രയോ എളുപ്പവും നിശ്ശബ്ദവും. അന്നുമുതൽ ആ ഗുളികഡപ്പികൾ എന്റെ കൈയിൽത്തന്നെ ഉണ്ടായിരുന്നു. ഇപ്പോൾ അവ ഉപയോഗിക്കാനുള്ള സമയമായിരിക്കുന്നു.

സമയം പന്ത്രണ്ടുകഴിഞ്ഞ് ഒരു മണിയാകാറായിരുന്നു. ശക്തമായ കാറ്റും പേമാരിയുമൊക്കെയായി ഒരു ഇരുണ്ട രാത്രി. പുറത്ത് കാര്യങ്ങൾ ഇത്രമാത്രം ഇരുണ്ടതായിരുന്നുവെങ്കിലും എന്റെ അകം നിറയെ സന്തോഷമായിരുന്നു. ആനന്ദാതിരേകത്താൽ ഞാൻ ചിലപ്പോൾ നില വിളിച്ചുപോയേനേ. നിങ്ങളിലാരെങ്കിലും ഇരുപത് വർഷം കാത്തുനിന്ന

കാര്യം പെട്ടെന്ന് മുൻപിലെത്തിയാൽ എന്റെ വികാരം നിങ്ങൾക്ക് മനസ്സിലാകും. ഞാൻ ഒരു ചുരുട്ട് കത്തിച്ച് മനസ്സ് ശാന്തമാക്കാൻ ശ്രമിച്ചു. എന്റെ കൈകൾ വിറകൊള്ളുകയും നെറ്റിത്തടം ആവേശംകൊണ്ട് തുടിക്കുകയും ചെയ്തു. വണ്ടിയോടിക്കുമ്പോൾ ജോൺ ഫെരിയറും ലൂസിയും ഇരുട്ടിലൂടെ എന്നെ നോക്കിച്ചിരിക്കുന്നത് ഞാൻ കണ്ടു. നിങ്ങളെയൊക്കെ ഇപ്പോൾ ഈ മുറിയിൽ കാണുന്നതുപോലെ അത്രയും യഥാർഥമായി. ബ്രിക്സ്റ്റൺ റോഡിലെ വസതിയിലെത്തുന്നതുവരെയും അവർ എന്റെ മുൻപിൽ തന്നെയുണ്ടായിരുന്നു; കുതിരയുടെ ഇടതും വലതുമായി.

അവിടെയെങ്ങും ആരുമില്ലായിരുന്നു. മഴ വീഴുന്നതൊഴിച്ചാൽ മറ്റൊരു ശബ്ദവുമില്ല. ജനലിലൂടെ നോക്കിയപ്പോൾ മദ്യലഹരിയിൽ മുങ്ങി ചുരുണ്ടുകിടക്കുന്ന ഡ്രെബ്ബറെ കണ്ടു ഞാൻ അയാളെ തട്ടിയുണർത്തി. "പോകാൻ സമയമാ'യെന്നു പറഞ്ഞു.

"ശരി വണ്ടിക്കാരാ" അയാൾ പറഞ്ഞു. നേരത്തെ പറഞ്ഞ ഹോട്ടലിലാണ് താനെന്നാണ് അയാൾ കരുതിയതെന്നാണ് എനിക്ക് തോന്നിയത്. കാരണം പിന്നെ, ഒന്നും പറയാതെ അയാൾ എന്നോടൊപ്പം തോട്ടത്തിലൂടെ നടന്നു. അയാൾ വീഴാതിരിക്കാൻ ഞാൻ അയാളോട് ചേർന്നു നടന്നു. കാരണം അയാളുടെ ലഹരി ഇനിയും മാറിയിട്ടില്ലായിരുന്നു. വാതില്ക്കലെത്തിയപ്പോൾ ഞാൻ അത് തുറന്ന് അയാളെ മുൻവശത്തെ മുറിയിലേക്ക് നയിച്ചു. ഞാൻ നിങ്ങൾക്ക് വാക്കുതരുന്നു. ഈ സമയമത്രയും ആ അച്ഛനും മകളും എന്റെ മുന്നിൽത്തന്നെ നടക്കുന്നുണ്ടായിരുന്നു.

"നരകത്തിലെ ഇരുട്ട്" അയാൾ പറഞ്ഞു.

"വേഗംതന്നെ നമുക്ക് വെളിച്ചം കിട്ടും." എന്നുപറഞ്ഞ് ഞാൻ തീപ്പെട്ടിക്കോലുരച്ച് കൈയിൽ കരുതിയിരുന്ന മെഴുകുതിരി കത്തിച്ചു.

'ശരി, ഇനോക് ഡ്രെബ്ബർ', അയാളുടെ നേരെ തിരിഞ്ഞ് മെഴുകുതിരി എന്റെ മുഖത്തിനു നേരെ പിടിച്ചുകൊണ്ട് ഞാൻ പറഞ്ഞു. "ഞാൻ ആരാണ്?"

അയാൾ മദ്യത്തിൽ മുങ്ങിയ ചത്ത കണ്ണുകൾകൊണ്ട് അല്പനേരം എന്നെ തുറിച്ചുനോക്കി. പെട്ടെന്ന് അവയിൽ ഭീതി നിഴലിക്കുന്നതും അയാളുടെ ദേഹം വിറകൊള്ളുന്നതും കണ്ടപ്പോൾ അയാൾ എന്നെ തിരിച്ചറിഞ്ഞുവെന്ന് എനിക്ക് മനസ്സിലായി.

അയാൾ വിളറിയ മുഖവുമായി പിന്നിലേക്ക് വേച്ചുനടന്നു. അയാ

ളുടെ നെറ്റിയിൽ വിയർപ്പ് പൊടിയുന്നത് ഞാൻ കണ്ടു. പേടിച്ചരണ്ട അയാളുടെ പല്ലുകൾ കൂട്ടിയിടിക്കുന്നുണ്ടായിരുന്നു. അത് കണ്ടപ്പോൾ ഞാൻ വാതിലിൽ ചാരിനിന്ന് ഉറക്കെ ദീർഘനേരം ചിരിച്ചു. പ്രതികാരത്തിന് മധുരമുണ്ടായിരിക്കുമെന്ന് എനിക്കറിയാമായിരുന്നു. എന്നാൽ എന്റെ ആത്മാവിൽ അപ്പോൾ അനുഭവപ്പെട്ട സംതൃപ്തി ഞാൻ തന്നെ പ്രതീക്ഷിക്കാത്തതായിരുന്നു.

"എടാ നാറീ," ഞാൻ പറഞ്ഞു. "ഞാൻ സാൾട്ട്ലേക് സിറ്റിയിൽനിന്ന് സെന്റ് പീറ്റേഴ്സ്ബർഗുവരെ നിന്നെ പിൻതുടർന്നു. പക്ഷെ, നീ സമർഥമായി എന്നിൽനിന്ന് രക്ഷപ്പെട്ടു. ഇപ്പോഴിതാ നിന്റെ അലച്ചിലിനൊക്കെ അന്ത്യമായിരിക്കുന്നു. കാരണം, നമ്മിൽ ഒരാൾ മാത്രമേ നാളത്തെ സൂര്യോദയം ദർശിക്കുകയുള്ളു." ഞാൻ സംസാരിക്കുമ്പോൾ അയാൾ പിന്നെയും പിന്നിലേക്കു വലിഞ്ഞുകൊണ്ടിരുന്നു. എനിക്ക് ഭ്രാന്താണെന്ന് അവൻ കരുതിയെന്ന് ആ മുഖഭാവത്തിൽനിന്നും എനിക്ക് മനസ്സിലായി. സത്യത്തിൽ, അപ്പോൾ ഞാൻ ഭ്രാന്തനായിരുന്നു. എന്റെ നെറ്റിയിലെ ഞരമ്പുകൾ വല്ലാതെ തുടിച്ചു. മൂക്കിലൂടെ ചോര പുറത്തേക്കൊഴുകിയിരുന്നില്ലെങ്കിൽ എനിക്ക് അപസ്മാരമുണ്ടാകുമെന്നുപോലും ഞാൻ കരുതി.

"ലൂസിഫെരിയറെക്കുറിച്ച് ഇപ്പോൾ തനിക്കെന്താണ് തോന്നുന്നത്?" വാതിൽപൂട്ടി, താക്കോൽ അയാളുടെ മുഖത്തിനു മുൻപിൽ ആട്ടിക്കൊണ്ട് ഞാൻ അലറി. "തനിക്കുള്ള ശിക്ഷ ഏറെ വൈകിപ്പോയി. എങ്കിലും ഇപ്പോൾ അതുതന്നെ പിടികൂടിയിരിക്കുന്നു. അവന്റെ ചുണ്ടുകൾ വിറയ്ക്കുന്നത് എനിക്ക് കാണാമായിരുന്നു. അവൻ സ്വന്തം ജീവനുവേണ്ടി യാചിക്കുമായിരുന്നു; പക്ഷെ, അത് തീർത്തും വിഫലമാണെന്നറിയാവുന്നതുകൊണ്ട് അങ്ങിനെയുണ്ടായില്ല.

"നിങ്ങൾ എന്നെ കൊല്ലാൻ പോവുകയാണോ?" അയാൾ വിക്കി.

"കൊലയുടെ പ്രശ്നമേ ഉദിക്കുന്നില്ല." ഞാൻ മറുപടി പറഞ്ഞു. "ഒരു ഭ്രാന്തൻപട്ടിയെ ആരുകൊല്ലാൻ! കശാപ്പുചെയ്യപ്പെട്ട സ്വന്തം പിതാവിന്റെയടുത്തുനിന്ന് എന്റെ പ്രിയയെ വലിച്ച് തന്റെ നരകം പിടിച്ച അന്തഃപുരത്തിലേക്ക് കൊണ്ടുപോകുമ്പോൾ നീ അവളോട് എന്ത് ദയയാണ് കാട്ടിയത്?"

"അവളെ കൊന്നത് ഞാനായിരുന്നില്ല." അയാൾ നിലവിളിച്ചു.

"പക്ഷെ, അവളുടെ നിഷ്കളങ്കമായ ഹൃദയം തകർത്തത് നീയായിരുന്നു. ഡപ്പി അയാളുടെ മുഖത്തേക്ക് നീട്ടി നമ്മുടെ കാര്യം ദൈവം തന്നെ തീരുമാനിക്കും. ഇതിൽ ഒന്നിൽ മരണവും മറ്റേതിൽ ജീവിത

വുമാണ്. ഇഷ്ടമുള്ളതെടുത്തു കഴിക്കൂ. നീ ബാക്കിയാക്കുന്നത് ഞാനും കഴിക്കും. ഈ ലോകത്തിൽ നീതി എന്നൊന്നുണ്ടോ അതോ നമ്മെയെല്ലാം കേവലം യാദൃച്ഛികതകളാണോ നിയന്ത്രിക്കുന്നത് എന്ന് നമുക്കറിയാമല്ലോ."

അയാൾ വന്യമായി മോങ്ങി ദയയ്ക്കായി യാചിച്ചുകൊണ്ട് പിൻവലിഞ്ഞു. പക്ഷെ, ഞാൻ കത്തിയെടുത്ത് കഴുത്തിന് ചേർത്തുവെച്ചപ്പോൾ അയാൾ അനുസരിച്ചു.ബാക്കിയുള്ള ഗുളിക ഞാനും വിഴുങ്ങി. പിന്നെ ആരു ജീവിക്കുമെന്നും ആരു മരിക്കുമെന്നും അറിയാനായി ഒരു മിനുട്ടോളം പരസ്പരം നോക്കിനിന്നു. വിഷം അകത്തുചെന്നതിന്റെ ആദ്യസൂചന അയാളുടെ മുഖത്ത് പ്രകടമായപ്പോഴുള്ള ഭാവം ഞാൻ ഒരിക്കലും മറക്കില്ല. അതുകണ്ടപ്പോൾ ഞാൻ പൊട്ടിച്ചിരിച്ചുകൊണ്ട് ലൂസിയുടെ മോതിരം അയാളുടെ നേരെ പിടിച്ചു. പക്ഷെ, എല്ലാം ഒറ്റനിമിഷത്തേക്ക് മാത്രമേയുണ്ടായിരുന്നുള്ളൂ. ആ ക്ഷാരകല്ലിന്റെ പ്രവർത്തനം അത്രയും ശീഘ്രമായിരുന്നു. കടുത്ത വേദനയിൽ അയാളുടെ ദേഹം കോച്ചിവലിഞ്ഞു. അയാൾ കൈകൾ മുൻപോട്ട് നീട്ടി വേച്ച് നടന്നു. പിന്നെ പരുഷമായ ഒരു നിലവിളിയോടെ തറയിലേക്ക് വീണു. ഞാൻ അയാളെ കാലുകൊണ്ട് തിരിച്ചിട്ട് നെഞ്ചിൽ കൈവെച്ചുനോക്കി. ഒരനക്കവുമില്ല. അയാൾ മരിച്ചുകഴിഞ്ഞിരുന്നു.

"എന്റെ മൂക്കിൽനിന്നും ചോരയൊഴുകുന്നത് ഞാൻ ശ്രദ്ധിച്ചതേയില്ല. അതുകൊണ്ട് ചുവരിലെഴുതാൻ എന്നെ പ്രേരിപ്പിച്ചതെന്താണെന്നറിയില്ല. ഒരുപക്ഷെ, അത് പോലീസിനെ വഴിതെറ്റിക്കാനുള്ള ഒരു വിദ്യയാകാം. ന്യൂയോർക്കിൽ ഇതേപോലെ ഒരു ജർമൻകാരന്റെ ദേഹത്തിനു മുകളിൽ RACHE എന്നെഴുതിയിരിക്കുന്നതും കൃത്യം ചെയ്തത് നിഗൂഢസംഘങ്ങളാണെന്ന് പത്രക്കാരെഴുതിയതുമൊക്കെ ഞാനോർത്തു. ന്യുയോർക്കുകാരെ കുഴക്കിയ ഒരു കാര്യം ലണ്ടൻകാരെയും കുഴക്കുമല്ലോ. അതുകൊണ്ട് ഞാൻ വിരൽ സ്വന്തം ചോരയിൽ മുക്കി സൗകര്യപ്രദമായ ഒരിടത്ത് അങ്ങിനെ എഴുതി പുറത്തിറങ്ങി വണ്ടിയുടെ അടുത്തേക്ക് നടക്കുമ്പോൾ അവിടെയെങ്ങും ആരുമില്ലായിരുന്നു. രാത്രി അപ്പോഴും ഭീകരവും വന്യവുമായിരുന്നു. കുറച്ചുദൂരം ഓടിയപ്പഴാണ് ലൂസിയുടെ മോതിരം പതിവായി സൂക്ഷിക്കാറുള്ള കീശയിൽ ഞാൻ കൈയിട്ടത്. അത് കീശയിലില്ലായിരുന്നു. ഞാനാകെ തരിച്ചുപോയി. കാരണം ലൂസിയുടെ ഓർമയ്ക്കായി എന്റെ കൈയിലുള്ള ഏക വസ്തുവായിരുന്നു അത്. ഡ്രെബ്ബറുടെ ദേഹത്തിന് നേരെ കുനിഞ്ഞപ്പോൾ അത് താഴെവീണിരിക്കുമെന്നു കരുതി ഞാൻ വണ്ടി തിരി

ച്ചുവിട്ടു. വണ്ടി ഒരു ഇടത്തെരുവിൽ നിർത്തി ഞാൻ ധൈര്യപൂർവം ആ വീട്ടിലേക്ക് നടന്നു. കാരണം, ആ മോതിരം വീണ്ടെടുക്കാനായി ഏത് ആപത്തിനെ നേരിടാനും ഞാൻ ഒരുക്കമായിരുന്നു. അവിടെ ചെന്നപ്പോൾ, പുറത്തേക്കുവരുന്ന ഒരു പോലീസുകാരന്റെ നേരെ മുൻപിലാണ് ഞാൻ ചെന്നുപെട്ടത്. ഞാൻ കുടിച്ച് ലക്കുകെട്ടതുപോലെ അഭിനയിച്ചതുകൊണ്ട് അയാൾക്ക് സംശയമൊന്നും തോന്നിയില്ല.

അങ്ങനെയാണ് ഇനോക് ഡ്രെബ്ബറുടെ അന്ത്യം സംഭവിച്ചത്. ജോൺ ഫെരിയറോടുള്ള കടംവീട്ടാൻ സ്റ്റേൻജർസണിന്റെ കാര്യത്തിലും അത് ആവർത്തിക്കുക മാത്രമാണ് എനിക്ക് ചെയ്യാനുണ്ടായിരുന്നത്. അയാൾ ഹാലിഡെയ്സ് ഹോട്ടലിലാണ് താമസിക്കുന്നതെന്ന് എനിക്കറിയാമായിരുന്നു. ഒരുദിവസം മുഴുവൻ ഞാൻ അവിടെ ചുറ്റിപ്പറ്റിയെങ്കിലും അയാൾ ഒരിക്കലും പുറത്തിറങ്ങിയില്ല. ഡ്രെബ്ബർ മടങ്ങിയെത്താത്തതു കണ്ടപ്പോൾ എന്തോ കുഴപ്പമുണ്ടെന്ന് അയാൾ സംശയിച്ചിരിക്കണം. ആ സ്റ്റേൻജർസൺ ആളൊരു സൂത്രക്കാരനാണേ. അയാൾ എപ്പോഴും കരുതലോടെ നീങ്ങി. എന്നാൽ അകത്തടച്ചിരുന്നാൽ എന്നെ പറ്റിക്കാം എന്ന് കരുതിയ അയാൾക്ക് തെറ്റുപറ്റി. അയാളുടെ കിടപ്പറയുടെ ജനൽ ഞാൻ വേഗംതന്നെ കണ്ടുപിടിച്ചു. പിറ്റേന്ന് അതിരാവിലെ ഹോട്ടലിനു പിന്നിലുള്ള വഴിയിൽ കിടപ്പായിരുന്ന ഒരു ഏണി ഉപയോഗിച്ച് ഞാൻ അയാളുടെ മുറിയിൽ കടന്നു. ഞാൻ അയാളെ ഉണർത്തി, വളരെക്കാലം മുമ്പ് അയാൾ എടുത്ത ജീവനുകൾക്ക് മറുപടി പറയേണ്ട സമയമായെന്നറിയിച്ചു. ഡ്രെബ്ബറുടെ അന്ത്യം വിവരിച്ചുകൊടുത്ത ഞാൻ അതേ തിരഞ്ഞെടുപ്പ് അയാൾക്കും നടത്താമെന്ന് പറഞ്ഞു. കിട്ടിയ അവസരം ഉപയോഗിക്കുന്നതിനുപകരം അയാൾ കിടക്കയിൽനിന്നും ചാടിയെഴുന്നേറ്റ് എന്റെ കഴുത്തിന് പിടിച്ചു. ആത്മരക്ഷയ്ക്കായി ഞാൻ നെഞ്ചിൽ കത്തിയിറക്കി. എന്തായാലും ഫലം ഇങ്ങനെയൊക്കെത്തന്നെ ആകുമായിരുന്നു. കാരണം, വിധി അയാളെക്കൊണ്ട് വിഷഗുളിക തന്നെ എടുപ്പിക്കുമായിരുന്നു.

"ഇനി അധികമൊന്നും പറയാനില്ല. അതും നന്നായി. കാരണം, ഞാൻ ആകെ ക്ഷീണിതനായിരിക്കുന്നു. പിന്നെയും കുറച്ചുനാൾ ഞാൻ വണ്ടിപ്പണി ചെയ്തു. കാരണം, തിരിച്ച് അമേരിക്കയിൽ പോകാനുള്ള കാശുണ്ടാക്കണമായിരുന്നു. ഞാൻ റോഡരികിൽ നിൽക്കുമ്പോഴാണ് വൃത്തിശൂന്യനായ ഒരു പയ്യൻവന്ന്, ജെഫേർസൺഹോപ്പ് എന്ന വണ്ടിക്കാരനെ ബേക്കർ തെരുവിലെ 221 Bയിൽ ഒരു മാന്യൻ അന്വേഷിക്കുന്നുണ്ടെന്ന് പറഞ്ഞത്. ഒന്നും സംശയിക്കാതെ ഞാൻ ചെന്നു.

പിന്നെ ഞാൻ കണ്ടത് ഈ ചെറുപ്പക്കാരൻ എന്റെ കൈകളിൽ സുന്ദരമായി വളയിട്ടതാണ്. അത്തരം ഒരു സാമർഥ്യം ഞാൻ എന്റെ ജീവിത്തിൽ കണ്ടിട്ടില്ല. അതാണ് മാന്യരേ, എന്റെ കഥ. നിങ്ങൾക്ക് വേണമെങ്കിൽ എന്നെ കൊലയാളിയായി കണക്കാക്കാം. പക്ഷെ, ഞാൻ കരുതുന്നത് നിങ്ങളെയൊക്കെപ്പോലെ ഒരു നിയമപാലകനാണ് ഞാനും എന്നാണ്."

ആ മനുഷ്യന്റെ വിവരണം കോരിത്തരിപ്പിക്കുന്നതായിരുന്നു. അയാളുടെ ഭാവമാകട്ടെ ഹൃദയഹാരിയും. അതുകൊണ്ട് ഞങ്ങളെല്ലാം അതിൽ പൂർണമായും മുഴുകി നിശ്ശബ്ദരായിരുന്നു. കുറ്റകൃത്യങ്ങളുടെ കാര്യത്തിൽ വിദഗ്ധരായിരുന്ന ആ കുറ്റാന്വേഷകർപോലും അയാളുടെ കഥയിൽ ആമഗ്നരായതുപോലെ തോന്നി. അല്പനിമിഷങ്ങൾ ഞങ്ങളെല്ലാം നിശ്ചലരായിരുന്നു. ചുരുക്കെഴുത്തിൽ എല്ലാം കുറിച്ചുകൊണ്ടിരുന്ന ലെസ്ട്രേഡിന്റെ പെൻസിലിന്റെ ശബ്ദം മാത്രമേ മുറിയിൽ കേൾക്കാനുണ്ടായിരുന്നുള്ളൂ.

"ഒരു കാര്യം മാത്രമേ ഇനി അറിയാനുള്ളൂ." ഒടുവിൽ ഷെർലക് ഹോംസ് പറഞ്ഞു. "എന്റെ അറിയിപ്പനുസരിച്ച് മോതിരം വാങ്ങാൻ വന്ന താങ്കളുടെ സഹായി ആരായിരുന്നു?"

പുള്ളി എന്റെ സുഹൃത്തിനുനേരെ കുസൃതിയോടെ കണ്ണിറുക്കിക്കാട്ടി. "എന്റെ രഹസ്യങ്ങൾ പറയാൻ മടിയില്ല." അയാൾ പറഞ്ഞു. "പക്ഷെ, മറ്റുള്ളവരെ ഞാൻ കുഴപ്പത്തിലാക്കില്ല. ഞാൻ താങ്കളുടെ അറിയിപ്പ് കണ്ടു. അത് ചിലപ്പോൾ ഞാൻ തേടുന്ന മോതിരമാവാം. അല്ലെങ്കിൽ ഒരു കെണിയുമാവാമെന്ന് ഞാൻ കരുതി. താൻ പോയി നോക്കാമെന്ന് എന്റെ സുഹൃത്ത് പറഞ്ഞു. അയാൾ അത് ഭംഗിയായി ത്തന്നെ കൈകാര്യം ചെയ്തിരിക്കുമല്ലോ."

"സംശയമില്ല." ഹോംസ് ഉള്ളിൽത്തട്ടി പറഞ്ഞു.

"ശരി മാന്യരേ," ഇൻസ്പെക്ടർ ഗൗരവത്തിൽ പറഞ്ഞു. "നിയമം നടക്കണമല്ലോ. വ്യാഴാഴ്ച തടവുകാരനെ മജിസ്ട്രേറ്റിനുമുന്നിൽ ഹാജരാക്കും. അപ്പോൾ നിങ്ങൾ എല്ലാവരും അവിടെയുണ്ടാകണം. അതുവരെ ഇയാൾ എന്റെ ചുമതലയിലായിരിക്കും." അയാൾ ബെല്ലടിച്ചപ്പോൾ രണ്ടു വാർഡന്മാർ വന്ന് ജെഫേഴ്സൺ ഹോപ്പിനെ കൊണ്ടുപോയി. ഞാനും സുഹൃത്തും സ്റ്റേഷനിൽനിന്നിറങ്ങി ബേക്കർ തെരുവിലേക്ക് ഒരു വണ്ടി പിടിച്ചു.

ഉപസംഹാരം

വ്യാഴാഴ്ച മജിസ്ട്രേറ്റിന് മുൻപിൽ ഹാജരാകണമെന്ന് ഞങ്ങൾക്ക് മുന്നറിയിപ്പ് ലഭിച്ചിരുന്നതാണ്. എന്നാൽ വ്യാഴാഴ്ചയായപ്പോൾ അത് വേണ്ടിവന്നില്ല. കൂടുതൽ ഉന്നതനായ ഒരു ന്യായാധിപൻ കാര്യം ഏറ്റെടുത്ത് ജെഫേഴ്സൺ ഹോപ്പിനെ അത്യുന്നതമായ കോടതിയിലെത്തിച്ചു. പിടിയിലായ അന്ന് രാത്രി തന്നെ അയാളുടെ ധമനി പൊട്ടി. അയാൾ ജീവനറ്റ് തറയിൽ കിടക്കുന്നതാണ് രാവിലെ കണ്ടത്. അയാളുടെ മുഖത്ത് അപ്പോഴും സംതൃപ്തിയുടെ ചിരിയുണ്ടായിരുന്നു. മരിക്കാൻനേരത്ത് ഒന്ന് തിരിഞ്ഞുനോക്കിയപ്പോൾ ഉപയോഗപ്രദമായ ഒരു ജീവിതവും നന്നായി നിറവേറ്റിയ കടമയും കണ്ടതുപോലെ.

"അയാളുടെ മരണം ലെസ്ട്രേഡിനെയും ഗ്രെഗ്സണെയും വല്ലാതെ കുഴക്കും." പിറ്റേന്ന് വൈകുന്നേരം സംഭവത്തെക്കുറിച്ച് സംസാരിച്ചു കൊണ്ടിരിക്കുന്നതിനിടയിൽ ഹോംസ് പറഞ്ഞു. "അവരുടെ മേനി നടിക്കലിന്റെ കാര്യം ഇനിയെന്താകും?"

"അവർ അയാളെ പിടികൂടാൻ വളരെയൊന്നും ചെയ്തില്ലല്ലോ." ഞാൻ പറഞ്ഞു.

"ഈ ലോകത്തിൽ നിങ്ങൾ എന്തു ചെയ്യുന്നുവെന്നത് ഒരു പ്രശ്ന മേയല്ല." എന്റെ സുഹൃത്ത് രുചിക്കാത്തമട്ടിൽ പ്രതിവചിച്ചു. "നിങ്ങൾ എന്തു ചെയ്തു എന്ന് ആളുകളെ ബോധ്യപ്പെടുത്തലാണ് കാര്യം. സാര മില്ല." ഒട്ടുനേരം നിർത്തി കൂടുതൽ പ്രസാദത്തോടെ അദ്ദേഹം തുടർന്നു. "ഈ കേസിന്റെ അന്വേഷണവുമായി ബന്ധപ്പെടാൻ കഴി ഞ്ഞത് വലിയ കാര്യം തന്നെയാണ്. ഇതിലും മെച്ചപ്പെട്ട ഒന്ന് എന്റെ ഓർമയിലില്ല. കാര്യങ്ങളൊക്കെ ലളിതമായിരുന്നുവെങ്കിലും അതിൽ വിജ്ഞാനപ്രദമായ ഒട്ടേറെ വസ്തുതകളുണ്ടായിരുന്നു."

"ലളിതമോ?" ഞാൻ അത്ഭുതപ്പെട്ടു.

"പിന്നല്ലാതെ? അതിനെ മറ്റുതരത്തിൽ വിലയിരുത്തുക പ്രയാസ മാണ്." എന്റെആശ്ചര്യം കണ്ട് ചിരിയോടെ ഹോംസ് പറഞ്ഞു. "അതിന്റെ ലാളിത്യത്തിന് ഏറ്റവും നല്ല തെളിവാണ്, കേവലം മൂന്നു ദിവസംകൊണ്ട്, കാര്യമായ സഹായമൊന്നുമില്ലാതെ എനിക്ക് കുറ്റ വാളിയെ കണ്ടുപിടിക്കാൻ കഴിഞ്ഞു എന്നത്."

"അത് ശരിയാണ്." ഞാൻ പറഞ്ഞു.

"സാധാരണമല്ലാത്ത ഒന്ന് ഒരു സൂചകമാണ്, അല്ലാതെ തടസ്സമല്ല എന്ന് ഞാൻ മുൻപ് താങ്കളോട് പറഞ്ഞിട്ടുണ്ട്. ഇത്തരത്തിലുള്ള ഒരു പ്രശ്നം പരിഹരിക്കുന്നതിൽ ഏറ്റവും മുഖ്യമായത് പിന്നോട്ടുള്ള യുക്തിചിന്ത സാധിക്കലാണ്. അത് വളരെ ഉപയോഗപ്രദമായ ഒന്നാ ണ്, പക്ഷെ ആളുകൾ അത് വേണ്ടതുപോലെ പരിശീലിക്കാറില്ല. നിത്യ ജീവിതത്തിലെ കാര്യങ്ങളിൽ മുന്നോട്ടുള്ള യുക്തിചിന്തയ്ക്കാണ് കൂടു തൽ പ്രസക്തി. അതുകൊണ്ടുതന്നെ മറ്റേത് അവഗണിക്കപ്പെടുന്നു. അമ്പതുപേർ ഉദ്ഗ്രഥനപരമായി ചിന്തിക്കുമ്പോൾ ഒരാൾ മാത്രമാണ് അപഗ്രഥനാത്മകമായി ചിന്തിക്കുന്നത്.

"താങ്കൾ പറയുന്നത് മനസ്സിലാകുന്നില്ലെന്ന് സമ്മതിക്കേണ്ടിയിരി ക്കുന്നു." ഞാൻ പറഞ്ഞു.

"അത് ഞാൻ പ്രതീക്ഷിച്ചതാണ്. കാര്യം കൂടുതൽ വ്യക്തമാക്കാൻ പറ്റുമോ എന്ന് ഞാൻ നോക്കട്ടെ. കുറേ സംഭവങ്ങളുടെ ഒരു ശൃംഖല യെക്കുറിച്ച് കേട്ടാൽ മിക്ക മനുഷ്യരും അതിന്റെ ഫലമെന്തായിരിക്കു മെന്ന് പറയും. അവർ ആ സംഭവങ്ങൾ മനസ്സിൽ വിശകലനം ചെയ്ത് ഒരു നിഗമനത്തിലെത്തും. എന്നാൽ അപൂർവം ചിലരുണ്ട്; അവരോട് ഒരു ഫലത്തെക്കുറിച്ചു പറഞ്ഞാൽ, തങ്ങളുടെ അന്തർബോധത്തിന്റെ സഹായത്തോടെ, ആ ഫലത്തിലെത്തിച്ചേർന്ന ഘട്ടങ്ങളെ നിർധാരണം ചെയ്യാൻ അവർക്കു കഴിയും. അതുതന്നെയാണ് ഞാൻ പറഞ്ഞ

പിന്നോട്ടുള്ള യുക്തിചിന്ത, അഥവാ അപഗ്രഥനാത്മകചിന്ത.

"മനസ്സിലാകുന്നുണ്ട്." ഞാൻ പറഞ്ഞു.

"ഈ കേസ് അത്തരത്തിലുള്ള ഒന്നായിരുന്നു. ഫലം അറിയാം. ബാക്കിയൊക്കെ സ്വയം കണ്ടെത്തേണ്ടിയിരിക്കുന്നു. തുടക്കത്തിലേ തുടങ്ങാൻ. ഞാൻ എന്റെ യുക്തിചിന്തയിൽ ഉപയോഗപ്പെടുത്തിയ വിവിധ ഘട്ടങ്ങളെക്കുറിച്ച് പറയാം. ഞാൻ നടന്നാണ് ആ വീട്ടിലേക്ക് ചെന്നത്. എന്റെ മനസ്സിൽ ഒരു മുൻധാരണയുണ്ടായിരുന്നില്ല. സ്വാഭാവികമായും വീടിനുസമീപത്തെ റോഡ് നിരീക്ഷിച്ചുകൊണ്ടാണ് ഞാൻ തുടങ്ങിയത്. അവിടെ, ഞാൻ നേരത്തെ പറഞ്ഞതുപോലെ ഒരു വണ്ടിയുടെ അടയാളങ്ങൾ വ്യക്തമായി കണ്ടു. അത് രാത്രി മുഴുവൻ അവിടെ ഉണ്ടായിരുന്നുവെന്ന് മനസ്സിലാക്കാൻ കഴിഞ്ഞു. ചക്രങ്ങൾ വീതികുറഞ്ഞതുകൊണ്ട് അത് ഒരു സ്വകാര്യവാഹനമൊന്നുമല്ലെന്നും വാടകവണ്ടിയാണെന്നും ഞാനൂഹിച്ചു. ഇതാണ് എനിക്കു ഗ്രഹിക്കാൻ കഴിഞ്ഞ ആദ്യവസ്തുത.

പിന്നീട് ഞാൻ ഉദ്യാനത്തിലെ പാതയിലൂടെ പതുക്കെ നടന്നു. അതിലെ മണ്ണ് അല്പം കളിമൺകൂറുള്ളതായിരുന്നു. മുദ്രണങ്ങളെടുക്കാൻ പറ്റിയ തരത്തിലുള്ളത്. അത് ചവിട്ടിക്കുഴച്ച വെറും ചെളിമണ്ണായിട്ടാണ് താങ്കൾക്ക് തോന്നിയത്. എന്നാൽ എന്റെ ശിക്ഷിതമായ കണ്ണുകളിൽ, അതിൽ പതിഞ്ഞ ഓരോ അടയാളത്തിനും നിയതമായ അർഥമുണ്ടായിരുന്നു. കാല്പാടുകളിൽ നിന്ന് കാര്യങ്ങൾ ഗ്രഹിക്കുന്നതുപോലെ അത്രമാത്രം പ്രധാനവും എന്നാൽ ഏറെ അവഗണിക്കപ്പെട്ടതുമായ ഒരു കുറ്റാന്വേഷണ ശാസ്ത്രശാഖ വേറെയില്ല. എന്നാൽ ഞാൻ എന്നും അതിനെ വളരെ പ്രാധാന്യത്തോടെ കണ്ടിട്ടുണ്ട്. നിരന്തരമായ പരിശീലനംകൊണ്ട് അത് എനിക്ക് ഒരുതരം രണ്ടാംപ്രകൃതം തന്നെയായിട്ടുണ്ട്. പോലീസുകാരുടെ കനത്ത കാലടയാളം ഞാൻ കണ്ടു; എന്നാൽ തോട്ടത്തിലൂടെ ആദ്യം നടന്ന രണ്ടുപേരുടെ പാദമുദ്രകളും എനിക്ക് തിരിച്ചറിയാൻ കഴിഞ്ഞു. അവരാണ് ആദ്യമെത്തിയതെന്ന് മനസ്സിലാക്കാൻ എളുപ്പമായിരുന്നു. കാരണം, പലയിടത്തും അവരുടെ കാല്പാടുകൾക്കുമേൽ പോലീസുകാരുടേത് പിന്നീട് പതിഞ്ഞിരുന്നു. ഈ രീതിയിൽ രണ്ടാമത്തെ കണ്ണിയും എനിക്ക് പിടികിട്ടി. രാത്രികാലത്തെ സന്ദർശകർ രണ്ടുപേരായിരുന്നു എന്നും, അതിൽ ഒരാൾക്ക് അസാമാന്യമായ ഉയരമുണ്ടായിരുന്നു (അയാളുടെ കാൽപാടുകളുടെ അകലം കൊണ്ടാണ് ഞാനിത് ഗണിച്ചത്) എന്നും മനസ്സിലായി. അപരൻ ഭംഗിയായി വസ്ത്രം ധരിച്ച ഒരാളായിരുന്നു എന്നും

അയാളുടെ ചെറിയ മനോഹരമായ ഷൂസിന്റെ പാടുകളിൽനിന്ന് ഞാൻ ഊഹിച്ചു.

'വീട്ടിനികത്തേക്ക് കടന്നപ്പോൾ ഈ അവസാന അനുമാനം സ്ഥിരീകരിക്കപ്പെട്ടു. മനോഹരമായ ഷൂസിട്ട മനുഷ്യൻ അവിടെ കിടപ്പുണ്ടായിരുന്നു. അപ്പോൾ ദീർഘകായനാണ് കൊല നടത്തിയത്; കൊലയാണ് നടന്നതെങ്കിൽ. മരിച്ച മനുഷ്യന്റെ ദേഹത്ത് മുറിവുകളൊന്നുമുണ്ടായിരുന്നില്ല; എന്നാൽ അയാളുടെ മുഖത്തം സംക്ഷുബ്ധമായ ഭാവം കണ്ടപ്പോൾ, തന്റെ അന്ത്യത്തിന്റെ കാര്യം അയാൾ മുൻകൂട്ടി അറിഞ്ഞിരുന്നു എന്ന് എനിക്ക് വ്യക്തമായി. ഹൃദയസ്തംഭനം മൂലമോ മറ്റേതെങ്കിലും സ്വാഭാവിക കാരണങ്ങളാലോ മരിക്കുന്നവരുടെ മുഖത്ത് ക്ഷോഭം പ്രകടമാകാറില്ല. മരിച്ചയാളുടെ ചുണ്ടുകൾ മണത്തപ്പോൾ ഒരു രൂക്ഷഗന്ധം അനുഭവപ്പെട്ടിരുന്നു. അപ്പോൾ അയാളെ ആരോ നിർബന്ധിച്ച് വിഷം കഴിപ്പിച്ചതാണെന്ന് ഞാൻ അനുമാനിച്ചു. അയാളുടെ മുഖത്ത് പ്രകടമായിരുന്ന വെറുപ്പും ഭീതിയും കണ്ടപ്പോൾ ഞാൻ അനുമാനിച്ചതാണിത്. അനാവശ്യമായതിനെ ഒഴിവാക്കുന്ന രീതിയവലംബിച്ചാണ് ഞാൻ ഈ ഫലത്തിലെത്തിയത്. കാരണം മറ്റൊരു പരികല്പനയും ഈ കേസിലെ വസ്തുതകൾക്ക് ഇണങ്ങുമായിരുന്നില്ല.ബലം പ്രയോഗിച്ച് വിഷം കഴിപ്പിക്കൽ കുറ്റകൃത്യങ്ങളുടെ ചരിത്രത്തിൽ മുമ്പും നടന്നിട്ടുണ്ട്. ഒഡേസയിലെ ഡോള്സ്കി, മോൺപെലിയറിലെ ലെറ്റൂറിയർ എന്നിവരുടെ കേസുകളാണ് ഏതു വിഷശാസ്ത്രജ്ഞന്റെ മനസ്സിലും ആദ്യം തെളിയുക.

"ഇനിയാണ് എന്തിന് എന്ന ആ വലിയ ചോദ്യം വരുന്നത്. മോഷണമല്ല ഉദ്ദേശ്യമെന്ന് വളരെ വ്യക്തമാണ്. കാരണം ഒന്നും നഷ്ടപ്പെട്ടിട്ടില്ല. അപ്പോൾപ്പിന്നെ രാഷ്ട്രീയമാണോ? അതോ സ്ത്രീയോ? അതാണ് എന്നെ അഭിമുഖീകരിച്ച ചോദ്യം. അവസാനത്തേതാണെന്ന് കരുതാനായിരുന്നു എനിക്കിഷ്ടം. കാര്യം നടത്തി എത്രയും പെട്ടെന്ന് സ്ഥലം വിടുകയാണ് രാഷ്ട്രീയകൊലയാളികളുടെ രീതി. എന്നാൽ ഈ കൊലപാതകം വളരെ മനഃപൂർവമായ ഒന്നായിരുന്നു, അതു ചെയ്തയാൾ ഒരുപാട് അടയാളങ്ങൾ മുറിയിൽ അവശേഷിപ്പിച്ചിട്ടുമുണ്ടായിരുന്നു. അയാൾ ഏറെനേരം അവിടെത്തന്നെയുണ്ടായിരുന്നു എന്നതിന് തെളിവാണ് അത്. ഇത്രയും ആസൂത്രിതമായ ഒരു കൊല നടത്തണമെങ്കിൽ അത് തീർച്ചയായും വ്യക്തിപരമായ ഒരു പകവീട്ടൽ തന്നെയാവണം. ചുമരിലെ ലിഖിതം കണ്ടപ്പോഴും എന്റെ നിഗമനത്തിൽത്തന്നെ ഉറച്ചുനില്ക്കുകയാണ് ഞാൻ ചെയ്തത്. അത് വഴി

തെറ്റിക്കാനുള്ള ഒരു സൂത്രമാണെന്നത് വളരെ വ്യക്തമായിരുന്നു. പിന്നെ ആ മോതിരംകൂടി കണ്ടപ്പോൾ കാര്യങ്ങൾ കുറേക്കൂടി വ്യക്തമായി. മരിച്ചതോ സ്ഥലത്തില്ലാത്തതോ ആയ ഒരു സ്ത്രീയെക്കുറിച്ച് ഇരയെ ഓർമിപ്പിക്കാൻ കൊലയാളി അതുപയോഗിച്ചിരിക്കണം. ഈ ഘട്ടത്തിലാണ് ക്ലീവ്‌ലാന്റിലേക്കുള്ള കമ്പിയിൽ ഡ്രെബ്ബറുടെ പഴയ തൊഴിലിനെക്കുറിച്ച് വല്ലതും അന്വേഷിച്ചിരുന്നോ എന്നു ഞാൻ ഗ്രെഗ്സണോട് ചോദിച്ചത്. ഇല്ലെന്നായിരുന്നു അയാളുടെ മറുപടി.

"പിന്നീട് ഞാൻ ആ മുറി അതിസൂക്ഷ്മമായി പരിശോധിച്ചു. അതിലൂടെ എനിക്ക് കൊലയാളിയുടെ ഉയരത്തെക്കുറിച്ചുംമറ്റും വ്യക്തമായ സൂചനകൾ ലഭിച്ചു. അതോടൊപ്പംതന്നെ അയാളുടെ നഖത്തിന്റെ നീളം, ട്രിച്ചിനോപ്പളി ചുരുട്ടിന്റെ കാര്യം തുടങ്ങിയവയും എനിക്ക് മനസ്സിലായി. മുറിയിൽ പിടിവലിയുടെ ലക്ഷണമൊന്നും കാണാത്തതുകൊണ്ട്, അവിടമാകെ പരന്നുകണ്ട രക്തം കൊലയാളിയുടെ മൂക്കിൽനിന്നും ചീറ്റിയതായിരിക്കുമെന്നും ഞാൻ അനുമാനിച്ചു.

ചോരപ്പാടുകളും അയാളുടെ കാല്പാടുകളും ഒരേദിശയിലാണെന്നും എനിക്ക് മനസ്സിലായി. സാധാരണ മനുഷ്യരിൽ വികാരംകൊണ്ട് ഇത്തരം സംക്ഷോഭങ്ങൾ ഉണ്ടാവുക പതിവില്ല. നല്ല ആരോഗ്യവും രക്തപ്രസാദവുമുള്ള ഒരാളായിരിക്കും കൊലയാളി എന്ന് ഞാൻ ഊഹിച്ചത് അതുകൊണ്ടാണ്. എന്റെ അനുമാനം ശരിയാണെന്ന് പിന്നീടുള്ള സംഭവങ്ങൾ തെളിയിക്കുകയും ചെയ്തു.

"ആ വീട്ടിൽനിന്നും ഇറങ്ങിയ ഞാൻ, ഗ്രെഗ്സൺ അവഗണിച്ച ഒരു കാര്യം ചെയ്തു. ക്ലീവ്‌ലാന്റിലെ പോലീസ്മേധാവിക്കയച്ച കമ്പിയിൽ, ഇനോക് ഡ്രെബ്ബറുടെ വിവാഹവുമായി ബന്ധപ്പെട്ട കാര്യം മാത്രമാണ് ഞാൻ അന്വേഷിച്ചത്. അവിടെനിന്ന് ലഭിച്ച മറുപടി നിർണായകമായിരുന്നു. പ്രേമവുമായി ബന്ധപ്പെട്ട പഴയ ഒരു ശത്രുവിൽനിന്ന് പോലീസ് സംരക്ഷണം ആവശ്യപ്പെട്ടിരിക്കുകയായിരുന്നു ഡ്രെബ്ബർ എന്ന് അതിലുണ്ടായിരുന്നു. ആ ശത്രു ജെഫേഴ്സൺ ഹോപ്പാണെന്നും അയാൾ അപ്പോൾ യൂറോപ്പിലുണ്ടെന്നും അയാൾ അറിയിച്ചിരുന്നുവത്രേ. ആ നിഗൂഢതയെക്കുറിച്ചുള്ള എല്ലാ സൂചനകളും ലഭിച്ചുകഴിഞ്ഞുവെന്നും കൊലയാളിയെ പിടികൂടുകമാത്രമാണ് അവശേഷിക്കുന്നതെന്നും എനിക്ക് മനസ്സിലായി.

'ഡ്രെബ്ബറോടൊപ്പം വീട്ടിലേക്ക് കടന്നയാൾ ആ വണ്ടിക്കാരനല്ലാതെ മറ്റാരുമാകില്ലെന്ന് ഞാൻ മനസ്സിൽ ഉറപ്പിച്ചിരുന്നു. റോഡിലുള്ള അടയാളങ്ങൾ കണ്ടപ്പോൾ, കുതിര ഒട്ടുനേരം അലഞ്ഞുനടന്നിരുന്നെന്നും

അതിനെ നോക്കാൻ ആരെങ്കിലുമുണ്ടായിരുന്നെങ്കിൽ അതു സംഭവിക്കില്ലായിരുനനു എന്നും വ്യക്തം. അപ്പോൾപ്പിന്നെ വണ്ടിക്കാരൻ എവിടെയായിരിക്കും, വീട്ടിനകത്തല്ലാതെ? ഒരു മൂന്നാമന്റെ കൺമുന്നിൽവെച്ച് ഇങ്ങനെ ഒരു കൊലനടത്താൻ സാമാന്യബുദ്ധിയുള്ള ആരും ഒരുങ്ങുകയില്ലല്ലോ. അവസാനമായി, ഒരാൾക്ക് ഒരു മനുഷ്യനെ ലണ്ടൻ തെരുവുകളിലൂടെ നിരന്തരം പിൻതുടരണമെങ്കിൽ വണ്ടിക്കാരന്റെ വേഷം കെട്ടുകയല്ലാതെ വേറെ എന്തുവഴിയാണുള്ളത്? ഈ നിഗമനങ്ങളെല്ലാം, ജെഫേഴ്സൺ ഹോപ്പ് നഗരത്തിലെ വണ്ടിത്താവളത്തിൽത്തന്നെയുണ്ടാകണമെന്ന തീരുമാനത്തിലാണ് എന്നെ എത്തിച്ചത്.

"അയാൾ ഒരു വണ്ടിക്കാരന്റെ വേഷത്തിലാണെങ്കിൽ പെട്ടെന്ന് അതിൽ മാറ്റം വരുത്തേണ്ടകാര്യമൊന്നുമില്ല. മറിച്ച്, പെട്ടെന്നുള്ള ഒരു മാറ്റം തന്റെ പേരിൽ സംശയം ജനിപ്പിക്കുമെന്നുതന്നെ അയാളും കരുതും. കുറച്ചുകാലത്തേക്കുകൂടി അയാൾ തീർച്ചയായും തന്റെ ജോലിയിൽത്തന്നെ തുടരും. അയാൾ പേരുമാറ്റിയിരിക്കുമെന്ന് കരുതാനും ന്യായമില്ല. തനിക്ക് ഒരു പരിചയവുമില്ലാത്ത നാട്ടിൽ അയാളെന്തിന് പേരുമാറ്റണം? ആ സാഹചര്യത്തിലാണ് ഞാൻ എന്റെ തെരുവുപയ്യന്മാരെ രംഗത്തിറക്കിയത്. അവരെ ഞാൻ വളരെ ചിട്ടയായി ലണ്ടനിലെ സകല വണ്ടിയുടമകളുടെ അടുത്തേക്കും അയച്ചു. ഒടുവിൽ ഞാൻ തേടുന്നയാളെ അവർ കണ്ടെത്തി. അവർ എത്രപെട്ടെന്ന് അത് സാധിച്ചുവെന്നും, ഞാൻ എത്രവേഗം അത് പ്രയോജനപ്പെടുത്തിയെന്നും താങ്കൾ ഓർക്കുന്നുണ്ടാകുമല്ലോ. സ്റ്റേൻജർസണിന്റെ കൊലപാതകം തീർത്തും അപ്രതീക്ഷിതമായ ഒരു സംഭവമായിരുന്നു. അത് ഒരുതരത്തിലും തടയാൻ കഴിയുമായിരുന്നില്ല. അതിലൂടെയാണ് ആ ഗുളികകൾ എനിക്ക് കിട്ടിയതെന്നറിയാമല്ലോ. അത്തരം ഒന്നുണ്ടാകാമെന്ന് ഞാൻ നേരത്തെ അനുമാനിച്ചിരുന്നു. ഇപ്പോൾ മനസ്സിലായോ? സംഭവഗതിയാകെ യുക്തിസഹമായ ഒരു ശൃംഖലയായിരുന്നു. ഒരു ന്യൂനതയും വിടവുമില്ലാത്ത ശൃംഖല."

"ഇത് അത്ഭുതം തന്നെ." ഞാൻ പറഞ്ഞു. "താങ്കളുടെ കഴിവുകൾക്ക് പൊതുജനങ്ങളുടെ അംഗീകാരം ലഭിക്കണം. ഈ കേസിനെക്കുറിച്ചുള്ള ഒരു വിവരണം താങ്കൾ പ്രസിദ്ധീകരിക്കണം. നിങ്ങൾ ചെയ്യില്ലെങ്കിൽ നിങ്ങൾക്കുവേണ്ടി ഞാൻ അത് ചെയ്യും."

"താങ്കൾക്ക് ഇഷ്ടമുള്ളത് ചെയ്യാം ഡോക്ടർ." അദ്ദേഹം പറഞ്ഞു. "ഇതാ ഇത് നോക്കൂ." ഒരു പേപ്പർ എന്റെ നേരെ നീട്ടിക്കൊണ്ട്

അദ്ദേഹം തുടർന്നു.

അത് അന്നത്തെ 'എക്കോ' പത്രമായിരുന്നു. അദ്ദേഹം അതിൽ ചൂണ്ടിക്കാട്ടിയ ഭാഗം ആ കേസിനെക്കുറിച്ചായിരുന്നു.

"അത് ഇപ്രകാരമായിരുന്നു." മി. ഇനോക് ഡ്രെബ്ബറുടെയും മി. ജോസഫ് സ്റ്റേൻജർസണിന്റെയും കൊലയാളിയെന്ന് സംശയിക്കപ്പെട്ട ഹോപ്പിന്റെ പെട്ടെന്നുള്ള മരണംമൂലം, സ്തോഭജനകമായ ഒരു കഥയാണ് ജനങ്ങൾക്ക് നഷ്ടമായിരിക്കുന്നത്. കേസിന്റെ വിശദാംശങ്ങൾ ഇനി അറിയാൻ കഴിഞ്ഞെന്നുവരില്ല. എങ്കിലും കുറ്റകൃത്യം പ്രേമവും മോർമണിസവുമൊക്കെയായി ബന്ധപ്പെട്ട പഴയ ഒരു പകയുടെ ഫലമാണെന്ന് വിശ്വസനീയമായ കേന്ദ്രങ്ങളിൽ നിന്നും മനസ്സിലാക്കാൻ ഞങ്ങൾക്ക് കഴിഞ്ഞിട്ടുണ്ട്. കൊല്ലപ്പെട്ട രണ്ടുപേരും തങ്ങളുടെ യൗവനകാലത്ത് പുണ്യവാളന്മാരുടെ മതത്തിലെ അംഗങ്ങളായിരുന്നു. മരിച്ച തടവുകാരനും സാൾട്ട്ലേക്ക് സിറ്റിക്കാരനാണ്. മറ്റു പ്രയോജനങ്ങളൊന്നുമുണ്ടായിട്ടില്ലെങ്കിലും നമ്മുടെ കുറ്റാന്വേഷണവിഭാഗത്തിന്റെ കാര്യക്ഷമത വളരെ ശക്തമായ ഭാഷയിൽ വ്യക്തമാക്കുന്ന ഒന്നാണ് ഈ കേസ്. തങ്ങളുടെ പകകൾ സ്വന്തം മണ്ണിൽത്തന്നെ തീർക്കുകയാണ് നല്ലതെന്നും, അത് ബ്രിട്ടന്റെ മണ്ണിലേക്ക് വലിച്ചിഴക്കരുതെന്നും വിദേശികൾക്ക് ഒരു പാഠംകൂടി ഈ സംഭവം നല്കുന്നുണ്ട്. ഈ തടവുകാരനെ സമർത്ഥമായി പിടികൂടിയതിനുള്ള സകല മേന്മയും സ്കോട്ലന്റ് യാർഡിലെ പ്രസിദ്ധരായ ഗ്രെഗ്സൺ, ലെസ്ട്രേഡ് എന്നീ കുറ്റാന്വേഷകർക്കുള്ളതാണ്. കുറ്റാന്വേഷണമാർഗത്തിൽ ചില കഴിവുകളൊക്കെ പ്രകടിപ്പിച്ചിട്ടുള്ള ഷെർലക് ഹോംസ് എന്നയാളുടെ മുറിയിൽവെച്ചാണ് അയാളെ പിടികൂടിയതെന്നറിയുന്നു. ഈ ഓഫീസർമാരുടെ ശിക്ഷണംകൊണ്ട് അവരുടെ കഴിവുകൾ അല്പമെങ്കിലും അയാൾക്കും കിട്ടുമെന്ന് നമുക്ക് ആശിക്കാം. ഈ ഉദ്യോഗസ്ഥന്മാരുടെ കാര്യക്ഷമമായ സേവനത്തിന് അർഹമായ അംഗീകാരം ലഭിക്കുമെന്ന് നമുക്ക് പ്രതീക്ഷിക്കാം."

"ഇത് ഞാൻ ആദ്യമേ പറഞ്ഞതല്ലേ?" ഹോംസ് ചിരിച്ചുകൊണ്ട് ചോദിച്ചു. രക്തവർണത്തെക്കുറിച്ചുള്ള നമ്മുടെ പഠനത്തിന്റെ ഫലം ഇതാണ്. അവർക്ക് ബഹുമതി നേടിക്കൊടുക്കൽ!"

"സാരമില്ല," ഞാൻ മറുപടി പറഞ്ഞു. "എല്ലാ വസ്തുതകളും എന്റെ ഡയറിയിലുണ്ട്. ജനങ്ങൾ സത്യമറിയണം. അതുവരെ താങ്കൾ സ്വന്തം വിജയത്തെക്കുറിച്ചോർത്ത് തൃപ്തിയടഞ്ഞോളൂ..."

●

* 9 7 8 9 3 8 6 1 9 7 5 2 8 *

FCW - #0137 - 061026 - C0 - 216/140/9 - PB - 9789386197528 - Matt Lamination